'വിസ്മയപ്പുലരി'യെപ്പറ്റി

ജീവിതത്തോടുള്ള നിങ്ങളുടെ കാഴ്ചപ്പാടിനെ പുതുക്കുന്ന പുസ്തകങ്ങൾ നിങ്ങൾ ഇടയ്ക്കിടെ വായിക്കുന്നു. എന്നാൽ നിങ്ങൾ നിങ്ങളുടെ ജീവിതം ജീവിക്കുന്ന രീതി തന്നെ പുതുക്കുന്ന പുസ്തകങ്ങൾ അപൂർവ്വമാണ്. ഇതു രണ്ടും ചെയ്യുന്നു എന്നതാണ് 'വിസ്മയപ്പുലരി'യുടെ പ്രത്യേകത. അതും നിങ്ങൾ കരുതുന്നതിലും അതിവേഗതയിൽ.

ടിം സാൻഡേഴ്സ് യാഹുവിലെ മുൻ ചീഫ് സൊല്യൂഷൻസ് ഓഫീസർ, ബെസ്റ്റ് സെല്ലറായ 'ദ ലൈക്കബിലിറ്റി ഫാക്ടറി'ന്റെ രചയിതാവ്

"ഞാനെന്നും ഒരു രാത്രി മൂങ്ങയായിരുന്നു. അതുകൊണ്ട് ഒരു പ്രഭാതചിട്ട എന്റെ പരിഗണനയിലുള്ള കാര്യമായിരുന്നില്ല. അതെന്നെ ആകർഷിച്ചിട്ടുമുണ്ടായിരുന്നില്ല. ഇപ്പോൾ കാര്യങ്ങൾ കുഴപ്പമില്ലാതെ പോകുന്നു, അതെന്തിന് തെറ്റിക്കണം എന്നതായിരുന്നു എന്റെ ചിന്താഗതി. പക്ഷേ, മനുഷ്യരുടെ വിജയത്തിനും മനോനിലയ്ക്കും അവരുടെ ജീവിതത്തിനാകെത്തന്നെയും പ്രഭാതചിട്ട എത്രമാത്രം പ്രധാനമാണെന്ന് ഞാൻ കേട്ടുതുടങ്ങി. 'വിസ്മയപ്പുലരി'ക്ക് ഒരവസരം നൽകാൻ ഞാൻ അതോടെ തീരുമാനിച്ചു. കഴിഞ്ഞ മൂന്നാഴ്ചയായി ഞാനത് ചെയ്യുന്നു. എന്റെ ശ്രദ്ധയിൽ മനോനിലയിൽ, എന്റെ കഴിവുകളിൽ വലിയ മാറ്റങ്ങൾ ഇതോടകം കണ്ടു തുടങ്ങിയിരിക്കുന്നു.

പാറ്റ് ഫ്ളിൻ, സ്മാർട്ട് പാസ്സീവ് ഇൻകം പോഡ്കാസ്റ്റിലെ ഏറ്റവും വിലമതിക്കുന്ന ലെറ്റസ് ഗോ ആൻഡ് ഹോസ്റ്റിന്റെ രചയിതാവ്

ഒരു 'പ്രഭാത പുസ്തക'ത്തെക്കുറിച്ച് ഇങ്ങനെ പറയാൻ കഴിയുമെന്ന് ഞാൻ കരുതിയതല്ല. പക്ഷേ, വിസ്മയപ്പുലരി എന്റെ ജീവിതം മാറ്റിമറിച്ചു. അതെ നിങ്ങൾ വായിച്ചത് ശരിയായി ത്തന്നെയാണ്! വർഷങ്ങളായി 'ഞാനൊരു പ്രഭാത മനുഷ്യനല്ല' എന്ന് സ്വയം പറഞ്ഞുകൊണ്ടിരിക്കുകയായിരുന്നു. അത് ഏറെക്കുറെ സത്യവുമായിരുന്നു. ഒരു സംരഭകൻ ആകുന്നതിൽ എന്നെ തടഞ്ഞ ഏകഘടകം എന്റെ ഉറക്കമായിരുന്നു. അലാംക്ലോക്കില്ലാത്ത, ഇരുട്ടത്ത് എണീക്കേണ്ടതില്ലാത്ത 'ഇഷ്ടമുള്ളപ്പോൾ എണീക്കാവുന്ന ജീവിതം.'

ഈ പുസ്തകം വായിച്ചു തുടങ്ങിയതോടെ എന്നെക്കുറിച്ചുള്ള എന്റെ ധാരണയും സംരംഭകനാകുന്നതിൽനിന്ന് എന്നെ തടയുന്ന ഘടകവും ഒഴിവാക്കാൻ കഴിയുമോ എന്ന ആകാംക്ഷയിലായി ഞാൻ. അതു സംഭവിച്ചു. 'വിസ്മയപ്പുലരി' വായിച്ചു പൂർത്തിയാക്കിയ ഞാൻ പുലർച്ചെ നാലുമണിക്ക് എണീറ്റ് എന്നും ജിമ്മിൽ പോയി. അതെ നിങ്ങൾ വായിച്ചത് ശരിതന്നെ. പുലർച്ചയിലെ ആ അടിപൊളി നാലുമണി തന്നെ. അതോടെ എന്റെ ദിനങ്ങൾ ഏറെ ഫലപ്രദമായി. എന്റെ ആരോഗ്യം എന്റെ കൺമുന്നിൽ മെച്ചപ്പെട്ടു. രാവിലെ നാലുമണിക്ക് എണീക്കുന്ന അപൂർവ്വം ചിലരിൽ ഒരാളായി ഞാനും മാറുമെന്ന് ഞാൻ ഒരിക്കലും കരുതിയിരുന്നില്ല.

ഇപ്പോൾ ഞാനും ആ അപൂർവം ചിലരിൽ ഒരാളാണ്. ആഴ്ചയിൽ അഞ്ചു ദിവസവും അലാംക്ലോക്കിന്റെ സഹായമില്ലാതെ രാവിലെ നാലുമണിക്ക് ഞാൻ എണീക്കുന്നു.

എം ജെ ഡി മാർക്കോ, ലിമോസ് ഡോട്ട് കോമിന്റെ
മുൻ സി ഇ ഒ, ദ മില്ല്യനെയർ ഫാസ്റ്റ് ലെയ്ൻ
എന്ന ബെസ്റ്റ് സെല്ലറുടെ കർത്താവ്

എല്ലാ ദിവസവും നിങ്ങളുടെ പൂർണ കഴിവിലേക്ക് ഉണർന്നെണീക്കുക എന്ന സമ്മാനം നിങ്ങൾക്ക് നിങ്ങൾ നൽകുകയാണ്. വിസ്മയപ്പുലരിയുടെ വായനയിലൂടെ നിങ്ങൾ ചെയ്യുന്നത്. നിങ്ങൾ ആഗ്രഹിക്കുകയും അർഹിക്കുകയും ചെയ്യുന്ന ജീവിതം ജീവിക്കുന്നതിന് ഇനി ഒട്ടും അമാന്തിക്കേണ്ടതില്ല. ഈ പുസ്തകം വായിക്കുക, വഴി കണ്ടെത്തുക.

ഡോ. ഐവാൻ മിസ്നർ, ബിഎൻഐ യുടെ
സ്ഥാപകനും മേധാവിയും

ഹാൽ എൽ റോഡ് പ്രചോദനത്തിലും ഉപരിയാണ്. അദ്ദേഹം തന്റെ ജീവിതത്തെ ഒരു പാഠമാക്കിയിരിക്കുന്നു. അത്ഭുതങ്ങൾ സൃഷ്ടിക്കാനായി അത് നിങ്ങൾക്ക് ഉപയോഗിക്കാം.

ജെഫ്രി ഗിറ്റോമെർ, ന്യൂയോർക്ക് ടൈംസ് ബെസ്റ്റ് സെല്ലറായി തിരഞ്ഞെടുത്ത ദ സെയിൽസ് ബൈബിൾ എന്ന പുസ്തകത്തിന്റെ രചയിതാവ്

നിങ്ങളുടെ ജീവിതത്തിന്റെ ഏത് മേഖലയിലും എന്നല്ല എല്ലാ മേഖലകളിലും ഉടനടി ആഴത്തിൽ മാറ്റം വരുത്താൻ പോന്ന ഒരേയൊരു സംഗതിയത്രേ 'വിസ്മയപ്പുലരി'. നിങ്ങൾ നിങ്ങളുടെയും ജീവിതത്തെ ഇപ്പോൾതന്നെ മെച്ചപ്പെടുത്താൻ ആഗ്രഹിക്കുന്നെങ്കിൽ ഇപ്പോൾതന്നെ ഈ പുസ്തകം വായിക്കാൻ ഞാൻ ശുപാർശ ചെയ്യുന്നു.

റൂഡി റൂട്ടിഗെർ, റൂഡി എന്ന ഹോളിവുഡ് ചലച്ചിത്രത്തിന്റെ പ്രചോദനം. പ്രശസ്ത നോട്ടർഡാം ഫുട്ബോൾ കളിക്കാരൻ

പ്രഭാഷകനും ഗ്രന്ഥകാരനും ബിസിനസ് മാർക്കറ്റിങ് കൺസൾട്ടന്റും എന്ന നിലയിൽ ആളുകൾക്ക് വിജയത്തിലേക്കുള്ള പ്രധാന തടസ്സം എന്തുചെയ്യണം എന്ന അറിവില്ലായ്മ അല്ല, അത് എപ്പോൾ ചെയ്യണമെന്നും എങ്ങനെ ചെയ്യണമെന്നും ഉള്ള അറിവില്ലായ്മയാണ് എന്ന് എനിക്ക് ബോധ്യപ്പെട്ടിട്ടുണ്ട്. വിജയിക്കാനാവശ്യമായ കാര്യങ്ങൾ ചെയ്യാനുള്ള സമയവും പ്രചോദനവും അവർക്കില്ല.

ഹാൽ എൽറോഡ് അക്ഷരാർത്ഥത്തിൽ ഈ പ്രശ്നം പരിഹരിച്ചിരിക്കുന്നു. നിങ്ങളാഗ്രഹിക്കുന്ന വിജയം കരസ്ഥമാക്കുന്നതിനുള്ള സമയവും പ്രചോദനവും നിങ്ങൾ എത്ര തിരക്കുള്ള ആളുമായിക്കൊള്ളട്ടെ 'വിസ്മയപ്പുലരി' നിങ്ങൾക്ക് നൽകുന്നു. ഞാനീ പുസ്തകം ശക്തിയായി അതിശക്തിയായി നിങ്ങൾക്ക് ശുപാർശ ചെയ്യുന്നു.

ജെയിംസ് മാലിൻചാക്ക്, ചിക്കൻ സൂപ്പ് ഫോർ ദ കോളജ് സോൾ എന്ന പുസ്തകത്തിന്റെ സഹരചയിതാവ്. www.MillionaireSpeakerSecrets.com സ്ഥാപകൻ. എബിസി ടെലിവിഷന്റെ 'സീക്രട്ട് മില്ല്യനയർ' എന്ന ടിവി ഷോയിലൂടെ പ്രശസ്തൻ

ഞാനാദ്യം വിചാരിച്ചു, ഹാലിന് വട്ടായെന്ന്. ലോകത്ത് ആരെങ്കിലും എന്നും ഇത്ര നേരത്തേ എണീക്കുമോ? എനിക്ക് സംശയമായി... എങ്കിലും ഞാൻ ശ്രമിച്ചു. ഹാലിന്റെ രീതികൾ നടപ്പാക്കിത്തുടങ്ങിയതോടെ വ്യക്തിജീവിതത്തിലും തൊഴിൽ ജീവിതത്തിലും വലിയ വ്യത്യാസങ്ങൾ ഉണ്ടാകുന്നത് എന്റെ ശ്രദ്ധയിൽപെട്ടു. നിങ്ങളുടെ ഭൂതകാലത്തെ തെല്ലും കണക്കിലെടുക്കാതെ നിങ്ങളുടെ ജീവിതത്തിന്റെ നിയന്ത്രണം നിങ്ങൾ ഏറ്റെടുക്കുന്നതിനെയാണ് 'വിസ്മയപ്പുലരി' എന്നതുകൊണ്ട് ഉദ്ദേശിക്കുന്നത്. ഞാനിത് ഏവർക്കും ശുപാർശ ചെയ്യുന്നു.

ജോൺ ഷിപ്പ്, ടെലിവിഷൻ അവതാരകൻ, എഴുത്തുകാരൻ

ഹാലിന്റെ ആദ്യപുസ്തകം, 'ജീവിതത്തെ മുന്നോട്ടുകൊണ്ടു പോകാൻ' എന്റെ ദൈനംദിന ജീവിതചര്യയെ ആകെ മാറ്റി മറിച്ചിരുന്നു. അദ്ദേഹത്തിന്റെ രണ്ടാമത്തെ പുസ്തകത്തിനായി ഞാൻ ആകാംക്ഷാപൂർവ്വം കാത്തിരിക്കുകയായിരുന്നു. ആ കാത്തിരിപ്പ് വെറുതെയായില്ല എന്നു മാത്രമേ 'വിസ്മയപ്പുലരി' ക്കുറിച്ച് എനിക്ക് പറയാനുള്ളൂ. നാം ഒഴിവാക്കിയ വിജയവും ആനന്ദവും ഐശ്വര്യവും കൈവരിക്കുന്നതിനുള്ള രൂപരേഖ ഹാൽ നമുക്ക് സമ്മാനിക്കുന്നു. ആർക്കും തങ്ങളുടെ ജീവിതത്തെ മാറ്റിമറിക്കാൻ കഴിയുംവിധം അത്ര ലളിതമായി അദ്ദേഹം അതു പറഞ്ഞുതന്നിരിക്കുന്നു നമ്മുടെ സാഹചര്യം എന്തു തന്നെയായിരുന്നാലും.

ഡെബ്ര പോൺമാൻ, ചിക്കൻ സൂപ്പ് ഫോർ അമേരിക്കൻ ഐഡൽ എന്ന പുസ്തകത്തിന്റെ സഹരചയിതാവ്. യെസ് ടു സക്സസ് ഇൻ കോർപ്പറേറ്റഡിന്റെ സ്ഥാപക

'വിസ്മയപ്പുലരി' ശരിക്കും എന്റെ ജീവിതത്തെ മാറ്റിത്തീർത്തു. എന്റെ പൂർണസാധ്യതകൾ പുറത്തെടുക്കാൻ അതെനിക്ക് അവസരമൊരുക്കി. അതെന്റെ ബോധമണ്ഡലത്തെ വികസിപ്പിച്ചു. അതോടെ പുതിയ കഴിവുകൾ വികസിച്ചു.

നിക്ക് കൊനെഡെറ, ചലച്ചിത്ര സംവിധായകൻ. (ഷാർപ്പ് എന്ന ലോകപ്രശസ്ത ചിത്രത്തിന്റെ സംവിധായകൻ)

ദ ഫോർ അവർ വർക്ക് വീക്കി (The 4 Hour Work Week)നു ശേഷം അടിസ്ഥാനപരമായ മാറ്റം മുന്നോട്ടുവയ്ക്കുന്ന പുസ്തകമാണ് വിസ്മയപ്പുലരി. താൻ പഠിപ്പിക്കുന്ന ജീവിതമാണ് ഹാൽ ജീവിക്കുന്നത്. ഈ പുസ്തകം ജീവീതത്തിലും ജീവിത വ്യാപാരത്തിലും നിങ്ങളെ അടുത്ത പടിയിൽ എത്തിക്കും.

ബ്രാഡ് വെയ്മെർട്ട്, ഈസി പേ ഡയറക്ട് ഈസി പേ ഡയറക്ട് ഡോട്ട് കോം എന്നിവയുടെ മേധാവി

മധ്യവർത്തി ജീവിതം ഉപേക്ഷിച്ച് പരമാവധി സാധ്യതകളിൽ ജീവിക്കാൻ തയ്യാറെങ്കിൽ ഈ പുസ്തകം വായിക്കുക. ലളിതം സുതാര്യം. നിങ്ങളുടെ വ്യക്തിപരമായ ആധികാരികതയുടെ പൂട്ടു തുറക്കാനുള്ള താക്കോലും സാധാരണ മനുഷ്യരെ അസാധാരണരാക്കാനുള്ള കഴിവ് പുറത്തെടുക്കാനുള്ള വിദ്യയും വിസ്മയപ്പുലരി നിങ്ങൾക്ക് പറഞ്ഞുതരുന്നു.

ഗെയ്ൽ ലി നെ ഗുഡ്വിൻ,
ഇൻസ്പയർ മി ടുഡേ ഡോട്ട് കോം സ്ഥാപകൻ

എല്ലാം പുതുക്കി പണിയുന്ന ഒരൊറ്റ കാര്യമാണ് വിസ്മയപ്പുലരി. ഇത് നിങ്ങളുടെ കളം മാറ്റുമെന്ന് ഞാൻ ഉറപ്പു നൽകുന്നു. കളി മാറ്റാൻ ആഗ്രഹിക്കുന്ന എല്ലാവർക്കും ഞാനത് ശുപാർശ ചെയ്യുന്നു.

പീറ്റർ വ്യൂദ്, സിക്സ് മന്ത്സ് ടു സിക്സ് ഫിഗേഴ്സ് എന്ന ബെസ്റ്റ് സെല്ലർ ഗ്രന്ഥത്തിന്റെ കർത്താവ്

ഹാൽ എൽറോഡ്

വിസ്മയപ്പുലരി

പുലർന്ന് എട്ടിനു മുൻപ് ജീവിതത്തെ അടിമുടി
മാറ്റുമെന്ന് ഉറപ്പുതരുന്ന അത്ഭുതരഹസ്യം

പരിഭാഷ

ടോം മാത്യു

MANJUL

മഞ്ജുൾ പബ്ലിഷിങ് ഹൗസ്

First published in India by

MANJUL

Manjul Publishing House

Corporate and Editorial Office
• 2nd Floor, Usha Preet Complex,
42 Malviya Nagar, Bhopal 462003 – India

Sales and Marketing Office
•C-16, Sector 3, Noida, Uttar Pradesh 201301- India
Website: www. manjulindia.com

Distribution Centres
Ahmedabad, Bengaluru, Chennai, Hyderabad,
Kochi, Kolkata, Mumbai, New Delhi, Pune

Malayalam translation of *The Miracle Morning* by Hal Elrod

This edition first published in India in 2021
Fifth impression 2026

ISBN 978-93-90924-07-3

Translation by Tom Mathew

Printed and bound in India by Manipal Technologies Ltd.

സമർപ്പണം

എന്റെ ജീവിതത്തിലെ ഏറ്റവും പ്രധാന വ്യക്തികൾക്ക്, എന്റെ കുടുംബാംഗങ്ങൾക്ക് - മമ്മി, ഡാഡി, ഹെയ്‌ലി, എന്റെ ഭാര്യ ഉർസുല, ഞങ്ങളുടെ രണ്ടു മക്കൾ, സോഫി, ഹാൾസ്റ്റെൺ - ഈ പുസ്തകം ഞാൻ സമർപ്പിക്കുന്നു.

വാക്കുകളിൽ വിവരിക്കാൻ കഴിയുന്നതിനേക്കാൾ ഏറെ ഞാൻ നിങ്ങളെ സ്നേഹിക്കുന്നു.

എന്റെ സഹോദരി - അമെരി ക്രിസ്റ്റീൻ എൽറോഡ്-യുടെ ഓർമ്മയ്ക്കു മുന്നിൽ ശ്രദ്ധാഞ്ജലിയായി ഈ പുസ്തകം സമർപ്പിക്കുന്നു.

വായനക്കാരോട്...

ഐശ്വര്യത്തിൽ, ഔന്നത്യത്തിൽ, തകർച്ചയിൽ, തിരിച്ചടിയിൽ, ഇപ്പോൾ നിങ്ങൾ ജീവിതത്തിന്റെ ഏതവസ്ഥയിലും ആയിക്കൊള്ളട്ടെ, നമുക്കേവർക്കുമിടയിൽ പൊതുവായ ഒരു കാര്യമുണ്ട്. നാം നമ്മുടെ ജീവിതത്തെ, നമ്മെത്തന്നെ മെച്ചപ്പെടുത്താൻ, മികവിലെത്തിക്കാൻ ആഗ്രഹിക്കുന്നു. അത്, ഇപ്പോൾ നമ്മുടെ ജീവിതത്തിന് എന്തെങ്കിലും കുഴപ്പമുണ്ടായതുകൊണ്ടാവണമെന്നില്ല. വളരാനും മെച്ചപ്പെടാനുമുള്ള മനുഷ്യന്റെ ജന്മവാസന നമുക്ക് 'ഇരിക്കപ്പൊറുതി' തരാത്തതുകൊണ്ടാണ്. ഈ അഭിവാഞ്ഛ, നമ്മിൽ ഏവരിലുമുണ്ടെന്ന് ഞാൻ വിശ്വസിക്കുന്നു. എന്നിട്ടും നമ്മിൽ ഏറെപ്പേരും നിന്നിടത്തുതന്നെ നിൽക്കുന്നു. എന്നും രാവിലെ എണീക്കുന്നു. എല്ലാ ദിവസത്തെയുംപോലെ 'കഴിച്ചിലാക്കുന്നു.'

എഴുത്തുകാരനും പ്രഭാഷകനും വിജയശില്പിയും എന്ന നിലയിൽ ആളുകളെ അവരുടെ മുഴുവൻ മേഖലകളിലും കഴിയുന്നത്ര വേഗത്തിൽ വിജയത്തിന്റെയും സംതൃപ്തിയുടെയും ഉന്നതിയിലെത്തിക്കുന്നതിൽ ഞാൻ മുഴുകിയിരിക്കുന്നു. മനുഷ്യനു മുന്നിൽ തുറന്നുകിടക്കുന്ന വൈവിധ്യമാർന്ന സാധ്യതകളെക്കുറിച്ചും വ്യക്തിത്വത്തിന്റെ വികസനവഴികളെക്കുറിച്ചും പഠിക്കുന്നതിന് സമർപ്പിതനായ ആൾ എന്ന നിലയിൽ, 'വിസ്മയപ്പുലരി' (The Miracle Morning) ജീവിതത്തിന്റെ ഏതു മേഖലയെയും എന്നല്ല, എല്ലാ മേഖലകളെയും, സാധ്യമെന്ന് നിങ്ങൾ കരുതുന്നതിലും മികവുറ്റതാക്കുന്നതിനുള്ള, പ്രായോഗികവും ഫലപ്രദവും ആയ മാർഗ്ഗം പറഞ്ഞുതരുമെന്ന്, അതിനാൽ, പൂർണബോധ്യത്തോടെ ഞാൻ ഉറപ്പുനല്കുന്നു.

വിജയികൾക്കും മികച്ച 'കളി'ക്കാർക്കും, വിസ്മയപ്പുലരി 'കളി'യൊന്ന് മാറ്റിപ്പിടിക്കാൻ കരുവാകും. വഴുതിക്കളിക്കുന്ന അടുത്ത പടിയിലേക്ക് അതു നിങ്ങളെ ആനയിക്കും. പഴയനേട്ടങ്ങളെ നിഷ്പ്രഭമാക്കുന്ന വിജയം വ്യക്തിജീവിതത്തിലും ജീവിത

വ്യാപാരത്തിലും നേടിത്തരും. വരുമാനത്തിലും വ്യാപാരത്തിലുമുള്ള മികവ് മാത്രമല്ല ആഴമാർന്ന അനുഭവങ്ങളുടെ ലയവും ശാന്തിയും അത് നിങ്ങൾക്ക് വാഗ്ദാനം ചെയ്യും. അത് നിങ്ങളുടെ ആരോഗ്യവും ആനന്ദവും വ്യക്തിബന്ധങ്ങളും ഭൗതിക/ആത്മീയജീവിതവും, നിങ്ങൾ മുൻഗണന നല്കുന്ന മറ്റ് ജീവിതവ്യാപാരങ്ങളും മികവുറ്റതാക്കും.

തകർച്ചകളിലും തിരിച്ചടികളിലും, അത് മാനസികമോ വൈകാരികമോ ശാരീരികമോ സാമ്പത്തികമോ മറ്റെന്തെങ്കിലുമോ ആകട്ടെ, തളർന്നിരിക്കുന്നവർക്ക്, കാലത്തിന്, കാലത്തിനു മാത്രം, കുറഞ്ഞോരു കാലംകൊണ്ട്, എല്ലാറ്റിനെയും നേരിടാനും അനുകൂലമാക്കാനും വഴിത്തിരിവുണ്ടാക്കാനും തിരിച്ചു പിടിക്കാനും കഴിയുമെന്ന് *വിസ്മയപ്പുലരി* തെളിവു നല്കും.

ജീവിതത്തിന്റെ ചില മേഖലകൾ മാത്രം മെച്ചപ്പെടുത്തുകയാണ് ലക്ഷ്യമെന്നാകിലും, അതല്ല ഇന്നിനെ ഒട്ടും വൈകാതെ ഓർമ്മ മാത്രമായി അവശേഷിപ്പിക്കുംവിധം, ജീവിതത്തെ അടിമുടി മാറ്റി ആകെയൊരു അഴിച്ചുപണി തന്നെ നടത്താനാണെങ്കിലും, നിങ്ങൾ കയ്യിലെടുത്തിരിക്കുന്നത് കൃത്യമായ പുസ്തകം തന്നെ. നിങ്ങളൊരു അതിശയയാത്ര തുടങ്ങുന്നു. ലളിതമായ, പക്ഷേ, പരിവർത്തനാത്മകമായ പാതയിലൂടെ. പുലർന്ന് എട്ടു മണിക്കുമുൻപ് നിങ്ങളുടെ ജീവിതം മാറിമറിയുമെന്ന നിശ്ചയദാർഢ്യത്തോടെ. അതെ, എനിക്കറിയാം, ഇതൊക്കെ വലിയ വാഗ്ദാനങ്ങളാണെന്ന്. എന്നാൽ അക്ഷരാർത്ഥത്തിൽ, ഞാനുൾപ്പെടെ ആയിരക്കണക്കിന് മനുഷ്യരിൽ *വിസ്മയപ്പുലരി* വിസ്മയകരമായ ഫലങ്ങൾ സൃഷ്ടിച്ചിരിക്കുന്നു. നിങ്ങളെ നിങ്ങളാഗ്രഹിക്കുന്നിടത്ത് അത് എത്തിക്കും. ഇതു നിങ്ങളുമായി പങ്കുവയ്ക്കുന്നത് വലിയൊരു ബഹുമതിയായി ഞാൻ കരുതുന്നു. നിങ്ങൾ ഈ പുസ്തകത്തിലേക്ക് മാറ്റിവയ്ക്കുന്ന സമയവും ഊർജവും ശ്രദ്ധയും നിങ്ങളുടെ ജീവിതത്തെ പുതുക്കുന്നതാക്കാൻ എന്റെ കഴിവിന്റെ പരമാവധി ശ്രമിച്ചിട്ടുണ്ടെന്നത് ഞാൻ ഉറപ്പുതരുന്നു. നിങ്ങളുടെ ജീവിതത്തിന്റെ ഭാഗമാകാൻ അവസരം തന്നതിന് നന്ദി.

ഒത്തുള്ള നമ്മുടെ വിസ്മയയാത്ര ഇവിടെ തുടങ്ങുന്നു, നന്ദി, സ്നേഹം. ഹാൽ

ഉള്ളടക്കം

വിസ്മയപ്പുലരി: വിജയ കഥകളും ഫലങ്ങളും

ഏതാനും ചിലത് വായിക്കുക, നിങ്ങൾക്ക് എന്ത് സാധ്യമാകുമെന്ന് അറിയുക.

'വിസ്മയപ്പുലരി'യുടെ എഴുപത്തിയൊൻപതാം ദിവസത്തിലാണ് ഞാൻ. തുടങ്ങിയതിൽ പിന്നെ ഒരു ദിവസം പോലും ഞാനത് മുടക്കിയിട്ടില്ല. തുടങ്ങി ഏതാനും ദിവസങ്ങൾക്കകം ഏതെങ്കിലും കാര്യത്തിൽ ഞാൻ ഉറച്ചുനിൽക്കുന്നത് ജീവിതത്തിൽ ഇതാദ്യമാണ്. എല്ലാ ദിവസവും പുലർച്ചെ എണീക്കുന്നതിനായി ഞാൻ കാത്തിരിക്കുന്നു. ഇത് അതിശയകരമാണ്. വിസ്മയപ്പുലരി എന്റെ ജീവിതത്തെ പൂർണമായി മാറ്റിയിരിക്കുന്നു.

- മെലാനി ഡെപ്പെൻ, വ്യവസായ സംരംഭക.
(സെലിൻസ്ഗ്രോവ്, പിഎ)

ഇതെന്റെ അറുപതാമത്തെ ദിവസമാണ് 'വിസ്മയപ്പുലരി' ഇതുവരെ എനിക്ക് കൊണ്ടുവന്ന നേട്ടങ്ങൾ:-

- 20 പൗണ്ട് തൂക്കം കുറഞ്ഞു.
- 55 ഇഞ്ച് വണ്ണം കുറഞ്ഞു.
- പുകവലി പൂർണമായും നിർത്തി.
- ദിവസമത്രയും ഉന്മേഷം
- എപ്പോഴും ആനന്ദം
- എനിക്ക് എന്നെക്കുറിച്ച് ഏറ്റവും നല്ല കാഴ്ചപ്പാട്

- ഡൗൺ പോഗ്, സെയിൽസ് റപ്രസന്റ്റീവ്,
(ലേക്ക് ഫീൽഡ്, ഒഎൻ കാനഡ)

ഏതാനും മാസം മുൻപ് 'വിസ്മയപ്പുലരി' പരീക്ഷിക്കാൻ ഞാൻ തീരുമാനിച്ചു. എന്റെ ജീവിതം അതിനുശേഷം അതിവേഗം മാറി. അതിനോട് കിടപിടിക്കാൻ എനിക്കുപോലും കഴിയുന്നില്ല. അതിനാൽ ഞാൻ ഏറ്റവും മികച്ച വ്യക്തിയായിരിക്കുന്നു. അത് പകർച്ചവ്യാധി പോലെയാണ്. എന്റെ ബിസിനസ് തകർച്ചയിലായിരുന്നു. ഓരോ ദിവസവും എന്നെത്തന്നെ പുതുക്കിക്കൊണ്ട് ഞാനത് തിരിച്ചുപിടിച്ചു, എന്നെത്തന്നെ അത്ഭുതപ്പെടുത്തിക്കൊണ്ട്

- റോബ് ലിറോയി, സീനിയർ അക്കൗണ്ട് എക്സ്ക്യൂട്ടീവ്,
സാക്രമെന്റോ, കാലിഫോർണിയ

2009 ഡിസംബറിൽ യു സി ഡേവിഡ് കോളജിൽ വിദ്യാർത്ഥിയായിരിക്കെ 'വിസ്മയപ്പുലരി' പരിശീലിച്ചു തുടങ്ങിയ ഉടനെ ആഴത്തിലുള്ള മാറ്റങ്ങൾ എന്നിൽ രൂപപ്പെട്ടു. ഏറെക്കാലമായി ആഗ്രഹിച്ച ലക്ഷ്യങ്ങൾ ഞാൻ പ്രതീക്ഷിച്ചതിലും എളുപ്പത്തിൽ ഞാൻ കൈവരിച്ചു. എന്റെ തടി കുറഞ്ഞു. പുതിയൊരു സ്നേഹബന്ധം തുടങ്ങി. പഠനത്തിൽ ഏറ്റവും മികച്ച ഗ്രേഡുകൾ നേടി. പല വഴികളിൽ വരുമാനം സമ്പാദിച്ചു. എല്ലാം വെറും രണ്ടു മാസത്തിനുള്ളിൽ. ഇപ്പോൾ വർഷങ്ങൾക്കു ശേഷവും 'വിസ്മയപ്പുലരി' എന്റെ ജീവിതത്തിന്റെ അവിഭാജ്യ ഘടകമാണ്.

– നതാന്യ ഗ്രീൻ, യോഗ പരിശീലക,
സാക്രമെന്റോ കാലിഫോർണിയ

'വിസ്മയപ്പുലരി' വഴി ഞാൻ 25 പൗണ്ട് കണ്ട് ത ടി കുറച്ചിരിക്കുന്നു. ഞാനിത്രമാത്രം സന്തോഷമനുഭവിച്ച, ആരോഗ്യം അനുഭവിച്ച കാലമുണ്ടായിട്ടില്ല.

എന്റെ പ്രവൃത്തികളൊക്കെയും ഫലപ്രദമായി. മുൻപ് കരുതിയിരുന്നതിലും എത്രയോ ഏറെ കാര്യങ്ങൾ ഇപ്പോൾ ഞാൻ ചെയ്യുന്നു. ഓ ഞാനത് പറഞ്ഞല്ലോ അല്ലേ. എന്റെ തൂക്കം 25 പൗണ്ട് കുറഞ്ഞു!

– വില്യം ഹോഗെൻ, ഡിസിട്രിക്ട് മാനേജർ, ഗ്രെഷാം

ഞാൻ പത്തുമാസമായി 'വിസ്മയപ്പുലരി' പരിശീലിക്കുന്നു. അതിനുശേഷം എന്റെ വരുമാനം ഏതാണ്ട് ഇരട്ടിയായി. ജീവിതത്തിൽ ഞാൻ ഏറ്റവും നല്ല സ്ഥിതിയിലാണ്. കുടുംബവും കൂട്ടുകാരുമായി ഇത്രയും സന്തോഷത്തോടെ ജീവിച്ച കാലം ഇതിനു മുൻപ് ഉണ്ടായിട്ടില്ല. പറയേണ്ട കാര്യമില്ല, ഞാൻ 'വിസ്മയപ്പുലരി'യുടെ വലിയ ആരാധകനാണ്.

– മൈക്ക് മക്ഡെർമോട്ട്, റീജിയണൽ സെയിൽസ് മാനേജർ

'വിസ്മയപ്പുലരി'യെക്കുറിച്ച് ആദ്യം കേട്ടപ്പോൾ, ഇതു വെറും ഭ്രാന്തൻ പരിപാടിയാണ്, ഇതൊന്നും നടക്കാൻ പോകുന്നില്ല എന്നാണ് എനിക്ക് തോന്നിയത്. ഞാനൊരു പൂർണസമയ കോളജ് വിദ്യാർത്ഥിയാണ്. മറ്റൊന്നിനും എനിക്ക് സമയം തികയുമായിരുന്നില്ല. 'വിസ്മയപ്പുലരി'യെക്കുറിച്ച് അറിയും മുൻപ് ഞാൻ സാധാരണ രാവിലെ ഏഴിനും ഒൻപതിനും ഇടയിലാണ് ഉണർന്നിരുന്നത്. ഞാനിപ്പോൾ പക്ഷേ എന്നും രാവിലെ അഞ്ചു മണിക്ക് എണീക്കുന്നു. ദൈനംദിന വ്യക്തിത്വ വികാസത്തിലൂടെ

ഞാൻ പഠിക്കുകയും വളരുകയും ചെയ്യുന്നു. ഞാൻ 'വിസ്മയപ്പുലരി'യെ അത്യധികം സ്നേഹിക്കുന്നു.

– മൈക്കിൾ റീവ്സ്, കോളജ് വിദ്യാർത്ഥി

എന്താ പറയേണ്ടതെന്ന് എനിക്കറിയില്ല. വിസ്മയപ്പുലരി ചെയ്തു തുടങ്ങിയശേഷം എന്റെ ദിവസങ്ങൾ നൂറു മടങ്ങ് മെച്ചമായി.

– ജോഷ് തീൽബാർ,
ബിസിനസ് ഡെവലപ്മെന്റ്, കൺസൾട്ടന്റ്

ഞാൻ 'വിസ്മയപ്പുലരി'യുടെ തുടർച്ചയായ എൺപത്തിമൂന്നാം ദിവസത്തിലാണ്. എന്നിട്ടും എനിക്കിപ്പോഴും ഇതിന്റെ പുതുമ മാറിയിട്ടില്ല. എല്ലാ ദിവസവും ഇതെനിക്ക് നൽകുന്ന വ്യക്തത അത്ര വലുതാണ്. എല്ലാ ദിവസവും അധികം ആവേശത്തോടും ഉന്മേഷത്തോടും ഞാനെന്റെ ജോലിയും മറ്റ് ഉത്തരവാദിത്വങ്ങളും ചെയ്യുന്നു. 'വിസ്മയപ്പുലരി'ക്ക് നന്ദി.

സമ്പന്നമായ, സമൃദ്ധമായ ജീവിതം ഞാൻ ആസ്വദിക്കുന്നു. വ്യക്തി ജീവിതത്തിലും തൊഴിൽ ജീവിതത്തിലും.

– റേ സിയാഫർദിനി, ഡിസ്ട്രിക്ട് മാനേജർ

മൂന്നാഴ്ച 'വിസ്മയപ്പുലരി' പിന്നിട്ടപ്പോഴേക്കും മൂന്നു വർഷമായി ഞാൻ ഊർജസ്വലതയ്ക്കായി എടുത്തുകൊണ്ടിരുന്ന മരുന്ന് ഉപേക്ഷിച്ചു. 'വിസ്മയപ്പുലരി' പലരീതിയിൽ എന്റെ ജീവിതം മാറ്റിമറിച്ചു. നിങ്ങളുടെ ജീവിതത്തെയും അത് അത്ഭുതപ്പെടുത്തുമെന്ന് എനിക്ക് ഉറപ്പുണ്ട്.

– സാറാ ഗേയർ, കോളജ് വിദ്യാർത്ഥിനി

വിസ്മയപ്പുലരി എന്റെ ജീവിതത്തിൽ പുതിയൊരു അധ്യായത്തിനു തുടക്കംകുറിച്ചു. നിങ്ങൾക്കും അത് അതുതന്നെ സമ്മാനിക്കും. നന്ദി ഹാൽ.

– ആൻഡ്രൂ ബാർക്ക്സ്ഡേൽ,
വ്യവസായ സംരംഭകൻ

'വിസ്മയപ്പുലരി'യിൽ എല്ലാ ദിവസവും ക്രിസ്മസ് ദിനമായി അനുഭവപ്പെടുന്നു അക്ഷരാർത്ഥത്തിൽ. ഞാനിപ്പോൾ ഇത് വാരാന്ത്യത്തിലും ചെയ്യുന്നു.

– ജോസഫ് ഡയോസാന, റിയൽ എസ്റ്റേറ്റ് ഏജന്റ്

ജീവിതം പുലർച്ചകളിൽ ആരംഭിക്കുന്നു.

- ജോയൽ ഓൾസ്റ്റിൻ

രണ്ടു രീതിയിൽ നമുക്ക് ജീവിക്കാൻ കഴിയും.
ഒന്നുകിൽ അത്ഭുതങ്ങൾ എന്നൊന്നില്ല എന്ന മട്ടിൽ.
അല്ലെങ്കിൽ സംഭവിക്കുന്നതെല്ലാം അത്ഭുതം എന്ന മട്ടിൽ.

- ആൽബർട്ട് ഐൻസ്റ്റീൻ

അത്ഭുതങ്ങൾ സ്വാഭാവികതയുടെ വൈരുധ്യമല്ല.
സ്വാഭാവികം എന്ന് നമ്മൾ ധരിക്കുന്നതിന്റെ
വൈരുധ്യമാണ്.

- വിശുദ്ധ അഗസ്റ്റിൻ

ആമുഖം

എന്റെ കഥ എന്തുകൊണ്ട് നിങ്ങളുടേതുമാകുന്നു

1999 ഡിസംബർ 3

ജീവിതം നന്നായി പോകുന്നു. അല്ല, 'അടിപൊളി' എന്നു തന്നെ പറയണം. ഇരുപതാമത്തെ വയസ്സിൽ 200 ദശലക്ഷം ഡോളർ വിറ്റുവരവുള്ള കമ്പനിയുടെ, ഊർജ്ജസ്വലനായ, ഉയർന്ന വരുമാനം നേടുന്ന വില്പനപ്രതിനിധി. കമ്പനി റെക്കോർഡുകൾ ഭേദിച്ച് എന്നെപ്പോലും അമ്പരപ്പിച്ച് ഉയരുന്ന പ്രതിഫലം. കരുത്തായി കുടുംബം. കൂട്ടിന് കാമുകി. ആരും കൊതിക്കുന്ന കൂട്ടുകാർ. കൊടുത്തുവച്ചവൻ. ലോകത്തിനു നെറുകയിലായിരുന്നു ഞാൻ. ഇന്ന് രാവിൽ എന്റെ ലോകം അസ്തമിക്കുമെന്ന് അപ്പോൾ ഞാൻ എങ്ങനെ അറിയാൻ?

രാത്രി 11.32

ഹൈവേ 99-ൽ മണിക്കൂറിൽ 70 മൈൽ വേഗതയിൽ തെക്കോട്ട്

കൂട്ടുകാരെ ഭക്ഷണശാലയിൽ വിട്ട് ഞങ്ങൾ ഇറങ്ങി. ഞങ്ങൾ രണ്ടുപേരും മാത്രം. വൈകിട്ടത്തെ തിരക്കിട്ട പരിപാടികളിൽ വല്ലാതെ ക്ഷീണിതയായ കൂട്ടുകാരി പതിയെ മയക്കത്തിലേക്ക് വീണു. ഞാനോ? എനിക്ക് ഉറക്കം വരുന്നതേയില്ല. പതിവിലും ഉണർവ്. മുന്നിലെ റോഡിലേക്ക് കണ്ണുകൾ നട്ട്, മ്യൂസിക് കണ്ടക്ടറെപ്പോലെ, കൈവിരലുകൾകൊണ്ട് വായുവിൽ നൃത്തംവച്ച്, ആനന്ദത്തിന്റെ അതിശയകരമായ ഊർജത്തിൽ ഞാൻ...

ആ രാത്രി നല്കിയ ഉന്മാദത്തിൽ ഉറക്കം അത്രയേറെ അകലെയായിരുന്നു. ജീവിതത്തിലെ എന്റെ ഏറ്റവും മികച്ച പ്രഭാഷണ

ത്തിന് സദസ്സ് സമ്മാനിച്ച ഹർഷാരവത്തിന്റെ ലഹരി രണ്ടു മണിക്കൂർ പിന്നിട്ടിട്ടും ഇറങ്ങിയിരുന്നില്ല. വിജനമായ വഴിയിലൂടെ മണിക്കൂറിൽ എഴുപത് മൈൽ വേഗതയിൽ എന്റെ പുതുപുത്തൻ വെള്ള ഫോർഡ് മുസ്താങ് പാഞ്ഞു. ഞാൻ ഉത്തേജിതനായിരുന്നു. ഉല്ലാസവാനായിരുന്നു. ആരോടെങ്കിലും എന്റെ സന്തോഷം എനിക്കു പങ്കുവയ്ക്കേണ്ടതുണ്ടായിരുന്നു. കൂട്ടുകാരി ഉറക്കമാണ്. രക്ഷയില്ല. മമ്മിയെയും ഡാഡിയെയും വിളിച്ചാലോ. രാത്രി ഏറെയായി. അവർ നല്ല ഉറക്കത്തിലാവും. വേണമെങ്കിൽ വിളിക്കാം. വേണോ, തീരുമാനമെടുക്കാനായില്ല. പക്ഷേ... ഇതാണ്, ഈ നിമിഷമാണ്... മാതാപിതാക്കളോടോ, മറ്റാരോടെങ്കിലുമോ കുറച്ചുകാലത്തേക്കെങ്കിലും എനിക്ക് സംസാരിക്കാനുള്ള അവസാന അവസരമെന്ന് അപ്പോൾ ഞാനറിഞ്ഞില്ല.

സങ്കല്പിക്കാനാവാത്ത യാഥാർത്ഥ്യം

ഇല്ല, കൂറ്റനൊരു ഷെവർലെ ട്രക്കിന്റെ ഹെഡ്‌ലൈറ്റ് കണ്ടതായി എനിക്കൊരോർമ്മയുമില്ല. പക്ഷേ, ഉവ്വ്. പിഴച്ചുപോയ വിധിയുടെ ഒരു നിമിഷത്തിൽ മണിക്കൂറിൽ ഏതാണ്ട് 80 മൈൽ വേഗതയിൽ പാഞ്ഞുവന്ന പടകൂറ്റൻ ട്രക്ക് എന്റെ കുഞ്ഞൻ കാറിനുമേൽ പാഞ്ഞുകയറി. പിന്നെ എല്ലാം സ്ലോമോഷനിലായിരുന്നു. സംഗീതം നിലച്ചു. നൃത്തച്ചുവടുകൾ ഇടറി.

ഇരുവാഹനങ്ങളുടെ ലോഹക്കൂടുകൾ ഞെരിഞ്ഞമർന്ന് നിലവിളിച്ചു. മുസ്താങ്ങിന്റെ എയർബാഗ് ആവുന്നത്ര ശക്തിയിൽ പൊട്ടിത്തെറിച്ച് ഞങ്ങളെ ബോധരഹിതരാക്കി. മണിക്കൂറിൽ എഴുപതുമൈൽ വേഗതയിൽ പാഞ്ഞ എന്റെ തലച്ചോറ് തലയോട്ടിയുടെ മുൻഭാഗം തകർത്ത് പുറത്തേക്കു തെറിച്ചു.

വെട്ടിത്തിരിഞ്ഞ എന്റെ കാറിന്റെ കൃത്യം ഡ്രൈവിങ് ഡോറിലേക്ക് ഒരു പതിനാറുകാരൻ ഓടിച്ച എഴുപതുമൈൽ വേഗതയിൽ വന്ന സാറ്റേൺ സിദാൻ ഒട്ടുംതെറ്റാതെ ഇടിച്ചുകയറി. ഡോർ ശരീരത്തിന്റെ ഇടതുവശത്ത് ഞെരിഞ്ഞമർന്നു. മേൽക്കൂരയിലെ ലോഹത്തകിടുകൾ തലയിൽ തുളച്ചുകയറി, തലയോട്ടിയെ പല കഷണങ്ങളാക്കി കീറിമുറിച്ചു. ഇടതുചെവി ഇല്ലാതെയായി.

ഇടതുകണ്ണിനെ താങ്ങിനിർത്തിയിരുന്ന കശേരുക്കൾ തകർന്നു. കണ്ണ് പുറത്തേക്ക് തള്ളി, ആലംബമില്ലാതെ തൂങ്ങി. ഇടതുകൈ തകർന്നു.

സാറ്റേണിന്റെ മുൻഭാഗത്തെ, എന്റെ കാറിന്റെ മധ്യഭാഗത്ത് വെച്ച് തടഞ്ഞുനിർത്താൻ ശ്രമിച്ച്, പരാജയപ്പെട്ട്, എന്റെ ഇടുപ്പ് പൊട്ടിത്തകർന്നു. തുടയെല്ല്, ശരീരത്തിലെ നീളം കൂടിയ എല്ല്, പാതിമാത്രമായി അവശേഷിച്ചു. അതിന്റെ ഒരറ്റം തുളച്ചുകയറി പാന്റിനു വെളിയിൽ വന്നു.

രക്തപ്പുഴ. ചിതറിയ ശരീരം. എന്നേക്കും കേടുവന്ന തല ച്ചോർ. വേദന താങ്ങാനാവാതെ ശരീരം ബോധശൂന്യമായി. രക്തസമ്മർദ്ദം കുത്തനെ താണു.

ഇരുട്ട്.

ഇരുവട്ടം വാഴ്വ്... നിനക്കുമാത്രം

അടുത്ത നിമിഷങ്ങളിൽ സംഭവിച്ചത് പക്ഷേ, അവിശ്വസ നീയമായിരുന്നു. പലരും അത്ഭുതമെന്ന് അതിനെ വിശേഷിപ്പിച്ചു.

അടിയന്തര രക്ഷാദൗത്യ സംഘം എത്തി. അഗ്നിശമന സേനാംഗങ്ങൾ ലോഹക്കൂമ്പാരത്തിൽ നിന്ന് എന്റെ ശരീരം മുറി ച്ചെടുത്തു.

എന്റെ ഹൃദയം നിലച്ചു.

ശ്വാസം നിലച്ചു.

ക്ലിനിക്കൽ ഡെത്ത്.

ഹെലിക്കോപ്റ്ററിൽ പറക്കവേ പാരാമെഡിക്കൽ വിദഗ്ദ്ധർ അവസാനവട്ട ശ്രമം നടത്തി.

അവർ വിജയിച്ചു.

എന്റെ ഹൃദയം വീണ്ടും മിടിച്ചു. ഞാൻ ശുദ്ധവായു ശ്വസിച്ചു.

നന്ദി, ഞാൻ ജീവിച്ചിരിക്കുന്നു.

ആറു ദിവസം ഞാൻ അബോധാവസ്ഥയിൽ തുടർന്നു.

ഇനി നടക്കാനാവില്ല എന്ന സത്യത്തിലേക്ക് ഉണർന്നു. ഏഴാ ഴ്ചത്തെ ആശുപത്രിവാസത്തിനുശേഷം ഞാൻ മാതാപിതാക്ക ളുടെ കൈകളിലേക്ക് തിരിച്ചെത്തി. വീണ്ടും ലോകത്തിലേക്ക്. ഒടിഞ്ഞ പതിനൊന്ന് എല്ലുകളുമായി, സ്ഥിരമായി തകർന്ന തല ച്ചോറുമായി, ആശുപത്രിയിൽ നിന്നേ പിരിഞ്ഞ കൂട്ടുകാരിയുടെ ഓർമ്മയുമായി. ജീവിതം ഒരിക്കലും പഴയതുപോലെയല്ലെന്ന് എനിക്കറിയാമായിരുന്നു. നിങ്ങൾ വിശ്വസിച്ചാലും ഇല്ലെങ്കിലും, അതു നല്ലതിനായി.

യാഥാർത്ഥ്യവുമായി പൊരുത്തപ്പെടുക എളുപ്പമായിരുന്നില്ല. 'എനിക്കെന്തുകൊണ്ട് ഇങ്ങനെ,' പലപ്പോഴും ഞാൻ തേങ്ങി. പക്ഷേ, ജീവിതത്തിലേക്ക് മടങ്ങാൻ ഞാൻ ഉത്തരവാദിത്തം എടുത്തേ മതിയാകൂ. ഭവിഷ്യത്തുകൾ ഭാവന ചെയ്യുന്നതിനു പകരം വരുന്നവയെ വരുന്നിടത്തുവച്ചു കാണാൻ ഞാൻ തീരുമാനിച്ചു. അത്ഭുതകരമായ മാറ്റങ്ങളെക്കുറിച്ചുള്ള പ്രതീക്ഷ ഞാൻ ഉപേക്ഷിച്ചു. ഭാവിയെക്കുറിച്ചുള്ള ഭയവും. പകരം ഉള്ളതിനെ പരമാവധി ഉപയോഗിക്കാൻ തീരുമാനിച്ചു. കഴിഞ്ഞതിനെ മാറ്റാൻ എനിക്കാവില്ല. മുന്നിലേക്ക് ശ്രദ്ധയൂന്നുക. എന്റെ സാധ്യതകൾ പൂർണമാക്കാനും സ്വപ്നങ്ങൾ സാക്ഷാത്കരിക്കാനും സ്വയം സമർപ്പിക്കാൻ ഞാൻ സന്നദ്ധനായി. അതുവഴി ആർക്കെങ്കിലുമൊക്കെ ആത്മവിശ്വാസം പകരാൻ എനിക്കു കഴിഞ്ഞേക്കും.

ഉള്ളവയെ അകമഴിഞ്ഞ കൃതജ്ഞതയോടെയും, ഇല്ലായ്മകളെ തുറന്ന മനസ്സോടെയും വരുംവരായ്കകളെ പൂർണ ഉത്തരവാദിത്തത്തോടെയും സ്വീകരിക്കുവാൻ തീരുമാനിച്ചതോടെ ആനശിച്ച കാറപകടം എനിക്ക് ഏറ്റവും നല്ലതായി. എല്ലാം നല്ലതിനെന്ന വിശ്വാസത്തോടെ, ഒപ്പം, ജീവിതത്തിലെ വെല്ലുവിളികളിലും സന്ദർഭങ്ങളിലും ആത്മവിശ്വാസം പകരുന്ന കാരണങ്ങൾ തിരഞ്ഞെടുക്കാനുള്ള ഉത്തരവാദിത്തം നമ്മുടേതാണെന്ന ഉത്തമബോധ്യത്തോടുകൂടി, എന്റെ ദുരന്തത്തെ വിജയകരമായ തിരിച്ചുവരവിനുള്ള ഇന്ധനമാക്കി ഞാൻ മാറ്റി.

2000

തകർന്നെങ്കിലും തോൽക്കാതെ ആശുപത്രിയിൽ തുടങ്ങിയ ആ വർഷം അവസാനിച്ചത് പക്ഷേ, തികച്ചും വ്യത്യസ്തമായായിരുന്നു. ഓർമ്മയിലെ തകരാറും, ഒരു വാഹനംപോലും ഇല്ലാത്ത അവസ്ഥയും, വീട്ടിൽ വെറുതെയിരുന്ന് വ്യസനിക്കാനുള്ള പ്രലോഭനവും, വകവെയ്ക്കാതെ ഞാനെന്റെ ജോലിയിൽ തിരിച്ചെത്തി. അതുപക്ഷേ എന്റെ തൊഴിലിലെ മികച്ച വർഷമായിരുന്നു. അറുപതിനായിരം സെയിൽസ് റെപ്രസെന്റേറ്റീവുമാരുള്ള കമ്പനിയിൽ ഞാൻ ആറാമനായി! ശാരീരികമായും മാനസികമായും വൈകാരികമായും സാമ്പത്തികമായും തകർന്ന, അതിൽ നിന്ന് അധികമൊന്നും കരകയറാത്ത, ഞാൻ!

2001

അനുഭവത്തിൽനിന്ന് അമൂല്യമായ പാഠങ്ങൾ പഠിച്ച എനിക്ക് എന്റെ തിരിച്ചടികൾ മറ്റുള്ളവർക്ക് പ്രചോദനവും ആത്മവിശ്വാസവും പകരാൻ ഉപയോഗിക്കാനുള്ള കാലമായി എന്ന് മനസ്സിലായി. സ്കൂളുകളിലും കോളേജുകളിലും ഞാനെന്റെ 'കഥ' പറയാനും പങ്കുവയ്ക്കാനും തുടങ്ങി. വിദ്യാർത്ഥികളിൽ നിന്നും അധ്യാപകരിൽ നിന്നുമുള്ള പ്രതികരണം അങ്ങേയറ്റം പ്രോത്സാഹജനകമായിരുന്നു. യുവാക്കൾക്ക് പ്രചോദനം പകരുകയെന്ന ദൗത്യത്തിലേക്ക് ഞാൻ ഇറങ്ങിത്തിരിച്ചു.

2002

എന്റെ അത്യാഹിതത്തെക്കുറിച്ച് - തീർച്ചയായും മറ്റുള്ളവർക്ക് ആത്മവിശ്വാസമേകുംവിധം - ഒരു പുസ്തകമെഴുതാൻ എന്റെ നല്ല കൂട്ടുകാരൻ ജോൺ ബെർഗോഫ് എന്നെ പ്രേരിപ്പിച്ചു. ഞാൻ എഴുതാൻ തുടങ്ങി, തുടങ്ങുംമുൻപേ നിർത്തുകയും ചെയ്തു. ഞാൻ എഴുത്തുകാരനല്ല. സ്കൂളിൽ ചെറിയ ലേഖനങ്ങൾ പോലും വലിയ വെല്ലുവിളിയായിരുന്നു. അപ്പോഴാണ് ഒരു മുഴുവൻ പുസ്തകം!

നിരവധി ശ്രമങ്ങൾക്കു ശേഷവും ഭഗ്നാശനായി കമ്പ്യൂട്ടർ സ്ക്രീനിലേക്ക് തുറിച്ചു നോക്കിയിരിക്കുന്ന ഞാൻ ബാക്കിയായി. ഒരു പുസ്തകം ഉടനെയെങ്ങും ഉണ്ടാകുന്ന ലക്ഷണമില്ല. പക്ഷേ, തുടർച്ചയായ രണ്ടാം വർഷവും, കമ്പനിയിൽ ആദ്യ പത്തു പേരിൽ ഒരാളായി ഞാൻ.

2004

മാനേജ്മെന്റ് തലത്തിൽ ഒരു കൈ നോക്കാൻ ഞാൻ കമ്പനിയുടെ സാക്രമെന്റോ ക്യൂട്ട്കോ ഓഫീസിൽ സെയിൽസ് മാനേജരുടെ ജോലി ഏറ്റെടുത്തു. വില്പനയിൽ സർവകാല റെക്കോർഡ് ഭേദിച്ച്, ഞങ്ങളുടെ ടീം കമ്പനിയിൽ ഒന്നാം സ്ഥാനം കരസ്ഥമാക്കി. വ്യക്തിപരമായി തൊഴിലിലെ എന്റെ ഏറ്റവും മികച്ച വിൽപ്പന നേടിയ ഞാൻ, ഞങ്ങളുടെ കമ്പനിയുടെ 'അഭിമാനഭാജന'ങ്ങളിൽ ഒരാളായി. ക്യൂട്ട്കോയിൽ എന്റെ ദൗത്യം പൂർത്തിയായെന്ന് ബോധ്യമായ ഞാൻ ഒരു പ്രചോദക പ്രഭാഷകനാകുകയെന്ന (Motivational Speaker) എന്റെ ദീർഘകാല സ്വപ്നം പൊടിതട്ടിയെടുക്കാൻ സമയമായെന്ന് തിരി

ച്ചറിഞ്ഞു. കഴിഞ്ഞ ഒന്നുരണ്ടുവർഷങ്ങളായി എനിക്കു പിടി തരാതെ വഴുതിക്കളിക്കുന്ന, ആ പുസ്തകം എഴുതി പൂർത്തിയാക്കാനും ഒരു പക്ഷേ, എനിക്കു കഴിഞ്ഞേക്കും. ഞാൻ ഉർസുലയെ കണ്ടുമുട്ടി. ആ 'ഒരേയൊരാൾ' ആകാൻ അവൾക്കു കഴിയുമെന്ന് എനിക്കു തോന്നി.

ഫെബ്രുവരി 2005

ക്യുട്ട്കോയിൽ എന്റെ അവസാനത്തേതെന്നു ഞാൻ തീരുമാനിച്ച കോൺഫ്രൻസിൽ സദസ്സിലൊരാളായി ഇരിക്കവേ, കയ്ക്കുന്ന ഒരു യാഥാർത്ഥ്യം എനിക്കു മനസ്സിലായി - ഞാനെന്റെ സാധ്യതകൾ ഒരിക്കലും പൂർണമായി ഉപയോഗിച്ചിട്ടില്ല. ഓ, ഉവ്വ്, തീർച്ചയായും ഞാൻ ചില പുരസ്കാരങ്ങൾ നേടിയിട്ടുണ്ട്. വിൽപ്പനയിൽ ചില റെക്കോർഡുകൾ സ്ഥാപിച്ചിട്ടുമുണ്ട്. ക്യൂട്ട്കോ വാഗ്ദാനം ചെയ്ത ഉന്നതവാർഷിക പുരസ്കാരം, മോഹിപ്പിക്കുന്ന ഒരു റോളക്സ് ഏറ്റുവാങ്ങുന്ന, അത്യുജ്വല പ്രകടനം കാഴ്ചവച്ച രണ്ടുപേരെ, എന്റെ ഇരിപ്പിടത്തിലിരുന്ന് വീക്ഷിക്കവേ ഞാനൊരിക്കലും പൂർണമായും എന്നെ എന്റെ ദൗത്യത്തിൽ അർപ്പിച്ചിട്ടില്ല എന്നെനിക്ക് ബോധ്യമായി - കുറഞ്ഞ പക്ഷം ഒരു മുഴുവൻ വർഷത്തേക്ക് എങ്കിലും. എന്റെ കഴിവുകൾ പൂർണമായി വിനിയോഗിക്കപ്പെടുംമുമ്പ് കമ്പനി വിട്ടാൽ എനിക്ക് സ്വയം ജീവിക്കാൻ കഴിയില്ല. ഒരുവർഷം കൂടിയെങ്കിലും അതിനായി നീക്കിവച്ചേ മതിയാകൂ. ഇക്കുറി ഞാൻ പക്ഷേ അതിനായി എന്നെ മുഴുവനായി നൽകും.

2005

വൈകി തുടങ്ങിയെന്നതു വകവയ്ക്കാതെ ഞാനെന്റെ ലക്ഷ്യം, എന്റെ ഇക്കാലം വരെയുള്ള ഏറ്റവും മികച്ച വാർഷിക വില്പനയുടെ ഇരട്ടിയായി നിശ്ചയിച്ചു. പേടിയുണ്ടായിരുന്നു എനിക്ക്, എന്നാൽ പക്ഷേ പ്രതിജ്ഞാബദ്ധനായിരുന്നു. ആ പുസ്തകം എഴുതുക തന്നെ വേണമെന്നും എന്റെ കഥ ലോകത്തോട് പങ്കുവയ്ക്കണമെന്നും അന്തിമമായി ഞാൻ തീരുമാനമെടുക്കുകയും ചെയ്തു. ജീവിതത്തിന്റെ ആദ്യ 25 വർഷങ്ങളിൽ എനിക്ക് ഇല്ലാതിരുന്ന അനിതരസാധാരണമായ അച്ചടക്കത്തോടെ 365 ദിവസം ഞാൻ തുടർച്ചയായി അധ്വാനിച്ചു- വിൽപ്പനയിലും എഴുത്തിലും. ഇക്കാലമത്രയും ഞാൻ നിലനിർത്തിപ്പോന്ന സൗകര്യപ്രദമായ ശരാശരി പ്രകടനത്തിൽ നിന്ന്

എനിക്ക് അസാധാരണ മികവിലേക്ക് എത്തേണ്ടിയിരിക്കുന്നു. വർഷാന്ത്യത്തിൽ ഞാൻ രണ്ടു ലക്ഷ്യവും കൈവരിച്ചു. ഇതുവരെയുള്ള ഏറ്റവും മികച്ച വാർഷികവില്പനയുടെ ഇരട്ടിയും എന്റെ ആദ്യ പുസ്തകവും. ഔപചാരികമായി തന്നെ പറയട്ടെ, പ്രതിജ്ഞാബദ്ധനെങ്കിൽ നിങ്ങൾക്ക് എന്തും സാധ്യം.

2006-ലെ വസന്തം

എന്റെ ആദ്യപുസ്തകം *"ജീവിതത്തെ മുൻപോട്ടു കൊണ്ടു പോകാൻ: സ്വപ്നത്തിലെ ജീവിതം കെട്ടിപ്പടുക്കവേ വിധിവൈപരീത്യത്താൽ വന്നുപെട്ട ജീവിതത്തെ എങ്ങനെ സ്നേഹിക്കാം, എപ്രകാരം അതിൽ ജീവിക്കാം"* (*Taking Life Head On: How to Love the Life You Have While You Create the Life of Your Dreams)* ആമസോൺ ബെസ്റ്റ് സെല്ലർ പട്ടികയിൽ ഏഴാമതെത്തി. അപ്പോൾ അചിന്ത്യമായത് സംഭവിച്ചു. പുസ്തകത്തിന്റെ റോയൽറ്റിയിൽ ഒരൊറ്റ പൈസ തരാതെ എന്റെ പ്രസാധകൻ രാജ്യം വിട്ടു. എന്റെ മാതാപിതാക്കൾ ആകെ തകർന്നു. ഞാൻ അക്ഷോഭ്യനായിരുന്നു. എന്റെ കാറപകടത്തിൽനിന്ന് ഞാൻ എന്തെങ്കിലും പഠിച്ചെങ്കിൽ അത്, നമുക്ക് മാറ്റാൻ പറ്റാത്ത ജീവിതാവസ്ഥകളിൽ അലമുറയിട്ടതുകൊണ്ടോ അവിടെത്തന്നെ മരവിച്ചിരുന്നതുകൊണ്ടോ ഒരു കാര്യവുമില്ല, എന്നതുമാത്രമായിരുന്നു. അതിനാൽ ഞാൻ അതിന് തുനിഞ്ഞില്ല. വിപദ്സന്ധികളിൽ നിന്ന് നാം പഠിച്ച പാഠങ്ങൾ മറ്റുള്ളവരുടെ ജീവിതത്തിന് കരുത്തു പകരാൻ ഉപയോഗിക്കുകിൽ, പ്രതിലോമങ്ങളെ നമുക്ക് ഉപകാരപ്രദമാക്കാമെന്നും, ഞാൻ അറിഞ്ഞിരുന്നു. ഞാൻ, അതു ചെയ്തു.

2006

തൊഴിൽ മികവിൽ പരിശീലനം നൽകാമോയെന്ന് നാൽപ്പതിലേറെയോ മറ്റോ പ്രായമുള്ള ഒരു ധനകാര്യ ഉപദേശകൻ (Financial Advisor) ചോദിച്ചപ്പോൾ അവിചാരിതമായി, അതെന്താണെന്നുപോലും അറിയാതെ ഞാൻ ഒരു വിജയപരിശീലക (Success Coach)നായി. അദ്ദേഹത്തോട് ഞാൻ സമ്മതം മൂളി. ആ അവസരം ആ തൊഴിലിനോടുള്ള പ്രണയത്തിലാണ് കലാശിച്ചത്. എന്റെ ആദ്യ കക്ഷിക്ക്, എന്റെ പരിശീലനം, ജീവിതത്തിലും ബിസിനസ്സിലും ഗണ്യമായ നേട്ടങ്ങളുണ്ടാക്കി. പരിശീലകൻ എന്ന നിലയിൽ മറ്റുള്ളവരെ സഹായിക്കുന്നത്

ആനന്ദകരമാണെന്ന് ഞാൻ തിരിച്ചറിഞ്ഞു. ഇരുപത്തിയാറാം വയസ്സിൽ ഇതൊരു തൊഴിലാക്കുക അത്ര ശോഭനമായി തോന്നാനിടയില്ലെങ്കിലും, ജീവിതലക്ഷ്യം അതുതന്നെയാണെന്ന് ഉറപ്പിച്ചു മുന്നോട്ടുപോകാൻ ഞാൻ തീരുമാനിച്ചു. എന്റെ പരിശീലനപരിപാടി തുടക്കം കുറിച്ചു. നൂറുകണക്കിന് സംരംഭകരും വിൽപ്പനക്കാരും ബിസിനസ്സ് ഉടമകളും എന്നിൽനിന്ന് പരിശീലനം നേടി.

അധികം വൈകാതെ ബോയ്സ് ആൻഡ് ഗേൾസ് ക്ലബ് ഓഫ് അമേരിക്കയുടെ ദേശീയ സമ്മേളനത്തിൽ മുഖ്യപ്രഭാഷണത്തിനായി ഞാൻ ക്ഷണിക്കപ്പെട്ടു. പ്രതിഫലംപറ്റിയുള്ള എന്റെ ആദ്യപ്രഭാഷണം. സെയിൽസ്മാന്മാരും മാനേജർമാരും എക്സിക്യൂട്ടിവുകളുമടങ്ങുന്ന വലിയ ബിസിനസ്സ് സദസ്സുകളെ 1998 മുതൽ പലതവണ അഭിസംബോധന ചെയ്തിട്ടുണ്ടെങ്കിലും എന്റെ 'സ്പൈക്കി' ഹെയർസ്റ്റൈലും യൗവ്വനത്തിന്റെ ഊർജ്ജസ്വലതയും 'യോ പാൽ ഹാൽ' എന്ന ഇരട്ടപ്പേരും യുവാക്കളെ ആകർഷിക്കുമെന്നും അവരാണെന്റെ യഥാർത്ഥ ആവശ്യകരെന്നും എനിക്ക് ബോധ്യമായി. പ്രദേശത്തെ ഹൈസ്കൂളുകളിലെയും കോളേജുകളിലെയും വിദ്യാർത്ഥികളുമായി ഞാനെന്റെ ജീവിതകഥ പങ്കുവയ്ക്കാൻ തുടങ്ങി.

2007

എന്റെ ജീവിതം മുച്ചൂടുംമുടിഞ്ഞ വർഷം. യു.എസ്. സമ്പദ്‌വ്യവസ്ഥ അടിയേ തകർന്നു. ഇരുട്ടിവെളുത്തപ്പോഴേക്കും എന്റെ വരുമാനം നേർപകുതിയായി കുറഞ്ഞു. എന്റെ കക്ഷികൾക്ക് പരിശീലനത്തിന്റെ ചെലവ് താങ്ങാൻ കഴിയാതെയായി. വീട്ടുവായ്പയുടെ തവണയടക്കം എന്റെ ബില്ലുകൾ കുടിശികയായി. 425,000 ഡോളർ കടക്കാരനായ ഞാൻ, ആകെ തകർന്നു. മാനസികമായി, ശാരീരികമായി, വൈകാരികമായി, സാമ്പത്തികമായി ഞാൻ നിലംപരിശായി. ജീവിതത്തിൽ ഇതിനുമുൻപ് ഒരിക്കലും ഞാൻ ഇത്ര ആശയറ്റവനായിട്ടില്ല. ഇത്രമേൽ നിയന്ത്രണമറ്റവനായിട്ടില്ല. ഇത്രയധികം നിരാശനായിട്ടില്ല. ജീവിതത്തെ എങ്ങനെ ഒരു കരയ്ക്കടുപ്പിക്കുമെന്ന ഒരു ധാരണയുമില്ലാതെ, അസംഖ്യം ചോദ്യങ്ങൾക്ക് ഉത്തരം തേടി ഞാൻ ഉഴറി. നിരവധി സ്വയം സഹായഗ്രന്ഥങ്ങൾ ഞാൻ വായിച്ചുതള്ളി. സെമിനാറുകളിൽ പങ്കെടുത്തു. ഒരു പരിശീലകനെപ്പോലും സമീപിച്ചു. ഒന്നും ഫലം കണ്ടില്ല.

2008

എന്റെ ജീവിതത്തിന്റെ വഴി തിരിച്ചുവിട്ട വർഷം. അക്കാലമത്രയും പരമരഹസ്യമായി സൂക്ഷിച്ച, എന്റെ അവസ്ഥ എത്രമാത്രം ദയനീയമാണെന്ന ആ സത്യം ഞാനെന്റെ ഉറ്റസുഹൃത്തിനോട് തുറന്നു പറഞ്ഞു. “നീ വ്യായാമം ചെയ്യുന്നുണ്ടോ?” എന്നായിരുന്നു എന്റെ കൂട്ടുകാരന്റെ ചോദ്യം. “രാവിലെ കിടക്കയിൽനിന്ന് എണീക്കാനേ കഴിയുന്നില്ല, അപ്പോൾ വ്യായാമം? ഇല്ല” എന്റെ മറുപടി. “രാവിലെ എണീറ്റ് ഓട്” സുഹൃത്ത്. “അത് മനസ്സിനെ ഉഷാറാക്കും. ചിന്തകൾ തെളിയും.” ഓ, ഓട്ടം എനിക്ക് ഓർക്കുവാൻ കൂടി കഴിയാത്ത കാര്യം. ഞാൻ കൂടുതൽ വിഷണ്ണനായി. എങ്കിലും കൂട്ടുകാരന്റെ ഉപദേശമല്ലേ, ഒന്നു നോക്കാം. മടിച്ചുമടിച്ച് ഞാൻ ഓടി. ആ ഓട്ടം സമ്മാനിച്ച തിരിച്ചറിവ് എന്റെ ജീവിതത്തിലെ വഴിത്തിരിവായി. ഒരു ദൈനംദിന വ്യക്തിത്വവികാസ പെരുമാറ്റച്ചട്ടം രൂപീകരിക്കാനുള്ള പ്രചോദനം എനിക്കുണ്ടായി. എന്റെ പ്രശ്നങ്ങൾക്ക് പരിഹാരം കണ്ടെത്താൻ കഴിവുള്ള, എന്റെ ജീവിതത്തെ മാറ്റിമറിക്കാൻ ശേഷിയുള്ള, വ്യക്തിയായി വളരാൻ അതെന്നെ പ്രാപ്തമാക്കുമെന്ന് ഞാൻ പ്രത്യാശിച്ചു. അതിശയം, അതു ഫലിച്ചു. എന്റെ ജീവിതത്തിന്റെ സമസ്തമേഖലകളും അക്ഷരാർത്ഥത്തിൽ അതിവേഗം മാറിമറിഞ്ഞു. ഞാനാ പ്രഭാതത്തെ ‘വിസ്മയപ്പുലരി’ എന്ന് പേരിട്ടു വിളിച്ചു.

2008 ശരത്കാലം

വ്യത്യസ്ത വ്യക്തിത്വവികസനരീതികളിലും നിദ്രാസമയക്രമങ്ങളിലും പരീക്ഷണം നടത്തിക്കൊണ്ട് *എന്റെ വിസ്മയപ്പുലരിയെ* വികസിപ്പിക്കാൻ ഞാൻ ശ്രമിച്ചുകൊണ്ടിരുന്നു. നമുക്ക് യഥാർത്ഥത്തിൽ എത്രകണ്ട് ഉറക്കം ആവശ്യമുണ്ടെന്നതിൽ ഗവേഷണം തുടങ്ങി. എന്റെ കണ്ടെത്തലുകൾ പലതും, ഞാനുൾപ്പടെ പലരും സത്യമെന്ന് കരുതിയിരുന്ന പല അടിസ്ഥാനധാരണകളെയും കാഴ്ചപ്പാടുകളെയും പാടേ തകർക്കാൻ പോന്നതായിരുന്നു. അത് ഇഷ്ടപ്പെട്ട ഞാൻ അവ എന്റെ കക്ഷികളുമായി പങ്കുവച്ചു. അവർക്കും അത് ഏറെ ഇഷ്ടമായി. കൂട്ടുകാരും കുടുംബക്കാരും കൂടെ ജോലി ചെയ്യുന്നവരുമായി അവർ അതേക്കുറിച്ച് സംസാരിച്ചു. ഞാൻ ഇതുവരെ കാണുകപോലും ചെയ്യാത്ത പലരും ഫേസ്ബുക്കിലും ട്വിറ്ററിലും ‘അവ

രുടെ വിസ്മയപ്പുലരി'യെക്കുറിച്ച് പോസ്റ്റുകളിടുന്നത് എന്റെ ശ്രദ്ധയിൽപ്പെട്ടു.

2009

എന്റെ ഏറ്റവും നല്ല വർഷം. സ്വപ്നങ്ങളിലെ പെൺകുട്ടിയെ ഞാൻ വരിച്ചു. ഞങ്ങൾ ഗർഭം ധരിച്ച് ഒരു പെൺകുട്ടിക്ക് ജന്മം നല്കി. (അത് ഒരു പെൺകാര്യം മാത്രമല്ലാത്തതിനാൽ ഞങ്ങൾ എന്നു ഞാൻ പറഞ്ഞുകൊള്ളട്ടെ.) എന്റെ പരിശീലന പരിപാടി പച്ചപിടിച്ചു തുടങ്ങി. കക്ഷികൾ എന്നെ കാത്തുനില്ക്കാൻ തുടങ്ങി. പ്രഭാഷണകലയിലും ഞാൻ പേരെടുത്തു തുടങ്ങി. ഹൈസ്കൂളുകളിലും കോളേജുകളിലും കോർപ്പറേറ്റ് സമ്മേളനങ്ങളിലും ലാഭരഹിത സംഘടനകളുടെ സമ്മേളനങ്ങളിലും ഞാൻ പ്രഭാഷണങ്ങളും മുഖ്യസന്ദേശങ്ങളും നല്കിത്തുടങ്ങി. *വിസ്മയപ്പുലരി* കാട്ടുതീപോലെ പടർന്നു. അതു തങ്ങളുടെ ജീവിതത്തെ അടിമുടി മാറ്റിയെന്നറിയിച്ച് ദിനംതോറും എനിക്ക് ഇ-മെയിൽ സന്ദേശങ്ങൾ കിട്ടിത്തുടങ്ങി. അതു ലോകവുമായി പങ്കുവയ്ക്കേണ്ടത് എന്റെ ഉത്തരവാദിത്തമാണെന്ന് ഞാൻ അറിഞ്ഞു. അതിനുള്ള എളുപ്പവഴി പുസ്തകമാണെന്നും എനിക്ക് ബോധ്യമായി. സാവകാശം, ഞാൻ വീണ്ടും എഴുതിത്തുടങ്ങി. തെറ്റിദ്ധാരണയൊന്നും വേണ്ട, ഇപ്പോഴും ഞാൻ എഴുത്തുകാരനൊന്നുമല്ല. പക്ഷേ, ഞാൻ പ്രതിബദ്ധനാണ്. എന്റെ ഉത്തമ കൂട്ടുകാരൻ റൊമാച്ചിയോ ഫുൾച്ചർ പറയുംപോലെ, "നിങ്ങളുടെ പ്രതിബദ്ധത എത്രമേൽ പൂർണമാണോ അത്ര പെട്ടെന്ന് ലക്ഷ്യപ്രാപ്തിക്ക് വഴിയും തെളിയും."

2012

നിങ്ങളുടെ കൈയിലിരിക്കുന്ന പുസ്തകം, മൂന്നുവർഷത്തെ എന്റെ സമർപ്പണത്തിന്റെ പ്രതിഫലം, 'വിസ്മയപ്പുലരി: പുലർന്ന് എട്ടിനു മുൻപ് ജീവിതത്തെ അടിമുടി മാറ്റുമെന്ന് ഉറപ്പുതരുന്ന അത്ഭുതരഹസ്യം' ഒടുവിൽ പുറത്തിറങ്ങി. അല്പംപോലും വൈകാതെ അത് ആമസോൺ ബെസ്റ്റ് സെല്ലർ പട്ടികയിൽ ഒന്നാമതെത്തി. മാത്രമല്ല, ആമസോണിന്റെ ചരിത്രത്തിൽത്തന്നെ ഏറ്റവും കൂടുതൽ 'റേറ്റ്' ചെയ്യപ്പെട്ട (നിലവിൽ അഞ്ഞൂറിലേറെ നിരൂപണങ്ങൾ, പഞ്ചനക്ഷത്ര (Fivestar) മതിപ്പിൽ ശരാശരി 4.7ന്റെ പരിഗണന.) പുസ്തകമായി, പ്രസിദ്ധീകരിക്കപ്പെട്ട വർഷം തന്നെ 'വിസ്മയപ്പുലരി' സ്വീകരിക്കപ്പെട്ടത് എന്നെ വിസ്മയഭരി

തനാക്കി. നിരൂപണങ്ങൾ എന്തു പറഞ്ഞു എന്നതായിരുന്നു ഏറെ പ്രധാനം. മനുഷ്യരുടെ ജീവിതം മാറുന്നു. അത് എല്ലാത്തരം ആളുകളിലും - വീട്ടമ്മമാർ മുതൽ വൻകിട കമ്പനികളുടെ മേധാവികൾ വരെ - സംഭവിക്കുന്നു. 'വിസ്മയപ്പുലരി' അവരുടെ ജീവിതത്തിലെ ഏതു മേഖലയെയും, ശരിക്ക് പറഞ്ഞാൽ എല്ലാ മേഖലകളെയും മികവുറ്റതാക്കുന്നു എന്ന് നിരൂപണങ്ങൾ നിരീക്ഷിച്ചു.

ജീവിതത്തിൽ മുന്നേറാൻ

ജീവിതത്തിൽ ഇപ്പോൾ നിങ്ങൾ എവിടെ ആയിരുന്നാലും, നിങ്ങളുടെ മുമ്പിലുള്ള വെല്ലുവിളികൾ എത്ര കടുത്തതായിരുന്നാലും, അതിനെയെല്ലാം തരണം ചെയ്യാനും വേണ്ടത് നേടിയെടുക്കാനും നിങ്ങൾക്ക് കഴിയുമെന്നതിന്റെ തെളിവു നല്കുന്നതിനായാണ്, ഞാനെന്റെ ജീവിതകഥ നിങ്ങളുമായി പങ്കുവയ്ക്കുന്നത്.

മരണാസന്ന നിലയിൽനിന്ന്, ഇനി നടക്കാൻ കഴിയില്ലെന്ന അറിവിൽ നിന്ന്, ഞാനെന്നും ആഗ്രഹിച്ച ജീവിതം കെട്ടിപ്പടുക്കാൻ കഴിയില്ലെന്ന നിരാശയിൽ തകർന്ന് കിടക്കയിൽ നിന്ന് എണീക്കാൻ പോലും കഴിയാത്ത അവസ്ഥയിൽനിന്ന്, മുന്നോട്ടു പോകാൻ എനിക്കു കഴിഞ്ഞെങ്കിൽ, ജീവിതത്തിൽ നിങ്ങൾ ആഗ്രഹിക്കുന്നതെല്ലാം നേടുന്നതിന് തടസ്സമായ പരിമിതികളെ മറികടക്കാൻ പറ്റാതിരിക്കാൻ, പറഞ്ഞു നിൽക്കാൻ കഴിയുന്ന ഒരു ഒഴികഴിവും നിങ്ങൾക്കില്ല കൂട്ടരേ, ഒന്നും.

മറ്റൊരാൾക്ക് ഒരു പ്രതിസന്ധി മറികടക്കാൻ കഴിഞ്ഞുവെങ്കിൽ, അല്ലെങ്കിൽ ഒരു ലക്ഷ്യം പൂർത്തീകരിക്കാൻ കഴിഞ്ഞുവെങ്കിൽ, അത്, നമുക്കും, നമ്മുടെ പോയകാലം എങ്ങനെയായിരുന്നാലും, നാം ഏത് സാഹചര്യത്തിലായിരുന്നാലും, എന്തും, ഒന്നുകൂടി പറയട്ടെ എന്തും, നേടാൻ കഴിയുമെന്നതിന്റെ തെളിവാണെന്ന കാഴ്ചപ്പാടു കൈക്കൊള്ളേണ്ടത്, മർമ്മ പ്രധാനമാണെന്ന് ഞാൻ വിശ്വസിക്കുന്നു. നിങ്ങളുടെ ജീവിതത്തിന്റെ പരിപൂർണ ഉത്തരവാദിത്തം നിങ്ങൾത്തന്നെ ഏറ്റെടുക്കുകയും, ഒന്നിനും ആരെയും പഴിക്കാതിരിക്കുകയും ചെയ്യുന്നിടത്ത്, ആ കാഴ്ചപ്പാടിലേക്കുള്ള പരിണാമം തുടങ്ങുന്നു. നിങ്ങളുടെ ജീവിതത്തിലെ എല്ലാറ്റിനെയും മാറ്റിമറിക്കാനും, പുതുക്കിപ്പണിയാനും, ഉള്ള വ്യക്തിപരമായ ശേഷി നിങ്ങൾക്ക് അതോടെ അചിരേണ കൈവരുന്നു.

കുറ്റപ്പെടുത്തുന്നതുപോലെ എളുപ്പമല്ല ഉത്തരവാദിത്തം ഏറ്റെടുക്കൽ എന്നു മനസ്സിലാക്കേണ്ടത് ഏറെ പ്രധാനമാണ്. കുറ്റപ്പെടുത്തലിൽ ആരാണ് കുറ്റക്കാരൻ എന്നു തീരുമാനിക്കപ്പെടുമ്പോൾ, ഉത്തരവാദിത്തത്തിൽ, കാര്യങ്ങൾ മെച്ചപ്പെടുത്തുന്നതിന് സ്വയം സമർപ്പിച്ചത് ആര്, എന്ന് നിർണയിക്കപ്പെടുന്നു. എന്റെ അപകടത്തിന്റെ കാര്യമെടുത്താൽ, മദ്യപിച്ച ട്രക്ക് ഡ്രൈവറാണ് കുറ്റക്കാരൻ. എന്റെ ജീവിതം മെച്ചപ്പെടുത്തുന്നതിൽ പക്ഷേ ഞാനാണ് ഉത്തരവാദി. എന്റെ സാഹചര്യങ്ങൾ ഞാനാഗ്രഹിക്കുന്നവിധം രൂപപ്പെടുത്തേണ്ടത് ഞാൻ മാത്രമാണ്. ആരാണ് കുറ്റക്കാരൻ എന്നതിൽ കാര്യമൊന്നുമില്ല. കഴിഞ്ഞതിനെ അതിന്റെ വഴിക്ക് വിട്ട്, നമ്മുടെ ജീവിതത്തെ, നാം ആഗ്രഹിക്കുന്ന വഴിയിലൂടെ, കൃത്യമായി, ഇന്നുമുതൽ, തിരിച്ചുവിടേണ്ട ചുമതല, എനിക്കും നിങ്ങൾക്കും ആണെന്നതാണ് കാര്യം.

ഇതു നിങ്ങളുടെ സമയം
ഇതു നിങ്ങളുടെ കഥ

ഇപ്പോൾ ജീവിതത്തിൽ നിങ്ങൾ എവിടെയാണെന്നതും എവിടെ ആയിരിക്കേണ്ടതായിരുന്നു എന്നതും രണ്ടും മാറാവുന്നത് തന്നെയാണെന്ന് അറിയുക. നിങ്ങൾക്ക്, പഠിക്കേണ്ടത് പഠിക്കാനും, നിങ്ങൾ ആഗ്രഹിക്കുന്ന ജീവിതം കെട്ടിപ്പടുക്കാൻ കഴിയുന്ന വ്യക്തിയായിത്തീരാനും വേണ്ടിയാണ് നിങ്ങളുടെ ജീവിതത്തിലെ ഈ നിമിഷത്തിലേക്ക് നമ്മൾ എത്തിയിരിക്കുന്നത്. ജീവിതം പ്രതിസന്ധിയിലും വെല്ലുവിളിയിലും ആണെങ്കിൽകൂടി, പഠിക്കാനും വളരാനും എക്കാലത്തേതിലും നന്നാകാനും നമുക്കെല്ലാം ലഭിച്ച നല്ല അവസരമാണ് ഇന്ന്, ഈ നിമിഷം.

നിങ്ങൾ നിങ്ങളുടെ ജീവിതകഥ എഴുതുകയാണ്. വെല്ലുവിളികളെ അതിജീവിക്കാത്ത നായകനെങ്കിൽ കഥ എങ്ങനെ നന്നാവാൻ. വെല്ലുവിളി എത്രയ്ക്ക് കടുത്തതാകുന്നുവോ കഥ അത്രയ്ക്ക് നന്നാവുകയല്ലേയുള്ളൂ? അതിരുകളോ അരുതുകളോ തടസ്സം നിൽക്കാത്ത നിങ്ങളുടെ ജീവിതകഥയുടെ അടുത്ത പുറങ്ങളിൽ എന്തെഴുതാനാണ് നിങ്ങൾ ആഗ്രഹിക്കുക?

ഇന്ന്, ഇപ്പോൾ, ഈ നിമിഷം, ആരംഭിക്കുന്ന നിങ്ങളുടെ ജീവിതത്തെ, എങ്ങനെയും പരുവപ്പെടുത്താനും പുതുക്കിപ്പണി

യാനും തക്ക ശേഷി നിങ്ങൾക്കുണ്ട് എന്നതാണ് ശരിയായ സദ്വാർത്ത. അതിനായി നിങ്ങൾ ഒന്നും ചെയ്യേണ്ടതില്ല എന്നൊന്നുമല്ല ഞാൻ പറഞ്ഞുവരുന്നത്. നിങ്ങളുടെ ജീവിതത്തിൽ നിങ്ങൾ ആഗ്രഹിക്കുന്ന എന്തും കൈവരിക്കാനും മെനഞ്ഞെടുക്കാനും കഴിയുന്ന വ്യക്തിയായി വികസിക്കാൻ നിങ്ങൾക്ക് കഴിയും എന്നാണ്. അതാണ് ഈ പുസ്തകത്തിന്റെ ദൗത്യം. നിങ്ങളുടെ ജീവിതത്തിൽ നിങ്ങൾ ആഗ്രഹിക്കുന്നതെല്ലാം നേടിയെടുക്കാൻ കഴിയുന്ന വ്യക്തിയായി നിങ്ങളെ മാറ്റിയെടുക്കുക. നിങ്ങൾക്കു മുന്നിൽ അതിരുകളില്ല.

ഒരു പേന എടുക്കുക

ഇനി വായന തുടങ്ങുംമുൻപ് ഒരു പേനയോ പെൻസിലോ കൈയിലെടുക്കുക. വായിച്ചുപോകവേ ഒന്നുംകൂടി വായിക്കണമെന്നു തോന്നുന്ന ഭാഗങ്ങൾ അടയാളപ്പെടുത്തുക. പ്രധാന പാഠങ്ങൾ, ആശയങ്ങൾ, തന്ത്രങ്ങൾ, ഒക്കെ ഒന്നുകൂടി നോക്കുന്നതിനും പെട്ടെന്ന് ഓർമ്മിക്കുന്നതിനും അടിയിൽ വരയ്ക്കുകയോ, വട്ടമിടുകയോ, മാർക്കുചെയ്യുകയോ, മാർജിനിൽ നോട്ടെഴുതുകയോ എന്തു വേണമെങ്കിലും ചെയ്യുക.

വ്യക്തിപരമായി ഈ പുസ്തകമെഴുത്ത് എനിക്ക് വെല്ലുവിളിയായിരുന്നു. പൂർണതയ്ക്കായുള്ള പിടിവാശി എനിക്കൊരു ഒഴിയാബാധയായിരുന്നു. ചെയ്യുന്നതെല്ലാം വൃത്തിയിലും വെടിപ്പിലും വേണമെന്ന് നിർബന്ധവുമുണ്ടായിരുന്നു. പക്ഷേ, അതൊക്കെ അവഗണിക്കേണ്ടതാണെന്ന് എനിക്ക് പക്ഷേ ബോധ്യമായി. അകന്നുനിന്ന് ആരാധിക്കേണ്ട പൂജാവിഗ്രഹമായല്ല ഈ പുസ്തകം ഉദ്ദേശിക്കപ്പെട്ടിട്ടുള്ളത്. ആകാവുന്നത്ര ഊറ്റിയെടുത്ത് ചണ്ടിയാക്കപ്പെടുക എന്ന ലക്ഷ്യത്തോടെയത്രേ ഇത് എഴുതപ്പെട്ടത്. ഞാനിപ്പോൾ എന്റെ പുസ്തകങ്ങളിൽ തോന്നുന്നിടത്തെല്ലാം മാർക്ക് ചെയ്യും. വേണ്ടത് വളരെപ്പെട്ടെന്ന് വീണ്ടെടുക്കാൻ അതെന്നെ സഹായിക്കും.

ശരി, പേന കൈയിലെടുത്തല്ലോ. ഇനി നമുക്ക് തുടങ്ങാം. നിങ്ങളുടെ ജീവിതത്തിന്റെ അടുത്ത അധ്യായം ഇതാ തുടങ്ങുകയായി...

അധ്യായം ഒന്ന്

പൂർണതയിലേക്ക് ഉണരാൻ സമയമായി

"ജീവിതം ഹ്രസ്വമെന്നത് പറഞ്ഞു പഴകിയ പല്ലവിയാണ്. പക്ഷേ, ഇക്കുറി അതു സത്യമാണ്. അസംതൃപ്തിയിലും അരിഷ്ടയാപനത്തിലും തള്ളിനീക്കാൻ ഇനി കാലമില്ല. അതിൽ കഥയില്ലെന്നു മാത്രമല്ല, അതു കഠിനവേദനാജനകവുമാണ്."

– സേത്ത് ഗോഡിൻ

അന്നത്തെ ദിനത്തിന്റെ അതിരറ്റ തൃപ്തിയോടെ ഉറങ്ങാൻ കഴിയണമെന്ന നിശ്ചയത്തോടെ ഓരോ ദിനവും നിങ്ങൾ ഉണരുന്നു.

– ജോർജ് ലോറിമർ

ഓരോ കുഞ്ഞും ജനിക്കുമ്പോൾ ജീവന്റെ അത്ഭുതമെന്ന് വാഴ്ത്തുന്ന നാം സ്വന്തം ജീവിതം ശരാശരിയിൽ ഒതുക്കുന്നത് എന്തുകൊണ്ട്? എവിടെവച്ചാണ് ജീവിതത്തിന്റെ വിസ്മയം നമുക്ക് നഷ്ടമായത്?

നിങ്ങൾ ആഗ്രഹിക്കുന്നതെല്ലാം ചെയ്യാനാവുമെന്ന്, ആഗ്രഹിക്കുന്നതെല്ലാം ആയിത്തീരാനാവുമെന്ന്, ആഗ്രഹിക്കുന്നതെല്ലാം നേടാനാവുമെന്ന് നിങ്ങൾ പിറന്നുവീണപ്പോൾ ഏവരും ആശംസിച്ചു. ഇപ്പോൾ നിങ്ങൾ വളർന്നു. ആഗ്രഹിച്ചതൊക്കെ, അല്ലെങ്കിൽ ആഗ്രഹിച്ചതെന്തെങ്കിലും നിങ്ങൾക്ക് ചെയ്യാനായോ? ആകാനായോ? നേടാനായോ? അതോ പാതിവഴിയിൽ എല്ലാത്തിനോടും ഒത്തുതീർപ്പിനു നിങ്ങൾ തയ്യാറായോ?

അമ്പരപ്പിക്കുന്ന ഒരു സ്ഥിതിവിവരക്കണക്ക് ഈയിടെ ഞാൻ കാണുകയുണ്ടായി. ഒരു അമേരിക്കക്കാരന്റെ ശരാശരി തൂക്കം 20 പൗണ്ട്. അമിതഭാരം. ഓരോ അമേരിക്കക്കാരനും ശരാശരി പതിനായിരം ഡോളർ കടക്കാരൻ. എല്ലാവരുംതന്നെ ഏറെക്കുറെ

നിരാശർ. അധികംപേരും അവരുടെ ജോലി ഇഷ്ടപ്പെടുന്നില്ല. പലർക്കും അടുത്ത കൂട്ടുകാരില്ല. ഈ വിവരങ്ങളുടെ ചെറിയൊരു ഭാഗമെങ്കിലും സത്യമെങ്കിൽ അമേരിക്ക ഉണർന്നേ മതിയാകൂ.

എന്താണ് നിങ്ങളുടെ കഥ? നിങ്ങളുടെ കഴിവിന്റെ പരമാവധി ഉപയോഗപ്പെടുത്തി, നിങ്ങൾ മനസ്സിൽ കണ്ടമാതിരി വിജയം വെട്ടിപ്പിടിക്കുകയാണോ ജീവിതത്തിന്റെ എല്ലാ മേഖലകളിലും നിങ്ങൾ? അതോ ആഗ്രഹിച്ചതിലും കുറഞ്ഞതുകൊണ്ട് തൃപ്തിപ്പെട്ടുവോ? എല്ലാം നിങ്ങൾക്ക് കഴിയുന്നതിലും കുറഞ്ഞ പരിശ്രമത്തിൽ നിങ്ങൾ അവസാനിപ്പിച്ചുവോ? ഇത് ഇത്രയും മതി എന്ന് ഒതുങ്ങിയോ? അതല്ല, ഒത്തുതീർപ്പുകൾ അവസാനിപ്പിക്കാൻ നിങ്ങൾ തയ്യാറെങ്കിൽ നിങ്ങളുടെ സ്വപ്നത്തിലെ ജീവിതം, നിങ്ങളുടെ മികച്ച ജീവിതം, ജീവിക്കാൻ നിങ്ങൾക്ക് കഴിയും, തീർച്ച.

പത്തരമാറ്റ് ജീവിതം

"സ്വപ്നത്തിലെ ജീവിതം ജീവിക്കുകയാണ് കടുത്തവെല്ലുവിളി"യെന്ന് ഓപ്ര (ഓപ്ര വിൻഫ്രെ- പ്രശസ്ത അമേരിക്കൻ ടെലിവിഷൻ ടോക്ക്ഷോ അവതാരക) എന്നോടു പറഞ്ഞത് എന്നെ ഏറെ ദുഃഖിപ്പിച്ചു. എനിക്കതിനോട് യോജിക്കാനായില്ല. അധികമാരും അവരുടെ സ്വപ്നങ്ങളുടെ അടുത്തുപോലും എത്താതിരിക്കെ ആ പ്രയോഗം ആവർത്തനവിരസത മാത്രം അവശേഷിപ്പിക്കുന്നു. അധികമാളുകളും, ഉള്ളതുകൊണ്ട് തൃപ്തിപ്പെടുന്നു. ജീവിതം നല്കുന്നതെന്തോ അതു നിസ്സംഗമായി സ്വീകരിക്കുന്നു. ബിസിനസ്സ് പോലുള്ള മേഖലകളിൽ വിജയം വരിച്ച, നേട്ടമുണ്ടാക്കുന്ന, ചുരുക്കം ചിലർ പോലും ജീവിതത്തിലെ മറ്റുമേഖലകളിൽ, ഉദാഹരണത്തിന് ആരോഗ്യം, ബന്ധങ്ങൾ എന്നിവയിൽ, വിട്ടുവീഴ്ചയ്ക്ക് വഴങ്ങുന്നു. അതിനാലാണ് ബെസ്റ്റ് സെല്ലറുകളുടെ എഴുത്തുകാരൻ സേഥ് ഗോഡിൻ "ഉള്ളതുകൊണ്ട് തൃപ്തിപ്പെടുന്നതും ശരാശരിയും തമ്മിൽ വലിയ വ്യത്യാസമില്ല" എന്ന് ഉൾക്കാഴ്ചയോടെ നിരീക്ഷിച്ചത്.

ഏറെപ്പേരും അങ്ങനെ ചെയ്യുന്നതിനാൽ, ആഗ്രഹിക്കുന്നതിൽ കുറഞ്ഞതുകൊണ്ട് നിങ്ങൾ തൃപ്തിപ്പെട്ടുകൊള്ളണം, എന്ന് നിയമമൊന്നുമില്ല. ആ ഏറെപ്പേരിൽ നിങ്ങളുടെ കൂട്ടുകാരും കുടുംബക്കാരും കൂടെ ജോലിചെയ്യുന്നവരും ഉൾപ്പെടുന്നു

വെങ്കിൽക്കൂടി, ജീവിതത്തിന്റെ സമസ്തമേഖലകളിലും അത്യു ജ്ജ്വലവിജയം കരസ്ഥമാക്കുന്ന അപൂർവ്വം ചിലരിൽ ഒരാളാകാൻ അചിരേണ നിങ്ങൾക്കുകഴിയും. ആനന്ദം, ആരോഗ്യം, ധനം, സ്വാതന്ത്ര്യം, വിജയം, സ്നേഹം ഇതെല്ലാം സ്വന്തമാക്കാൻ പ്രായോഗികമായി നിങ്ങൾക്ക് കഴിയും.

ജീവിതത്തിൽ, വിജയത്തിന്റെയും സംതൃപ്തിയുടെയും പൂർണതയുടെയും പത്തരമാറ്റ് തിളക്കം നാമെല്ലാം ആഗ്രഹിക്കും. "ഇല്ല, എനിക്കൊരു ഏഴ് മാറ്റ് ആരോഗ്യം മതി" എന്നു പറയുന്ന ആരെയും ഞാൻ ഇതുവരെ കണ്ടുമുട്ടിയിട്ടില്ല. "എനിക്ക് ആരോഗ്യം അല്പം കൂടുതലാ, എന്റെയീ ഊർജസ്വലത അല്പ മൊന്ന് കുറഞ്ഞിരുന്നെങ്കിൽ" എന്നാഗ്രഹിക്കുന്ന ആരുമുണ്ടാ വാൻ വഴിയില്ല. "ബന്ധങ്ങളിൽ ഒരു അഞ്ച് മാറ്റ് മതി. നല്ല പാതിയുമായി പതിവായി ശണ്ഠ ഉണ്ടാക്കുന്നത് ഞാൻ കണക്കാ ക്കുന്നില്ല. മറ്റ് ദമ്പതികൾക്ക് അസൂയ തോന്നുംവിധം ആനന്ദ മനുഭവിക്കുന്ന ഇണകളാവണമെന്നും എനിക്ക് താൽപര്യമില്ല" എന്ന് പറയുന്നവരും കാണാനിടയില്ല.

മുഴുവൻ മേഖലകളിലും പത്തരമാറ്റ് തിളക്കം കൈവരിക്കുക സുസാധ്യമാണെന്ന് അറിയുക. നാനാമേഖലകളിലും വിജയ ത്തിനുവേണ്ട സാഹചര്യങ്ങൾ സൃഷ്ടിക്കുന്നതിനും വിജയത്തി ലേക്കുള്ള വഴി രൂപീകരിക്കുന്നതിനും അതു നിലനിർത്തുന്ന തിനും പ്രാപ്തമായ, പത്തരമാറ്റ് മനുഷ്യനാകാൻ, ദിനവും ഒരു നിശ്ചിത സമയം സമർപ്പിക്കുക. മതി.

പുലർച്ചെ നിങ്ങൾ എപ്രകാരം എണീക്കുന്നുവെന്നതിനെ ആശ്രയിച്ചാണ് എല്ലാം തുടങ്ങുക. ഇന്ന് നിങ്ങൾ തുടങ്ങി വയ്ക്കുന്ന ചെറിയ, ലളിതമായ, ചുവടുകൾ ജീവിതത്തിലെ എല്ലാ മേഖലകളിലും നിങ്ങൾ ആഗ്രഹിക്കുന്ന, നിങ്ങൾ അർഹി ക്കുന്ന, വിജയം കൈവരിക്കാൻ കഴിയുന്ന വ്യക്തിയായി മാറാൻ നിങ്ങളെ പര്യാപ്തമാക്കും. നിങ്ങൾ ആവേശഭരിതനായോ? ഇല്ല, ഞാൻ പറഞ്ഞതിൽ വിശ്വാസമെങ്കിലും? ഏയ്, പലർക്കുമില്ല. മിക്കവർക്കും ഇതൊരു നേരംകൊല്ലി പരിപാടിയായി തോന്നു ന്നുണ്ടാവും. ജീവിതം ഒരു കരയ്ക്കടുപ്പിക്കാൻ, ബന്ധങ്ങൾ ഒന്നു നേരെയാക്കാൻ, സൂര്യനുകീഴിലുള്ള സകല പോംവഴികളും പരീക്ഷിച്ച് തുടങ്ങിയേടത്തുതന്നെ നില്ക്കുന്നവർ. എനിക്കു മന സ്സിലാവും. ഞാനും അവിടെ ആയിരുന്നു. കാലം മാറിയപ്പോൾ, പക്ഷേ, എല്ലാം മാറ്റിത്തീർത്ത ചില കാര്യങ്ങൾ ഞാൻ പഠിച്ചു.

ജീവിതം നല്ലതായിരിക്കുക മാത്രമല്ല, നമുക്കു സങ്കല്പിക്കാൻ മാത്രം കഴിഞ്ഞിരുന്നത്ര അസാധാരണമായിരിക്കുന്നു. അവിടേക്ക് ഞാൻ നിങ്ങളെ ക്ഷണിക്കുന്നു. ഒരു കൈ സഹായം വാഗ്ദാനം ചെയ്യുന്നു.

മൂന്ന് അടിസ്ഥാനതത്ത്വങ്ങൾ

ഈ പുസ്തകം മൂന്ന് അടിസ്ഥാനതത്ത്വങ്ങൾ മുന്നോട്ടു വയ്ക്കുന്നു.

- ഭൂമിയിലെ ഏതൊരു മനുഷ്യനെയും പോലെ ജീവിതത്തിൽ അസാധാരണമാംവിധം ആരോഗ്യവും സമ്പത്തും ആനന്ദവും സ്നേഹവും വിജയവും നേടുന്നതിനും നിലനിർത്തുന്നതിനും കഴിവും അർഹതയും അവകാശവുമുണ്ട് നിശ്ചയമായും നിങ്ങൾക്കും. നിങ്ങൾക്കുണ്ടാകേണ്ട തികച്ചും നിർണായകമായ അവബോധമാണത്. നിങ്ങളുടെ ജീവിതത്തിന്റെ നിലവാരത്തിൽ മാത്രമല്ല, ആ സത്യവുമായി ചേർന്ന് ജീവിക്കുമ്പോൾ നിങ്ങളുടെ കുടുംബത്തിലും കുട്ടികളിലും കൂട്ടുകാരിലും കക്ഷികളിലും കൂടെ ജോലിചെയ്യുന്നവരിലും സമൂഹത്തിലും നിങ്ങളുമായി ബന്ധപ്പെടുന്ന ആരിലും നിങ്ങളാൽ ഉണ്ടാകേണ്ടുന്ന മതിപ്പിനും അത് അനിവാര്യമാണ്.
- ജീവിതത്തിലെ ഏതു മേഖലകളിലും അർഹിക്കുന്നതിൽ കുറഞ്ഞ ഒന്നുകൊണ്ടും തൃപ്തിപ്പെടാത്ത, വ്യക്തിജീവിതത്തിലും തൊഴിലിലും സാമ്പത്തികരംഗത്തും വിജയം മാത്രം കൈവരിക്കാൻ നിശ്ചയദാർഢ്യം ചെയ്ത നിങ്ങൾ, അതിനായി ഒരു നിശ്ചിതസമയം ദിവസംതോറും ആദ്യംതന്നെ മാറ്റിവയ്ക്കേണ്ടതുണ്ട്. നിങ്ങളാഗ്രഹിക്കുന്ന വ്യക്തിയാവാൻ, ആഗ്രഹിക്കുന്ന വിജയത്തിലേക്കുള്ള വഴി കണ്ടെത്താൻ, സ്ഥിരതയോടെ അതിനായി പരിശ്രമിക്കാൻ, വിജയം കൈവരിക്കാൻ അത് അത്യാവശ്യമാണ്.
- പുലർച്ചെ നിങ്ങൾ എപ്രകാരം എണീൽക്കുന്നു, എന്താണ് നിങ്ങളുടെ പ്രഭാതചിട്ടകൾ (അഥവാ ചിട്ടയില്ലായ്മ) എന്നത് നിങ്ങളുടെ ജീവിതത്തിലെ എല്ലാ മേഖലകളിലെയും മികവിന്റെ അളവിനെ ആശ്ചര്യകരമാംവിധം സ്വാധീനിക്കുന്നു. ലക്ഷ്യബോധമുള്ള, സർഗാത്മകമായ, ലക്ഷ്യം കൈവരിച്ച ഫലപ്രദമായ, വിജയകരമായ ദിവസങ്ങൾ സമ്മാനിക്കുന്നു.

അതു തീർച്ചയായും നിങ്ങളുടെ ജീവിതത്തെ നേട്ടങ്ങളിൽ കൊണ്ടെത്തിക്കുന്നു. അതേസമയം അലസമായ, വിഷണ്ണമായ, വിരസമായ പുലരികൾ അലച്ചിലിന്റെ, മടുപ്പിന്റെ ദിനങ്ങളായി മുഷിപ്പിക്കുന്നു. അത് വിരസമായ ജീവിതത്തിലേക്ക് വളരുന്നു. പുലർച്ചെ നിങ്ങൾ ഉണരുന്ന രീതി ഒന്നു മാറ്റിപ്പിടിച്ചാൽ നിങ്ങളുടെ ജീവിതത്തിന്റെ ഏതു മേഖലയെയും നിങ്ങൾ സാധ്യമെന്ന് വിചാരിക്കുന്നതിലും അതിവേഗതയിൽ പരിവർത്തിപ്പിക്കാൻ നിങ്ങൾക്കു കഴിയും.

പക്ഷേ ഹാൽ, ഞാനൊരു പ്രഭാതമനുഷ്യനല്ലല്ലോ

രാവിലെ ഉണരാൻ ശ്രമിച്ചു. പക്ഷേ, നടന്നില്ല. എന്തുചെയ്യും?

"അല്ല, പുലരികൾ എന്റേതല്ല."

"ഞാനൊരു രാത്രിമൂങ്ങയാണ്."

"പകൽ വേണ്ടത്ര സമയമില്ല."

"മാത്രവുമല്ല എനിക്ക് കൂടുതൽ ഉറക്കം വേണം."

ഇതൊക്കെത്തന്നെയായിരുന്നു എന്റെയും അവസ്ഥ, 'വിസ്മയപ്പുലരി'ക്ക് മുൻപ്. വളരെ ഉയർന്ന നേട്ടങ്ങളുടെ ഉടമകളായ (വിസ്മയപ്പുലരി പഠിതാക്കൾ കൂടിയായ) പാറ്റ് ഫ്ളിന്നിന്റെയും എം.ജെ. ഡിമാർക്കോയുടെയും കാര്യത്തിലും ഇതു ശരിയാണെന്ന് പുസ്തകത്തിന്റെ ആദ്യതാളുകളിൽ നിങ്ങൾക്ക് വായിക്കാം. നിങ്ങളുടെ മുൻകാലരീതികൾ എങ്ങനെ ആയിരുന്നാലും ഇക്കാലമത്രയും വൈകി ഉണർന്നവരും വൈകിമാത്രം ദിവസങ്ങൾ ആരംഭിച്ചവരും ആയാലും, കാര്യങ്ങൾ ഇനി മാറാൻ പോവുകയാണ്.

സകലരുടെയും ജീവിതശൈലി സർഗാത്മകമായി അഴിച്ചുപണിയാൻ കഴിയുമെന്ന് 'വിസ്മയപ്പുലരി' തെളിയിച്ചിരിക്കുന്നു. (നിങ്ങളുടെ ജീവിതരീതിക്ക് ഇണങ്ങുന്നതും നിങ്ങളുടെ വലിയ ലക്ഷ്യങ്ങളും സ്വപ്നങ്ങളും നേടാനുതകുന്നതുമായ രീതിയിൽ വിസ്മയപ്പുലരിയെ സ്വന്തം ആവശ്യങ്ങൾക്കനുസരണമാംവിധം പരുവപ്പെടുത്തുന്നതു സംബന്ധിച്ച് പ്രതിപാദിക്കുന്ന എട്ടാം അധ്യായത്തിൽ ഇതു പ്രാവർത്തികമാക്കുന്നതിന് ഞാൻ നിങ്ങളെ സഹായിക്കും). പുലർച്ചെ എണീക്കുന്നതിലെ ഈ 'പുത്തൻ കൂറ്റുകാർ' - അവരിൽ വ്യവസായസംരംഭകരും, വില്പ്പനക്കാരും, ചീഫ് എക്സിക്യൂട്ടീവുമാരും റിയൽ എസ്റ്റേറ്റ് ദല്ലാളന്മാരും വീട്ടമ്മമാരും വിദ്യാർത്ഥികളും ഇതൊന്നുമല്ലാത്ത പലരും ഉൾ

പ്പെടും- അവർക്ക് അനുഭവവേദ്യമായ ആഴത്തിലുള്ള മാറ്റത്തിൽ, അത്യന്തം ആവേശഭരിതരാണ്. പലരും ഇതു സംബന്ധിച്ച് യൂട്യൂബിലും മറ്റും വീഡിയോകൾ പോസ്റ്റുചെയ്യുകയും അവ ഫെയ്സ്ബുക്കിലും ടിറ്ററിലും കൂട്ടുകാരുമായി പങ്കുവയ്ക്കുകയും ചെയ്യുന്നു.

പുസ്തകത്തിന്റെ ആദ്യപുറങ്ങളിൽ നൽകിയിരിക്കുന്ന ചില വിജയകഥകൾ പരിശോധിക്കുക. 'വിസ്മയപ്പുലരി'യുടെ ആഴത്തിലുള്ള സ്വാധീനം നിങ്ങൾ അവിടെ കാണും. "എന്റെ ജീവിതം അതിവേഗം മാറുന്നു. എനിക്കുപോലും അതുമായി പൊരുത്തപ്പെടാനാവുന്നില്ല... എന്റെ ബിസിനസ്സ് പ്രതിസന്ധിയിലായിരുന്നു. എന്നാൽ 'വിസ്മയപ്പുലരി'യിൽ തുടങ്ങിയശേഷം, ഹാ, ഞാൻ അതിശയിച്ചുപോയി. എല്ലാം തിരിച്ചുപിടിക്കാൻ എനിക്കു കഴിഞ്ഞു. എല്ലാദിവസവും എന്നെത്തന്നെ മാറ്റിക്കൊണ്ട്" എന്ന് സ്വന്തം ജീവിതത്തിൽനിന്ന് ഒരാൾ സാക്ഷ്യം നല്കുന്നു. "വിസ്മയപ്പുലരിയുടെ എഴുപത്തൊൻപതാം ദിനത്തിലാണ് ഞാൻ. ഒറ്റ ദിവസവും ഞാൻ പാഴാക്കിയിട്ടില്ല. എന്തെങ്കിലും ചെയ്ത് തുടങ്ങി ഒരാഴ്ചയിൽ അധികം അതിൽ ഞാൻ തുടരുന്നത് ഇത് ആദ്യമാണ്." എന്ന് മറ്റൊരാൾ. ഇനി ഒരാളാകട്ടെ, "വിസ്മയപ്പുലരി തുടങ്ങി പത്തുമാസത്തിനുശേഷം എന്റെ വരുമാനം ഇരട്ടിയായി. ജീവിതം അതിന്റെ ഏറ്റവും നല്ല ഘട്ടത്തിലാണ്" എന്നുവരെ വെളിപ്പെടുത്തുന്നു. എന്നാൽ "വിസ്മയപ്പുലരി എന്റെ തടി 25 പൗണ്ട് കണ്ട് കുറച്ചു" എന്ന വിവരമാണ് എന്നെ ഏറെ സന്തോഷിപ്പിച്ചത്. വരുമാനവർധന, ഫലപ്രദമായ ജീവിതം, കൂടുതൽ അച്ചടക്കം, കുറഞ്ഞ സമ്മർദ്ദം, ഭാരക്കുറവ് വരെ അതു നിങ്ങൾക്കു തരുന്നു.

തകർന്ന ബിസിനസ്സും 425,000 ഡോളർ കടവും പാടേ വഷളായ ആരോഗ്യസ്ഥിതിയും കടുത്ത വിഷാദവുമായി ജീവിതത്തിലെ ഏറ്റവും കൊടിയ അധഃപതനത്തിൽനിന്ന് വെറും 12 മാസം കൊണ്ട് മുഴുവൻ കടവും അടച്ചുതീർത്ത് വിജയകരമായി ബിസിനസ്സ് കെട്ടിപ്പടുത്ത് ഇരട്ടിയിലേറെ വരുമാനം നേടി ചിരകാലസ്വപ്നമായ അന്താരാഷ്ട്ര മുഖ്യപ്രഭാഷക പദവി കരസ്ഥമാക്കി, 'ചിക്കൻസൂപ്പ് ഫോർ ദ സോൾസ്' പുസ്തകപരമ്പര പട്ടികയിൽ ഇടം പിടിച്ച ജീവിതകഥ രചിച്ച്, രാജ്യമെമ്പാടുമുള്ള റേഡിയോ, ടിവി ഷോകളിൽ അഭിമുഖം ചെയ്യപ്പെട്ട്, അമ്പത്തെട്ട് മണിക്കൂർ അൾട്രാമാരത്തോൺ പൂർത്തിയാക്കാൻ കഴിയുംവിധം ശാരീരിക, മാനസിക ക്ഷമത കൈവരിച്ച്, 'അത്ഭുതകുട്ടി'യായ

തെങ്ങനെയെന്ന്, അടുത്ത അധ്യായത്തിൽ ഞാൻ നിങ്ങൾക്ക് വിവരിച്ചുതരും. നിങ്ങളുടെ വിജയം അക്ഷരാർത്ഥത്തിൽ ഉറപ്പാക്കുന്ന 'പ്രത്യക്ഷത്തിൽ കാണാനാവാത്ത ചില രഹസ്യങ്ങൾ' നിങ്ങൾ കണ്ടെത്തും.

വിസ്മയപ്പുലരി ലളിതമെന്ന് മാത്രമല്ല, ആസ്വാദ്യകരവും ഇനിയുള്ള ജീവിതകാലം അനായാസം നിങ്ങൾക്ക് തുടർന്നുപോകാൻ കഴിയുന്നതുമാണ്. അതു മാത്രവുമല്ല, വിസ്മയപ്പുലരിക്കുശേഷം എപ്പോൾ വേണമെങ്കിലും ഉറങ്ങാൻ കഴിയുമെങ്കിലും നിങ്ങൾക്ക് ഇപ്പോഴതിൽ താല്പര്യമില്ല എന്നത് നിങ്ങളെ അതിശയിപ്പിക്കും. നല്ല ഉന്മേഷം അനുഭവപ്പെടുന്നതിനാലും എത്ര ജോലിക്ക് ശേഷവും ആ ഉന്മേഷം നഷ്ടപ്പെടാത്തതിനാലും എന്നും ആഴ്ചയറുതിയിൽ ഉൾപ്പെടെ, അതികാലത്തേ എണീക്കുന്നുവെന്ന് എത്രപേർ എന്നോട് പറഞ്ഞുവെന്ന് എനിക്കുതന്നെ ഓർമ്മയില്ല. ഒന്നാലോചിച്ചു നോക്കൂ.

ക്രിസ്മസ് ദിനം പുലർച്ചെ എണീക്കുന്ന കുട്ടിയുടെ അത്യുത്സാഹത്തോടെ 'വിസ്മയപ്പുലരി'യുടെ വിദ്യാർത്ഥികൾ വീണ്ടും വീണ്ടും പുലരികളെ വരവേല്ക്കുന്നു. അത് അവർക്ക് അത്രത്തോളം നന്നായി അനുഭവപ്പെടുന്നു. നിങ്ങളിതുവരെ ക്രിസ്മസ് ആഘോഷിച്ചവരല്ലെങ്കിൽ, നിങ്ങളുടെ ആദ്യസ്കൂൾ ദിനമോ ജന്മദിനമോ അതല്ലെങ്കിൽ ഒരു ഉല്ലാസയാത്രാദിനമോ പോലെ അതിരാവിലെ എണീക്കാൻ അത്യാകാംക്ഷയോടെ കാത്ത ഏതെങ്കിലും ദിവസം ഓർമ്മിക്കുക. എല്ലാ ദിവസവും അപ്രകാരം എണീക്കുന്നത് സങ്കല്പിക്കുക.

അതിരാവിലെ എണീക്കുന്നതുകൊണ്ടുള്ള ചില അസുലഭ നേട്ടങ്ങൾ ഇതാ–

- അധികം ഉന്മേഷം. പൂർണദിനത്തിനായുള്ള ആസൂത്രണത്തിനും പദ്ധതികൾക്കുമായി അധികസമയം.
- കുറഞ്ഞ സമ്മർദ്ദം
- വെല്ലുവിളികളും പ്രതിസന്ധികളും ആത്മവിശ്വാസക്കുറവും മറികടക്കാൻ വേണ്ടത്ര വ്യക്തത.
- കൂടുതൽ ആരോഗ്യം, കുറഞ്ഞ തൂക്കം (ആവശ്യമെങ്കിൽ)
- വർധിച്ച കാര്യശേഷി. മുൻഗണന നൽകുന്ന കാര്യങ്ങളിൽ ശ്രദ്ധയൂന്നാനുള്ള കഴിവ്.
- കൂടുതൽ ആത്മസംതൃപ്തി, കുറഞ്ഞ ഉത്കണ്ഠ

- കൂടുതൽ വരുമാനം നേടാനുള്ള വഴി കണ്ടെത്താനും കര സ്ഥമാക്കാനുമുള്ള കൂടിയ ശേഷി.
- ജീവിതലക്ഷ്യം കണ്ടെത്താം. ജീവിതലക്ഷ്യത്തിനായി ജീവി ച്ചുതുടങ്ങാം.
- അർഹിക്കുന്നതിൽ (ജീവിതത്തിന്റെ എല്ലാ മേഖലകളിലും) കുറഞ്ഞതുകൊണ്ട് തൃപ്തിപ്പെടുന്നത് അവസാനിപ്പിക്കാം. ആഗ്രഹിക്കുന്ന അതിശയകരമായ ജീവിതത്തിന് തുടക്കം കുറിക്കാം.

ആകാശം നോക്കികളായ, അതിരുകടന്ന അവകാശവാദങ്ങളെന്ന് തോന്നിപ്പിക്കുന്ന, വലിയ വാഗ്ദാനങ്ങളാണ് ഞാൻ മുന്നോട്ടുവയ്ക്കുന്നതെന്ന് എനിക്കറിയാം. 'നടന്നിരുന്നെങ്കിൽ വളരെ നല്ല, നടക്കാത്ത സ്വപ്നം' അല്ലേ? ഇതിൽ അതിശയോക്തി അൽപവും ഇല്ല എന്ന്, എന്നാൽ ഞാൻ നിങ്ങൾക്ക് വാക്കുതരുന്നു. ജീവിതത്തിന്റെ എല്ലാ മേഖലകളിലും നിങ്ങൾ ആഗ്രഹിക്കുന്ന വളർച്ച കൈവരിക്കുന്ന വ്യക്തിയാകാൻ കഴിയും വിധം വിസ്മയപ്പുലരി എല്ലാ ദിവസവും നിങ്ങൾക്ക് ഇടവേളകളില്ലാതെ അവസരം നല്കാൻ പോകുന്നു.

നമ്മുടെ സമൂഹത്തിലെ 95 ശതമാനം പേരും അവഗണിക്കുന്നതെന്ന് സ്ഥിതിവിവരക്കണക്കുകൾ തെളിയിക്കുന്ന, നിങ്ങൾ അർഹിക്കുന്ന ജീവിതം നിങ്ങൾക്ക് ഉറപ്പുതരുന്ന, നിങ്ങളുടെ 'വിസ്മയപ്പുലരി'യെ പൂർണമാക്കുന്ന ആധികാരികമായ, അതിഫലവത്തായ ആറ് പരിശീലനങ്ങളടങ്ങിയ ജീവൻ രക്ഷാ ഔഷധം (Life S A V E R S) ഞാൻ നിങ്ങൾക്ക് തരാൻപോകുന്നു. മേൽപ്പറഞ്ഞ 95 ശതമാനമെന്ന സ്ഥിതിവിവരക്കണക്കുകൾ നിങ്ങളുടെ സഹായത്തോടെ തിരുത്താൻ കഴിയുമെന്ന് ഞാൻ പ്രതീക്ഷിക്കുന്നു.

ഒടുവിലിതാ, മുപ്പതു ദിവസംകൊണ്ട് ജീവിതത്തെ മാറ്റിമറിക്കുകയെന്ന വെല്ലുവിളിക്ക് തുടക്കം കുറിക്കുന്ന വിസ്മയപ്പുലരിയിൽ നിങ്ങൾ നങ്കൂരമിട്ടിരിക്കുന്നു. അതു നിങ്ങളുടെ മനോഭാവത്തെ വികസിതമാക്കും. ജീവിതത്തിന്റെ എല്ലാ മേഖലകളിലും നിങ്ങൾ ആഗ്രഹിക്കുന്ന, നിങ്ങൾ അർഹിക്കുന്ന വിജയത്തിലേക്കുള്ള വഴി സുഗമമായും സ്ഥിരമായും കണ്ടെത്തുന്നതിനും അതിനായി പരിശ്രമിക്കുന്നതിനും നേടുന്നതിനും നിലനിർത്തുന്നതിനും ആവശ്യമായ കഴിവ് അരക്കിട്ടുറപ്പിക്കും.

'നിങ്ങൾ ആരായിത്തീരുന്നു' എന്നതാണ് ഇപ്പോഴും, ഇനിയങ്ങോട്ടും, നിങ്ങളുടെ ജീവിതത്തിന്റെ മണവും ഗുണവും നിശ്ചയിക്കുന്ന കാതലായ ഒരേയൊരു ഘടകമെന്ന് ഒരിക്കലും മറക്കാതിരിക്കുക.

നിങ്ങളിപ്പോൾ 'പ്രഭാതമനുഷ്യൻ' ആണെങ്കിലും അല്ലെങ്കിലും, അതിരാവിലെ എണീക്കുക എത്ര അനായാസമെന്ന് ഇനിയങ്ങോട്ട് നിങ്ങൾ പഠിക്കും. അതികാലത്തെ ഉണരുന്നത് അത്യസാധാരണ വിജയങ്ങൾക്ക് എത്ര അത്യന്താപേക്ഷിതമെന്ന് നിങ്ങൾ പഠിക്കും. നിങ്ങളുടെ പൂർണ സാധ്യതകളിലേക്കും പൂർണശേഷിയിലേക്കും പരിപൂർണവിജയത്തിലേക്കുമുള്ള താക്കോലാണ് നിങ്ങളുടെ ആദ്യമണിക്കൂറെന്ന് നിങ്ങൾ അടിവരയിടും. അതിരാവിലെ ഉണരുക, അത് നിങ്ങളുടെ ജീവിതത്തെ മാറ്റിപ്പണിയുമെന്ന് അപ്പോൾ നിങ്ങൾ മനസ്സിലാക്കും.

അധ്യായം രണ്ട്

വിസ്മയപ്പുലരിയുടെ പിറവി: തകർച്ചയിൽനിന്നുള്ള തളിർപ്പ്

തകർച്ചയും നിരാശതയും അതിദ്രുത അതിജീവനത്തിന്റെ ഇന്ധനമത്രേ വിശ്വസിച്ചതൊക്കെയും പൂർണമായി വിട്ടു കളയുന്നവർക്കേ പ്രത്യാശയോടെ പിടിച്ചുനിൽക്കുവാൻ കഴിയൂ.

– വില്യം എസ്. ബറോസ്

ജീവിതത്തെ അടിമുടി മാറ്റാൻ ഒന്നുകിൽ പ്രചോദനം അല്ലെങ്കിൽ തകർച്ച അത്യാവശ്യമത്രേ.

– ആന്തണി റോബിൻസ്

താരതമ്യേന ചെറിയപ്രായത്തിൽത്തന്നെ 'അടിയേ തകരുക' എന്നു നാമൊക്കെ പറയുന്ന അവസ്ഥയുമായി, രണ്ടുവട്ടം കൂട്ടി മുട്ടാൻ എനിക്ക് ഭാഗ്യമുണ്ടായി! ഭാഗ്യമെന്ന് ഞാൻ പറഞ്ഞത് അല്പവും പരിഹാസത്തോടെയല്ല. വെല്ലുവിളിയുടെ കടുത്ത കാലം എനിക്ക് സമ്മാനിച്ച ആന്തരികവളർച്ച, അക്കാലം എന്നെ പഠിപ്പിച്ച പാഠങ്ങൾ, അതാണ് ഞാനാഗ്രഹിച്ച വ്യക്തിയാകാൻ, ഞാൻ എക്കാലവും സ്വപ്നം കണ്ട ജീവിതം കെട്ടിപ്പടുക്കാൻ, എന്നെ പ്രാപ്തനാക്കിയത്. എന്റെ വിജയങ്ങൾ മാത്രമല്ല, എന്റെ പരാജയങ്ങളും, മറ്റുള്ളവർക്കായി, അവരുടെ പരിമിതികൾ മറികടക്കുന്നതിനും അവർ സാധ്യമെന്ന് കരുതുന്നതിലേറെ നേടുന്നതിനുമായി, ഞാൻ സമർപ്പിക്കുന്നത് തികഞ്ഞ കൃതജ്ഞതയോടെയത്രേ.

എന്റെ ആദ്യ തകർച്ച: ദുരന്തസ്ഥലത്ത് മരണാസന്നം

ഇരുപതാം വയസ്സിൽ ഞാൻ അഭിമുഖീകരിച്ച ആദ്യദുരന്തം അവസാനത്തേതുമാകുമായിരുന്നുവെന്ന് ഞാൻ നിങ്ങളോട്

പറഞ്ഞിട്ടുണ്ട്. മദ്യപിച്ച ഡ്രൈവറോടിച്ച ലോറി എന്റെ കാറി ലിടിച്ചുണ്ടായ അപകടത്തിൽ ഞാൻ മരണത്തോടടുത്തെത്തി. (തിരിച്ചെത്താനിടയില്ലെന്ന് തോന്നിപ്പിക്കുംവിധം തകർന്നു പോയ ഞാൻ എപ്രകാരം ജീവിതം തിരിച്ചുപിടിച്ചു എന്നതിനെ ക്കുറിച്ചും അതിൽനിന്നും ഞാൻ പഠിച്ച, നിങ്ങളുടെ ജീവിത ത്തെയും ഗുണപരമായി മാറ്റിയേക്കാവുന്ന, എട്ടു പാഠങ്ങളെ ക്കുറിച്ചും 'ജീവിതം മുമ്പോട്ടുകൊണ്ടുപോകാൻ: സ്വപ്നത്തിലെ ജീവിതം കെട്ടിപ്പടുക്കവേ വിധിവൈപരീത്യത്താൽ വന്നുപെട്ട ജീവിതത്തെ എങ്ങനെ സ്നേഹിക്കാം എപ്രകാരം അതിൽ ജീവിക്കാം' എന്ന എന്റെ ആദ്യപുസ്തകത്തിൽ വിവരിച്ചിട്ടുണ്ട്.)

രണ്ടാം തകർച്ച: കടത്തിൽ മുങ്ങി, നിരാശതയിൽ ആണ്ട്

കൊടിയ വിഷാദത്തിൽ നിന്നുള്ള തിരിച്ചുവരവ് മരണാ സന്നനിലയിൽ നിന്നുള്ള മടങ്ങിവരവിനേക്കാൾ കടുത്തതായി രുന്നു.

2008-ൽ ആയിരുന്നു അത്. ആയിരത്തിതൊള്ളായിരത്തി മുപ്പതുകളിലെ 'സാമ്പത്തികദുരന്ത' (Great Depression) ത്തിനു ശേഷം അമേരിക്കൻ സമ്പദ്‌വ്യവസ്ഥ കടുത്ത മാന്ദ്യം നേരിട്ട കാലം. കാറപകടത്തിന്റെ കഠിനയാതനകളിൽനിന്ന്, അഭിനന്ദ നാർഹമായ തൊഴിലിലേക്ക്, ആറക്കവരുമാനം നേടുന്ന 'കോ ച്ചിങ്' ബിസിനസ്സിലേക്ക്, 'ബെസ്റ്റ് സെല്ലറാ'യ പുസ്തകത്തിന്റെ രചയിതാവിലേക്ക് വളർന്ന എനിക്ക് മുന്നിൽ വീണ്ടും വിധി പ്രത്യക്ഷപ്പെട്ടു. ഇക്കുറി പരിപൂർണ മാനസിക, വൈകാരിക, സാമ്പത്തിക തകർച്ചയായിരുന്നു ഫലം.

ഞാൻ കെട്ടിപ്പടുത്ത അതിലാഭകരമായി പ്രവർത്തിച്ചു കൊണ്ടിരുന്ന സ്ഥാപനങ്ങൾ ഒറ്റരാത്രികൊണ്ട് നഷ്ടത്തിലായി. മാസവരുമാനത്തിൽ പാതി നിന്നനിൽപ്പിൽ ഇല്ലാതായി. തിരി ച്ചടവുകൾ മുടങ്ങി. ഞാൻ എന്റെ ആദ്യവീട് വാങ്ങിയതേയുണ്ടാ യിരുന്നുള്ളൂ. വിവാഹശേഷം ആദ്യകുട്ടിക്കായുള്ള തയ്യാറെടുപ്പി ലായിരുന്നു ഞങ്ങൾ. കടത്തിൽ മുങ്ങി, അടവുകൾ മുടങ്ങി. ജീവിതത്തിൽ ആദ്യമായി ഞാൻ കടുത്തവിഷാദത്തിലായി.

തകർച്ചയുടെ നെല്ലിപ്പടിയിലായി ഞാൻ. കാര്യങ്ങൾ ഇതി ലും വഷളായേക്കുമോ? സാധ്യതയില്ലാതില്ല. അതു കൊടിയ ദുരന്തമാകുമോ? തീർച്ചയായും. ഞാൻ അടിയേ തകർന്നു.

കടം മൃതിയേക്കാൾ ഭയാനകം

കാറപകടമോ സാമ്പത്തികത്തകർച്ചയോ ഏതാണ് നേരിട്ടതിൽ കൂടുതൽ ദുഷ്കരമെന്ന ചോദ്യത്തിന് സാമ്പത്തികത്തകർച്ചയെന്ന് അക്ഷണം ഞാൻ മറുപടി പറയും. അതും വളരെ വളരെ ദുഷ്കരം. കൂറ്റൻ ട്രക്കിടിച്ച് തകർന്ന തലയും ഉടലും ഒടിഞ്ഞ 11 എല്ലുകളും താറുമാറായ തലച്ചോറും മരണത്തിൽ നിന്ന് തലനാരിഴ അകലവും നീണ്ടകോമായും അതിൽനിന്നുണർന്നപ്പോൾ കേട്ട ഇനിയൊരിക്കലും നടക്കാനാവില്ലെന്ന വിശേഷവുമാവും നേരിടാൻ കൂടുതൽ ദുഷ്കരമായ ജീവിത സന്ധി എന്നേ എല്ലാവരും കരുതൂ. അത്തരമൊരു ദാരുണാവസ്ഥയിൽ നിന്നുണ്ടാകുന്ന ശാരീരിക, മാനസിക, വൈകാരിക വ്യഥയേക്കാൾ കടുത്തതായി ജീവിതത്തിൽ ഒന്നുമുണ്ടാവില്ലെന്ന് കരുതുന്നതിലും തെറ്റുപറയാനാവില്ല. പക്ഷേ, എന്റെ കാര്യത്തിൽ അതങ്ങനെയായിരുന്നില്ല.

കാറപകടത്തിനുശേഷം എന്നെ പരിചരിക്കാൻ പലരുമുണ്ടായിരുന്നു. ആശുപത്രിയിൽ എന്റെ കുടുംബം എന്റെ പക്കൽ നിന്ന് ഒരു നിമിഷംപോലും മാറിനിന്നില്ല. സന്ദർശകർ ഒഴിഞ്ഞ നേരമുണ്ടായില്ല. കൂട്ടുകാരും കുടുംബാംഗങ്ങളും സ്നേഹവും പിന്തുണയുമായി കൂടെ നിന്നു. ചികിത്സയുടെയും സൗഖ്യത്തിന്റെയും ഓരോ ഘട്ടവും കാലേക്കൂട്ടി കണക്കാക്കി കരുതലോടെ ഓരോ ചുവടും മുന്നോട്ടുവച്ച ഡോക്ടർമാരും നേഴ്സുമാരും കരുത്തു പകർന്നു. വേണ്ട ഭക്ഷണം അപ്പപ്പോൾ തയ്യാറായി മുന്നിലെത്തി. ജോലിയുടെയും സാമ്പത്തികത്തിന്റെയും സമ്മർദ്ദം ഒഴിവായതിന്റെ ആശ്വാസം അധികമായി. ആശുപത്രിവാസം അനായാസകരമായിരുന്നു.

അങ്ങനെയായിരുന്നില്ല അടുത്ത പ്രതിസന്ധിയിൽ കാര്യങ്ങളുടെ പോക്ക്. ആരുമുണ്ടായിരുന്നില്ല എന്നോട് സഹതപിക്കാൻ. ആരും എന്നെ തേടി വന്നില്ല. എന്നെ കരകയറ്റാനുള്ള പദ്ധതി ആസൂത്രണം ചെയ്യാനും ആരുമുണ്ടായില്ല. ആരും ഭക്ഷണം വാഗ്ദാനം ചെയ്തില്ല. തനിച്ചായി ഞാൻ ഇക്കുറി. ആളുകൾക്ക് അവരുടെ പ്രശ്നങ്ങൾ തന്നെ ധാരാളമായിരുന്നു.

ജീവിതത്തിന്റെ എല്ലാ മേഖലകളിലും, കെട്ടിപ്പൊക്കിയതൊക്കെയും, ചീട്ടുകൊട്ടാരം പോലെ വീണുകൊണ്ടേയിരുന്നു. ശാരീരികമായി, മാനസികമായി, വൈകാരികമായി, സാമ്പത്തികമായി ഞാനൊരു ദുരന്തമായി.

ഭയവും അനിശ്ചിതത്വവും അധികമധികമായി. കിടക്കയിൽ ചുരുണ്ടുകൂടി കിടക്കുന്നതു മാത്രമായി ഏക ആശ്വാസം. എങ്ങനെയും കിടക്കയെ ശരണം പ്രാപിക്കാൻ പഴുതുതേടുംവിധം പരിതാപകരമായി എന്റെ അവസ്ഥ. മരിച്ചാലെന്തെന്ന ചിന്ത മനസ്സിനെ കീഴ്പ്പെടുത്തിത്തുടങ്ങി. എന്നാൽ അതിനെനിക്ക് കഴിയില്ലെന്ന് അപ്പോഴെനിക്ക് മനസ്സിലായിരുന്നില്ല. ഞാനില്ലാതായാൽ മാതാപിതാക്കൾ അടിയേ തകരുമെന്ന ഒരൊറ്റ വിചാരം എങ്ങനെയും പിടിച്ചുനിൽക്കാൻ പ്രേരണയായി. എത്രയൊക്കെ നശിച്ചാലും എങ്ങനെയും പിടിച്ചുകയറാനൊരു കച്ചിത്തുരുമ്പ് എവിടെയെങ്കിലുമുണ്ടാകുമെന്ന നേരിയൊരു വെട്ടം ആഴത്തിലെവിടെയോ മിന്നിക്കൊണ്ടിരുന്നു. പക്ഷേ, ചിന്തകൾ അവിടെത്തന്നെ നിന്നു. സാമ്പത്തിക പ്രതിസന്ധിക്ക് പരിഹാരം കാണാൻ എനിക്കായില്ല. എന്റെ വൈകാരിക വ്യഥ എങ്ങനെ ശമിപ്പിക്കുമെന്നല്ലാതെ മറ്റൊന്നും ചിന്തിക്കാൻ എനിക്ക് നേരമുണ്ടായില്ല.

എന്റെ ജീവിതം മാറ്റിമറിച്ച പ്രഭാതം

പിന്നെ, ഒരൊറ്റ പുലരിയിൽ എല്ലാം മാറിമറിഞ്ഞു. എന്നത്തെയും പോലെ നിരാശതയിൽ ഞാൻ എണീറ്റു. അന്നു പക്ഷേ, ഞാൻ പതിവില്ലാത്ത ഒരു കാര്യം ചെയ്തു. ഒരു കൂട്ടുകാരന്റെ ഉപദേശപ്രകാരം ഞാൻ ഒരുവട്ടം ഒന്ന് ഓടാൻ പോയി. തെറ്റിദ്ധാരണയൊന്നും വേണ്ട. ഞാൻ ഓട്ടക്കാരനൊന്നുമല്ല. തുറന്നുപറഞ്ഞാൽ, ഓടാൻ വേണ്ടി ഓടുന്നതിനോട് എനിക്ക് അവജ്ഞയായിരുന്നു. എന്തുമാവട്ടെ, അതിരുകടന്ന നിരാശയിലും ദുഃഖത്തിലും ഒരു ഓട്ടം സംയമനത്തോടെ ചിന്തിക്കാനും വ്യക്തത വരുത്താനും ഉന്മേഷം ഉണർത്താനും പ്രശ്നങ്ങൾക്ക് പരിഹാരം കണ്ടെത്താനും ഉപകരിച്ചിട്ടുണ്ടെന്ന് എന്റെ നല്ല കൂട്ടുകാരൻ ജോൺ ബെർഗോഫ് എന്നോട് പറഞ്ഞു. 'ഞാൻ ഓട്ടം വെറുക്കുന്നു', ഞാൻ പറഞ്ഞു. "കൂടുതൽ വെറുപ്പ് ഓട്ടത്തിനോടോ ഇപ്പോഴത്തെ നിന്റെ അവസ്ഥയോടോ", ഒട്ടും അമാന്തിക്കാതെ അവൻ ചോദിച്ചു. ഞാൻ തകർന്നവനായിരുന്നു. ഇനി എനിക്ക് ഒന്നും നഷ്ടപ്പെടാൻ ഇല്ല. ഞാൻ ഓടാൻ തീരുമാനിച്ചു. അന്നുരാവിലെ നൈക്ക് എയർ ജോർദാന്റെ ബാസ്കറ്റ് ബോൾ ഷൂ (ഓടാനുള്ള ഷൂ എനിക്ക് ഉണ്ടായിരുന്നില്ല) വിന്റെ ലേസ് മുറുക്കി, ഐപോഡ് (കൊള്ളാവുന്നത് വല്ലതും കേൾക്കാമല്ലോ) കയ്യിലെടുത്ത്, വൈകാതെ ബാങ്ക് ജപ്തി ചെയ്യാൻ പോകുന്ന

വീടിന്റെ വാതിൽ തുറന്ന് ഞാൻ ഇറങ്ങി. ആധികാരികമായ, ആഴത്തിലുള്ള, ജീവിതത്തെ മാറ്റിമറിക്കാൻ പോന്ന വഴിത്തിരിവിലാണ് ഞാൻ എന്ന് അപ്പോൾ ഞാൻ അറിഞ്ഞില്ല. അല്പവും വൈകാതെ അതെന്റെ ജീവിതഗതി തിരിച്ചുവിടുമെന്നും.

ഒത്തുണ്ടാവേണ്ട ഔന്നത്യം

ഉടനടി അതെന്നെ കീഴ്പ്പെടുത്തി. യഥാർത്ഥ്യം ഒരു കുളിർ തെന്നലായി എന്നിലേക്ക് ഇറങ്ങി വരുന്നതുപോലെയായി അത്. ഞാൻ ആഗ്രഹിക്കുന്ന വിജയത്തിനുള്ള വഴി കണ്ടെത്താൻ കഴിയുന്ന, അതിനായി പരിശ്രമിക്കാൻ കഴിയുന്ന, അത് നേടാനും നിലനിർത്താനും കഴിയുന്ന വ്യക്തിയായി എന്നെ വളർത്താൻ, എനിക്ക് കഴിഞ്ഞിട്ടില്ലെന്ന വസ്തുത, എനിക്ക് ബോധ്യമായി. പത്തിന്റെ ഒരു അളവുകോലിൽ പത്തിൽപത്ത് വിജയം ഞാൻ ആഗ്രഹിക്കുന്നു. എന്നാൽ എന്റെ വ്യക്തിവളർച്ച രണ്ടിലോ മൂന്നിലോ ഏറിവന്നാൽ കൊള്ളാവുന്നൊരു ദിവസമാണെങ്കിൽ മൂന്നിലോ നാലിലോ ഒതുങ്ങുന്നു.

ഇതാണ് നമ്മുടെ എല്ലാവരുടെയും പ്രശ്നമെന്ന് ഞാൻ മനസ്സിലാക്കി. ജീവിതത്തിന്റെ എല്ലാ മേഖലകളിലും - ആരോഗ്യം, ആനന്ദം, സാമ്പത്തികം, ബന്ധങ്ങൾ, തൊഴിൽ, ആത്മീയത എന്തിലും - പത്തിൽ പത്ത് വിജയം നിങ്ങൾ ആഗ്രഹിക്കുന്നു. എന്നാൽ വ്യക്തിത്വവളർച്ചയിൽ (അറിവ്, അനുഭവപരിചയം, മനോഭാവം, വിശ്വാസം) ഒരു മേഖലയിൽ പോലും നിങ്ങൾ പത്തിന്റെ അടുത്തുപോലുമല്ല. പിന്നെ ജീവിതമൊരു പോരാട്ടമായി മാറും.

നമ്മുടെ ആന്തരികജീവിതത്തിന്റെ പ്രതിഫലനമാണ് ബാഹ്യജീവിതം. നമ്മുടെ വിജയത്തിന്റെ തോത് നമ്മുടെ വ്യക്തിത്വ വളർച്ചയ്ക്ക് ഒത്തതാവും എപ്പോഴും. നാം ജീവിക്കാൻ ആഗ്രഹിക്കുന്ന ജീവിതം കെട്ടിപ്പടുക്കാൻ കഴിയുന്ന വ്യക്തിയാവാൻ, കുറച്ചുസമയം, എല്ലാ ദിവസവും, സ്വയം വളരാനായി നാം മാറ്റിവയ്ക്കേണ്ടിവരും. കരസ്ഥമാക്കാൻ ഏറെ കഷ്ടപ്പെടേണ്ടുന്ന ഒന്നുതന്നെയാണ് വിജയം.

ഞാൻ വീട്ടിലേക്ക് തിരിച്ച് ഓടി. എന്റെ ജീവിതത്തെ മാറ്റാൻ ഞാൻ തയ്യാറായിരിക്കുന്നു.

ആദ്യ വെല്ലുവിളി: സമയം കണ്ടെത്തൽ

എന്റെ എല്ലാ പ്രശ്നങ്ങൾക്കും പരിഹാരമായി, വ്യക്തി വളർച്ചയ്ക്ക് ദൈനംദിന ജീവിതത്തിൽ മുൻഗണന നൽകാൻ പ്രതിജ്ഞാബദ്ധമാവേണ്ടതുണ്ടെന്ന് എനിക്കറിയാമായിരുന്നു. ഞാനാഗ്രഹിച്ച തലത്തിലുള്ള ജീവിതവിജയത്തിനുള്ള മാർഗ്ഗം ഇടതടവില്ലാതെ കണ്ടെത്തുന്നതിനും കൈവരിക്കുന്നതിനും നിലനിർത്തുന്നതിനും കഴിയുന്ന വ്യക്തിക്കും എനിക്കും ഇടയിൽ വിട്ടുപോയ കണ്ണി അതാണ്. അത് മാത്രം.

എല്ലാവരേയുംപോലെ എന്റെയും മുമ്പിലെ പ്രധാന വെല്ലുവിളി അതുതന്നെ – സമയം കണ്ടെത്തൽ. എങ്ങിനെയും പിടിച്ചുനിൽക്കാനും ദൈനംദിന ചിലവുകൾ ഒപ്പിച്ചുപോകാനും പാടുപെടുമ്പോൾ വ്യക്തിത്വവളർച്ചയ്ക്കായി അധികസമയം നീക്കിവയ്ക്കുക അസാധ്യം തന്നെ. നിങ്ങൾക്കും അത് മനസ്സിലാകും. “ഒരു വശത്ത് നാം സന്തോഷം ആഗ്രഹിക്കുന്നു. മറു വശത്ത് നമ്മെ സന്തോഷിപ്പിക്കുന്ന കാര്യങ്ങൾ എന്തെന്നും നമുക്കറിയാം. പക്ഷേ, ആ കാര്യങ്ങൾ നാം ചെയ്യില്ല. എന്തുകൊണ്ട്? നാം തിരക്കിലാണ്. തിരക്കിട്ട് എന്തു ചെയ്യുന്നു? സന്തോഷം കണ്ടെത്താനുള്ള പരിശ്രമത്തിന്റെ തിരക്കിലാണ്”, എന്ന് ‘ജീവിതതാളം’ (The Rhythm of Life) എന്ന ബെസ്റ്റ് സെല്ലർ പുസ്തകത്തിന്റെ കർത്താവ് മാത്യു കെല്ലി പറഞ്ഞത് എനിക്ക് ഏറെ ഇഷ്ടമാണ്.

ഞാനെന്റെ ‘പ്ലാനർ’ കയ്യിലെടുത്ത് ചാരുകസാലയിൽ കിടന്നു. സമയം കണ്ടെത്തിയേ, അല്ല ഉണ്ടാക്കിയേ, മതിയാകൂ. സ്വയം ഞാൻ ചില നിർദ്ദേശങ്ങൾ മുന്നോട്ടുവച്ചു.

വൈകിട്ടായാലോ?

ജോലി കഴിഞ്ഞ് വൈകിട്ട്, അല്ലെങ്കിൽ പങ്കാളി ഉറങ്ങാൻ കിടന്നുകഴിഞ്ഞ് രാത്രി വൈകി, എന്നതായിരുന്നു എന്റെ ആദ്യ പരിഗണന. ദിവസത്തിൽ അവളോടൊപ്പം ചെലവഴിക്കാൻ ആകെ കിട്ടുന്നത് വൈകുന്നേരങ്ങൾ മാത്രമാണെന്ന് അപ്പോഴാണ് ഞാൻ ഓർത്തത്. വൈകിയ രാത്രികൾ എനിക്കൊട്ടും നന്നല്ല എന്ന് പ്രത്യേകം പറയേണ്ടതില്ല. അധികം ക്ഷീണിതനാകയാൽ ഏകാഗ്രത വലിയ വെല്ലുവിളിയാകും. വ്യക്തിത്വ വളർച്ചയ്ക്ക് ശ്രമിക്കാൻ പറ്റിയ അത്യാവശ്യം മാനസികനില പോലും അപ്പോൾ എനിക്കുണ്ടാകില്ല. അല്ല, വൈകുന്നേരം പറ്റിയ സമയമല്ല.

ഉച്ചകഴിഞ്ഞായാലോ?

മധ്യാഹ്നത്തിൽ എനിക്ക് കുറച്ചുസമയം കണ്ടെത്താൻ കഴിഞ്ഞേക്കും. ഉച്ചയൂണിനുള്ള ഇടവേളയിൽ അല്ലെങ്കിൽ അതിനും വൈകുന്നേരത്തിനും ഇടയിൽ, ആ 'അധികസമയ' ത്തിന് സാധ്യതയുണ്ട്. പക്ഷേ, ആ 'അധികസമയം' ഉണ്ടായില്ല. ആ ദിവസവും എന്നത്തേയുംപോലെ ഞങ്ങളെ കടന്നുപോയി.

വേണ്ട വേണ്ട – രാവിലെ വേണ്ട!

പിന്നെ ഞാൻ രാവിലെ സമയം കണ്ടെത്തുന്നതിനെക്കുറിച്ച് ചിന്തിച്ചെങ്കിലും ഞാൻ തന്നെ എതിർത്തു. ഞാനൊരു 'പ്രഭാത മനുഷ്യൻ' അല്ല എന്നു പറഞ്ഞാൽ അത് പൂർണമായ വാസ്തവം വെളിപ്പെടുത്തുന്ന പ്രസ്താവന ആവില്ല. ഓട്ടത്തെ ഞാൻ എത്ര മാത്രം വെറുത്തോ അതിലേറെ രാവിലെ എണീക്കുന്നത് പ്രത്യേകിച്ച് അതിരാവിലെ എണീക്കുന്നത് ഞാൻ ഭയപ്പെട്ടു. പക്ഷേ, ഞാനതെക്കുറിച്ച് ചിന്തിക്കുന്തോറും ചില ഗുണവശങ്ങൾ എന്റെ ശ്രദ്ധയിൽപ്പെട്ടു.

അതിരാവിലെ വ്യക്തിത്വവളർച്ചയ്ക്ക് ഉതകുന്ന കാര്യങ്ങൾക്കായി സമയം നീക്കിവെക്കുകയെന്നാൽ പ്രസാദാത്മകവും പ്രചോദനാത്മകവുമായ ഒരു ദിവസത്തിന്റെ തുടക്കം എന്നാണർത്ഥം. പ്രഭാതത്തിൽനിന്ന് പുതിയ ചിലത് പഠിക്കാൻ എനിക്ക് കഴിയും. ദിനം മുഴുവൻ കൂടുതൽ ഉന്മേഷത്തിൽ കൂടുതൽ ശ്രദ്ധയിൽ, കൂടുതൽ പ്രചോദനത്തിൽ കഴിയാൻ അതെന്നെ സഹായിച്ചേക്കും. 'ദിവസത്തിന്റെ പങ്കായം' (The Rudder of the day) എന്ന പേരിൽ സ്റ്റീവ് പൗളിന ഡോട്ട് കോമിൽ (stevePavlina.com) വായിച്ച ബ്ലോഗ് പോസ്റ്റ് ഞാൻ ഓർത്തെടുത്തു.

"ആദ്യമണിക്കൂറാണ് ആ ദിവസത്തിന്റെ പങ്കായമെന്ന് പറയാറുണ്ട്. ആദ്യമണിക്കൂറിലെ മടിയും അലങ്കോലവും ആ ദിവസം മുഴുവൻ നീണ്ടുനിന്നേക്കാം. ആദ്യ മണിക്കൂർ കഴിയുന്നത്ര ഫലപ്രദമാക്കാൻ കഴിഞ്ഞാൽ ശേഷം ദിവസം മുഴുവൻ അത് നിലനിൽക്കും" എന്ന് 'ഉൽസാഹികൾക്കുവേണ്ടി വ്യക്തിത്വവളർച്ച' (Personal Development for Smart People) എന്ന ഗ്രന്ഥത്തിന്റെ കർത്താവ് കൂടിയായ സ്റ്റീവ് പറയുന്നു.

ഒരു ദിവസം അതിന്റെ ഒടുവിൽ സമ്മാനിക്കുന്ന ഒഴികഴിവുകൾ ('ഞാനാകെ മടുത്തു', 'എനിക്കൊട്ടും സമയമില്ല') കൊണ്ട് പുലർച്ചെയുള്ള വ്യക്തിത്വവികസന പരിപാടി മാറ്റിവയ്ക്കാനാ

വില്ല എന്നു പ്രത്യേകം പറയേണ്ടതില്ലല്ലോ. എന്റെ ജീവിതവും തൊഴിലും പ്രതിസന്ധിയിൽ തുടരവേ തന്നെ, അതിരാവിലെ എണീറ്റ് എനിക്കത് ചെയ്യാൻ കഴിഞ്ഞാൽ, ഉറപ്പ്, ഇനിയുള്ള ഓരോ ദിവസവും അത് നടക്കും.

മാത്രവുമല്ല, പറ്റിയ മറ്റൊരു സമയം എനിക്ക് കണ്ടെത്താനുമായില്ല. പുലരിയിലെ ആദ്യ പരിപാടി എന്റെ വ്യക്തിത്വവികസനമാകുന്നത് വളരെ ഗുണകരമായ കാര്യമാണെങ്കിലും അഞ്ചുമണിക്കെണീക്കുക എന്നത് അത്ര അസാധ്യമെന്ന് കണ്ട് തള്ളിക്കളഞ്ഞ എനിക്ക് ആറുമണിക്കെങ്കിലും എന്നെ കിടക്കയിൽ നിന്ന് കുത്തിപ്പൊക്കുക അത്ര സുഖകരമായിരുന്നില്ല. അസ്വസ്ഥതയും അൽപം തോൽവിയും അനുഭവിച്ച ഞാൻ പ്ലാനർ മടക്കി പരിപാടി അവസാനിപ്പിക്കാൻ ഒരുങ്ങവേ, എന്റെ ഗുരു കെവിൻ ബ്രേസിയുടെ വാക്കുകൾ കാതിൽ മുഴങ്ങി "വേറിട്ടൊരു ജീവിതം ആഗ്രഹിക്കുന്നവർ വേറിട്ടെന്തെങ്കിലും ചെയ്യാൻ തയ്യാറായിരിക്കണ"മെന്ന് കെവിൻ സദാ പറയുമായിരുന്നു.

നാശം. എനിക്കറിയാം കെവിൻ പറഞ്ഞത് ശരിയാണെന്ന്. അതുപക്ഷേ, അതിരാവിലെ എണീക്കൽ എന്ന പരിപാടി എളുപ്പമാക്കില്ലല്ലോ. സ്വയം സൃഷ്ടിച്ച, ആയുഷ്കാലത്തിൽ അവസാനിപ്പിക്കാനാവില്ലെന്ന് വിശ്വസിച്ച 'പ്രഭാതമനുഷ്യനല്ല' എന്ന ധാരണ മാറ്റിയെഴുതാൻ ഉറച്ച്, സ്വയം മാറുമെന്ന സുദൃഢ തീരുമാനത്തോടെ, അടുത്ത പുലരിയിൽ അഞ്ച് മണിക്കെണീറ്റ് ആദ്യ വ്യക്തിത്വ വികസന പരിശീലനത്തിന് തുടക്കമിടുമെന്ന് ഞാനെന്റെ ദിനചര്യാപട്ടികയിൽ എഴുതിച്ചേർത്തു.

രണ്ടാമത്തെ വെല്ലുവിളി: എന്തു ചെയ്യും?

പിന്നെ ഞാൻ അടുത്ത വെല്ലുവിളി അഭിമുഖീകരിച്ചു. എന്റെ ജീവിതത്തെ അതിവേഗം സ്വാധീനിക്കുന്ന, അഭിവൃദ്ധിപ്പെടുത്തുന്ന, എന്തു കാര്യമാണ് എനിക്ക് ആ ആദ്യമണിക്കൂറിൽ ചെയ്യാൻ കഴിയുക? വായിക്കാം, പക്ഷേ, ഞാനത് മുന്നേ ചെയ്തുകൊണ്ടിരുന്നതാണ്. ഇക്കുറി പ്രത്യേകമായി എന്തെങ്കിലും തന്നെ വേണം. വ്യായാമം ചെയ്യാം. പക്ഷേ, അതിൽനിന്ന് സൃഷ്ടിപരമായ എന്തെങ്കിലും എനിക്ക് ലഭിക്കുമെന്ന് തോന്നുന്നില്ല. ഒടുവിൽ ഒരു കഷണം കടലാസെടുത്ത് വർഷങ്ങളായി ഞാൻ പഠിച്ച എന്നാൽ ഒരിക്കലും പരിശീലിക്കാത്ത, വ്യക്തിത്വവികസന മാർഗ്ഗങ്ങൾ എഴുതി. ധ്യാനം, ദൃഢീകരണം അഥവ സ്ഥിരീ

കരണം, ഭാവനാചിത്രണം (വിഷ്വലൈസേഷൻ) പിന്നെ വായന യും വ്യായാമവും.

വിനാവിളംബം ജീവിതത്തിൽ നാടകീയ പ്രഭാവം ചെലുത്താ നുതകുന്നതെന്ന് കരുതിയ ആ ആറ് കാര്യങ്ങൾ ഞാൻ തെര ഞ്ഞെടുത്തു. ഓരോന്നിനും പത്ത് മിനിറ്റ് മാറ്റിവച്ച് പിറ്റേന്ന് പുലർച്ചേ മുതൽ പരിശീലിക്കാൻ തീരുമാനിച്ചു. ആ പട്ടിക യിൽ കണ്ണോടിച്ചപ്പോഴേ ഉള്ളിലൊരു പ്രചോദനത്തിന്റെ ഉറവ ഉണർന്നു എന്നത് അതിശയമായി. അതിരാവിലെ എണീക്കുന്നത് ഭയപ്പെട്ട ഞാൻ പൊടുന്നനെ അതിൽ അധികമധികം ആകൃഷ്ട നായി. ആ രാത്രി എനിക്ക് ഉറങ്ങാൻ കഴിഞ്ഞില്ല. പുലരാനായി ഞാൻ ആകാംക്ഷയോടെ കാത്തു.

അലാറം അഞ്ചടിച്ചപ്പോഴേ കണ്ണുകൾ മലർക്കെ തുറന്ന് കിട ക്കയിൽനിന്ന് കുതിച്ചെണീറ്റ ഞാൻ എന്തെന്നില്ലാത്ത ഉന്മേ ഷവും ഉത്തേജനവും അനുഭവിച്ചു. അത് അനായാസമായിരുന്നു. അത്യുത്തേജകമായിരുന്നു. അതെന്നെ ക്രിസ്മസ് പുലരിയിൽ ഉണർന്നെണീക്കുന്ന കുട്ടിയെ ഓർമ്മിപ്പിച്ചു. ഉറക്കമുണരൽ അതിനുമുൻപൊരിക്കലും ഇത്ര അനായാസമായിരുന്നിട്ടില്ല. ക്രിസ്മസ് ദിനത്തിലെ കുഞ്ഞിനെക്കാൾ ഉന്മേഷവാനും ഉത്തേ ജിതനുമായിരുന്നു ഞാൻ, ആ ദിനം മുഴുവൻ. അല്ല, ഇന്നുവരെ.

എന്റെ മുഴുവൻ ജീവിതത്തെയും മാറ്റിത്തീർത്ത ആ പ്രഭാതം

പല്ലുതേച്ച്, മുഖം കഴുകി, ഒരു ഗ്ലാസ് വെള്ളം കയ്യിലെടുത്ത് നേരേ ഞാനെന്റെ സ്വീകരണമുറിയിലെ കസാലയിൽ കൃത്യം 5.05-ന് അമർന്നു. ഏറെക്കാലത്തിനുശേഷം ആദ്യമായി ജീവി തത്തിൽ ഞാനൊരു ഉത്തേജനം അനുഭവിച്ചു. വെളിയിൽ അപ്പോഴും ഇരുട്ടായിരുന്നു. പക്ഷേ, അതിൽ നിന്ന് ഒരു ഉന്മേഷം ഊറിവരുന്നുണ്ടായിരുന്നു. വർഷങ്ങളോളം ഞാൻ പഠിച്ച പ്രവൃത്തിപഥത്തിൽ വരുത്താത്ത വ്യക്തിത്വവികസന പരിപാടി കളുടെ പട്ടിക ഞാൻ പുറത്തെടുത്തു. ഒന്നൊന്നായി ഓരോന്നും ഞാൻ പരിശീലിച്ചു.

മൗനം: നിശ്ശബ്ദമായി, പ്രാർത്ഥനയിൽ, ധ്യാനത്തിൽ, ശ്വാസോ ച്ഛ്വാസം ശ്രദ്ധിച്ച് 10 മിനിറ്റ്. ഉള്ളിലെ സമ്മർദ്ദം അലിഞ്ഞില്ലാ താകുന്നത് ഞാൻ അറിഞ്ഞു. ശരീരമാകെ ഒരു ശാന്തത പൊതിഞ്ഞു. മനസ്സ് അയഞ്ഞു. തിരക്കും ബഹളവും കൂട്ടക്കുഴപ്പ

ങ്ങളും നിറഞ്ഞ പതിവു പ്രഭാതങ്ങളിൽനിന്നും പാടേ വ്യത്യസ്തം. കാലങ്ങൾക്കുശേഷം ഞാൻ *ശാന്തി* നുണഞ്ഞു.

വായന: വായിക്കാൻ കഴിയാത്തതിന് ഒഴികഴിവ് കണ്ടെത്തിക്കൊണ്ടിരുന്ന ഞാൻ ജീവിതകാലത്തേക്കുള്ള ശീലമാകണമേയെന്ന പ്രാർത്ഥനയോടെ വായനയ്ക്ക് തുടക്കം കുറിക്കവേ, ഉത്സാഹഭരിതനായി. 'ചിന്തിക്കുക, സമൃദ്ധിയിലേക്ക് വളരുക' (Think and Grow Rich) എന്ന നെപ്പോളിയൻ ഹില്ലിന്റെ ക്ലാസിക് കൃതി അലമാരയിൽ നിന്ന് ഞാൻ പുറത്തെടുത്തു. കയ്യിലുള്ള പല പുസ്തകങ്ങളെയുംപോലെ വായിച്ച് തുടങ്ങി മാറ്റിവച്ചതായിരുന്നു ഈ പുസ്തകവും. പത്ത് മിനിറ്റ് വായിച്ച് അന്നേക്ക് നടപ്പാക്കാവുന്ന ചില ആശയങ്ങൾ ഞാൻ കണ്ടെത്തി. ഒരാശയം മതി നിങ്ങളുടെ ജീവിതം മാറാൻ എന്ന് ഞാനോർത്തു. *മനസ്സുണരുന്നത്* ഞാൻ അറിഞ്ഞു.

സ്ഥിരീകരണം: സ്ഥിരീകരണം നൽകുന്ന 'അധികാരം' കണ്ടെത്താൻ ഇതുവരെ മെനക്കെടാതിരുന്ന ഞാൻ 'ചിന്തിക്കുക സമൃദ്ധിയിലേക്ക് വളരുക' എന്ന് ഉറക്കെ പ്രഖ്യാപിക്കുന്ന 'ആത്മവിശ്വാസസ്ഥിരീകരണം' വായിച്ച് ഉത്തേജിതനായി. എന്റെ, നമ്മുടെ ഓരോരുത്തരുടെയും, ഉള്ളിലുള്ള അതിരില്ലാത്ത സർഗ്ഗശേഷി ഉറപ്പിക്കുന്ന ഓർമ്മപ്പെടുത്തലത്രേ സ്ഥിരീകരണം (Affirmation). സ്ഥിരീകരിക്കേണ്ട കഴിവുകൾ എഴുതി തയ്യാറാക്കാൻ ഞാൻ തീരുമാനിച്ചു. ജീവിതത്തെ മാറ്റിത്തീർക്കുന്നതിനായി എനിക്ക് വേണ്ടത്, ഞാൻ ആകേണ്ടത്, ചെയ്യേണ്ടത് ഞാൻ കുറിച്ചു. എന്നിൽ *ആത്മവിശ്വാസം* ഉണർന്നു.

വിഷ്വലൈസേഷൻ (ഭാവനാചിത്രണം) കംപ്യൂട്ടർ വാളിൽനിന്ന് വിഷൻ ബോർഡ് ഞാൻ എടുത്തു. ദ സീക്രട്ട് എന്ന ചലച്ചിത്രം കണ്ടശേഷം രൂപപ്പെടുത്തിയെടുത്തതാണ് അത്. വിഷ്വലൈസേഷൻ ടൂളായി (Visualisation tool) മാത്രം ഉദ്ദേശിച്ചിട്ടുള്ള, അതിനായി മാത്രം ഉപയോഗിക്കാൻ കഴിയുന്ന അത് ഞാൻ അപൂർവ്വമായി മാത്രമേ നോക്കിയിട്ടുള്ളൂ. പത്ത് മിനിറ്റ് ഒന്നിനുപിറകെ ഒന്നായി ഇമേജുകളിൽ ഞാൻ ശ്രദ്ധ കേന്ദ്രീകരിച്ചു.

ഓരോന്നും ക്ലോസ്ഷോട്ടിൽ കണ്ട് അവ എന്റെ ജീവിതത്തിൽ സാക്ഷാത്ക്കരിക്കപ്പെട്ടാലെന്നതുപോലെ ഉണ്മയുടെ ഓരോ അംശംകൊണ്ടും അനുഭവിച്ചു. എന്റെയുള്ളം *പ്രചോദിതമായി.*

ഡയറിയെഴുത്ത്: വർഷങ്ങളായി വാങ്ങിവച്ചിരിക്കുന്ന ഒന്നും എഴുതാത്ത നിരവധി ഡയറികളിൽ ഒന്ന് ഞാനെടുത്തു. ഏതാനും ദിവസങ്ങൾ, കൂടിവന്നാൽ ഒരാഴ്ച എഴുതി എല്ലാവരെയുംപോലെ പരാജയം സമ്മതിച്ച് പിൻവാങ്ങുകയായിരുന്നു ഇതുവരെ ഞാനും. എന്തുകൊണ്ട് ഈ ജീവിതത്തോട് ഞാൻ കൃതജ്ഞനായിരിക്കുന്നുവെന്ന് ഈ ദിവസം ഞാൻ എഴുതി. ഏതാണ്ട് ഉടനെതന്നെ, കനത്തൊരു മൂടൽമഞ്ഞുകണക്കെ ഉള്ളിൽ കനംതൂങ്ങി നിന്ന വിഷാദം പതിയെ അകന്നുതുടങ്ങി. പൂർണമായി അകന്നു എന്നല്ല, അതിന്റെ ഭാരമൊന്ന് സാരമായി കുറഞ്ഞു. ഞാൻ എന്തിനോട് നന്ദിയുള്ളവനായിരിക്കുന്നു എന്നതൊന്ന് എഴുതിയപ്പോഴേ എന്റെ ഉന്മേഷം ഉണർന്നു. ഞാൻ കൃതജ്ഞതാഭരിതനായി.

വ്യായാമം: ഒടുവിൽ ഞാൻ കസേരയിൽനിന്ന് എഴുന്നേറ്റു. 'ചലനം വൈകാരികപക്വത സൃഷ്ടിക്കുന്നു' എന്ന് ടോണി റോബിൻസ് പലവട്ടം പറഞ്ഞിട്ടുള്ളത് ഞാനോർത്തു. ഒന്നുകൂടി ചെയ്യാനാവാത്തവിധം മടുക്കുവോളം പുഷ്അപ്പുകൾ എടുത്തു. അപകടം സമ്മാനിച്ച ശരീരക്ഷതങ്ങൾ അനുവദിക്കുവോളം സിറ്റ് അപ്പുകളും. ക്ലോക്കിൽ ആറുമിനിറ്റ് അവശേഷിക്കേ കൂട്ടുകാരിയുടെ യോഗാവീഡിയോ ഡിവിഡി പ്ലേയറിലിട്ട് അതിലെ ആദ്യ ആറുമിനിറ്റ് ആസ്വദിച്ച് ചെയ്തു. ഞാൻ *ഊർജസ്വലനായി.*

ഗംഭീരമായിരുന്നു അത്. അവിശ്വസനീയം. ഏറ്റം ശാന്തമായ, ഉണർന്ന, ഉന്മേഷകരമായ, ഉൾബലമുള്ള, ഒപ്പം കൃതജ്ഞതാഭരിതമായ ദിനമായി അത്. അപ്പോൾ പുലർച്ചെ ആറു മണി.

അത്ഭുതത്തിൽ കുറഞ്ഞ ഒന്നുമല്ല

അടുത്ത ഏതാനും ആഴ്ചകൾ ഞാൻ അഞ്ചുമണിക്കുതന്നെ ഉണരുകയും 60 മിനിറ്റ് നീളുന്ന എന്റെ വ്യക്തിത്വവികസന പരിപാടി തുടരുകയും ചെയ്തു. ആ പുലരികൾ എനിക്ക് നൽകിയ അനുഭൂതികളും അതുമൂലം എനിക്കുണ്ടാക്കാൻ കഴിഞ്ഞ വളർച്ചയും 'ഇനിയും ഇനിയും' എന്ന് എന്നെ പ്രേരിപ്പിച്ചു. അങ്ങനെ ഒരുനാൾ ഉറങ്ങാൻ കിടക്കുംമുൻപ് അക്കാലത്ത് ആലോചിക്കാൻ പോലും കഴിയാത്ത ഒരു കാര്യം ഞാൻ ചെയ്തു – അലാം ക്ലോക്ക് പുലർച്ചെ നാലിൽ സെറ്റ് ചെയ്തു. ഉറക്കത്തി

ലേക്ക് വഴുതിവീഴവേ എനിക്ക് ഭ്രാന്തായോ എന്ന് ഞാൻ സംശയിച്ചു.

അതിശയമെന്ന് പറയട്ടെ, നാല് മണിക്ക് എണീക്കുക എന്നത് അഞ്ചുമണിക്ക് എന്നതുപോലെ അനായാസമായി, എന്നു മാത്രമല്ല, നാലുമണിക്കോ അഞ്ചുമണിക്കോ എണീക്കുന്നത്, ഉണരുന്നതേ കഠിനമായിരുന്ന പഴയകാലത്തേക്കാൾ പത്തുമടങ്ങ് എളുപ്പവുമായി.

എന്നിലെ സമ്മർദ്ദനിരക്ക്, സ്ട്രെസ് ലെവൽ, നാടകീയമായി താണു. കൂടുതൽ ഉന്മേഷവും ഉണർവ്വും വ്യക്തതയും ശ്രദ്ധയും എനിക്ക് ലഭിച്ചു. ഞാൻ സന്തോഷവാനും സന്നദ്ധനും പ്രചോദിതനുമായി. വിഷാദം വിദൂരമായ ഓർമ്മയായി. ഞാനെന്റെ പഴയ ആത്മവിശ്വാസം വീണ്ടെടുത്തു. ഞാൻ പഴയ ഞാനായി. വലിയ വളർച്ച വളരെ വേഗത്തിൽ കൈവരിച്ച ഞാൻ പഴയ എന്നെ എല്ലാത്തരത്തിലും കടത്തിവെട്ടി. പതിന്മടങ്ങ് ഊർജസ്വലതയിൽ, പ്രചോദനത്തിൽ, വ്യക്തതയിൽ, ശ്രദ്ധയിൽ എനിക്ക് ലക്ഷ്യങ്ങൾ അനായാസം ഉറപ്പിക്കാൻ കഴിഞ്ഞു. തന്ത്രങ്ങൾ മെനയാൻ കഴിഞ്ഞു. എന്റെ ബിസിനസ്സ് കരകയറ്റാനും വരുമാനം വർദ്ധിപ്പിക്കാനും പദ്ധതി നടപ്പാക്കാൻ കഴിഞ്ഞു. ആദ്യ 'വിസ്മയപ്പുലരി' രണ്ടുമാസം പിന്നിട്ടപ്പോൾ എന്റെ വരുമാനം, സാമ്പത്തികമാന്ദ്യത്തിന് മുമ്പുണ്ടായിരുന്നതിന് ഒപ്പമല്ല, മുമ്പെന്നുമുണ്ടായിരുന്നതിനേക്കാൾ അധികമായി.

എന്റെയീ ആധികാരികമായ 'പ്രഭാത വ്യക്തിത്വവികസന പതിവ്' ഞാൻ പരിശീലിപ്പിക്കുന്ന എന്റെ സ്വന്തം കക്ഷികളുമായി പങ്കുവയ്ക്കാൻ തുടങ്ങിയപ്പോൾ എനിക്കതിനൊരു പേര് വേണ്ടിവന്നു. ഞാൻ അനുഭവിച്ച മാറ്റം അത്ര ആഴത്തിലും, അത് സംഭവിച്ചത് അത്ര വേഗത്തിലും - പറ്റേ തകർച്ചയിൽനിന്നും പീഡിതമായ മനസ്സിൽനിന്നും സാമ്പത്തികമായ സുരക്ഷിതത്വത്തിലേക്കും സ്വാർത്ഥകമായ ജീവിതത്തിലേക്കും - ആയതിനാൽ, അത്ഭുതമായി അനുഭവപ്പെട്ട അതിന്, 'വിസ്മയപ്പുലരി' എന്നല്ലാതെ മറ്റൊരു പേര് യോജിക്കുമായിരുന്നില്ല.

ഏ... കേറ്റിക്ക് കഴിയുമെങ്കിൽ....

ഏതാനും ആഴ്ചകൾക്കുശേഷം പരിശീലനത്തിനായുള്ള ഫോൺവിളിക്കിടെ, 'ഹാൽ എങ്ങനെയാണ് പ്രഭാതങ്ങൾ ചെലവഴിക്കുക' എന്ന് കേറ്റി എന്നോട് ചോദിച്ചു. 'വിസ്മയപ്പുലരി'

യെക്കുറിച്ചും ഒരു മണിക്കൂർ മുന്നേ എണീക്കുന്നതിന്റെ പ്രയോജനങ്ങളെക്കുറിച്ചും ആധികാരികമായി വിവരിച്ചെങ്കിലും, 'ഓ നേരത്തേ എണീക്കാനൊന്നും എനിക്ക് താൽപര്യമില്ല, ഞാൻ പ്രഭാതത്തിന്റെ ആളല്ല' എന്നവൾ ഒഴിഞ്ഞുമാറി.

എങ്കിലും തുറന്ന മനസ്സായിരുന്നു കേറ്റിയുടേത്. എന്നും പുലർച്ചെ ആറുമണിക്ക്, പതിവിലും ഒരു മണിക്കൂർ മുന്നേ, എണീക്കാമെന്നും 'വിസ്മയപ്പുലരി' ശ്രമിച്ചുനോക്കാമെന്നും അവൾ ഏറ്റു. പ്രോത്സാഹിപ്പിച്ച് ഞാനവൾക്ക് നല്ലത് നേർന്നു.

ഒരാഴ്ചക്കുശേഷം വന്ന കോച്ചിങ് കോളി (ടെലഫോണിലൂടെയുള്ള കോച്ചിങ്ങ് അഥവാ പരിശീലനം)ൽ കേറ്റി അത്യാവേശത്തിലായിരുന്നു. ശരിക്കുമവൾ എല്ലാദിവസവും ആറുമണിക്ക് തന്നെ എണീറ്റോ എന്ന എന്റെ ചോദ്യത്തിനുള്ള മറുപടി അപ്രതീക്ഷിതമായിരുന്നു. "ആദ്യദിവസം ഞാൻ ആറുമണിക്ക് എണീറ്റു. നിങ്ങൾ പറഞ്ഞത് നേരാണ്, അത് അതിശയകരമായൊരു പ്രഭാതം തന്നെയായിരുന്നു. കുറച്ചുകൂടി നേരത്തേ എണീക്കണമായിരുന്നു എന്നെനിക്ക് തോന്നി. ആ ആഴ്ചയിലെ ബാക്കി ദിവസങ്ങൾ ഞാൻ അഞ്ചിന് എണീറ്റു! ഹാൽ ഇത് ശരിക്കും അത്ഭുതം തന്നെ!"

ഓ... ഞാനതെന്റെ മറ്റ് കക്ഷികളുമായി പങ്കുവച്ചു.

കുറച്ച് ആഴ്ചകൾക്കുള്ളിൽ എന്റെ ഒട്ടേറെ കക്ഷികൾ അവരുടെ 'വിസ്മയപ്പുലരികൾ' ജീവിതത്തിൽ അത്ഭുതകരമായ മാറ്റം സമ്മാനിച്ചുവെന്ന് എന്നോട് പറഞ്ഞു. അത് ഓൺലൈൻ ലോകത്ത് കാട്ടുതീപോലെ പടർന്നു. ആളുകൾ വിസ്മയപ്പുലരിയെക്കുറിച്ച് ഫെയ്സ് ബുക്കിൽ പോസ്റ്റുകളിടാനും ടിറ്ററിൽ ടിറ്റ് ചെയ്യാനും, പുലർച്ചെ എണീറ്റ് 'വിസ്മയപ്പുലരി'യിൽ മുഴുകുന്നത് ഷൂട്ട് ചെയ്ത് യുട്യൂബിൽ ഇടാനും തുടങ്ങി. ഭ്രാന്ത് അല്ലേ?

ആരാണീ നശിച്ച ജോ?

ഈ 'വിസ്മയപ്പുലരി' അത്ര നിസ്സാരമായി തള്ളേണ്ട ഒന്നല്ലെന്ന് എനിക്ക് മനസ്സിലായി. ഞാൻ യുട്യൂബിൽ എന്റെ ഒരു വീഡിയോ തെരയുകയായിരുന്നു. ഞാനെന്റെ പേര് സെർച്ചിൽ അടിച്ചു കൊടുത്തു. (വേണ്ട വേണ്ട അങ്ങനെ നോക്കണ്ട, നിങ്ങളും ഗൂഗിളിൽ സ്വയം തിരഞ്ഞിട്ടില്ലേ)

'ജോയോടൊപ്പം വിസ്മയപ്പുലരി' എന്നൊരു വീഡിയോ കാണായി. ഇങ്ങനെയൊരാളെ ഞാനെന്റെ ജീവിതത്തിൽ

കണ്ടിട്ടില്ല. എനിക്ക് ആദ്യം അതത്ര ശുഭകരമായി തോന്നിയില്ല. "ആരാണീ നശിച്ച ജോ. എന്റെ വിസ്മയപ്പുലരി കോപ്പിയടിക്കാമെന്ന് വിചാരിച്ചോ അവൻ" എന്നായിരുന്നു എന്റെ ചിന്ത. പെട്ടെന്ന് ഞാനിത്തിരി പ്രതിരോധത്തിലായി. നല്ലതല്ലാത്ത എന്റെ നിമിഷങ്ങളിലൊന്ന്.

ഞാൻ വീഡിയോ, പ്ലേ കൊടുത്തു. "ഹലോ ഞാൻ നിങ്ങളുടെ സുഹൃത്ത് ജോ ഡയോസാന. കൂട്ടുകാരെ സമയമെത്രയായി? (ജോ അലാം ക്ലോക്ക് കാണിക്കുന്നതു രാവിലെ 5.41) പുലർച്ചെ അഞ്ച് നാൽപ്പത്തിയൊന്ന്. ഞായറാഴ്ച. നിങ്ങൾ അത്ഭുതപ്പെടുന്നുണ്ടാവും. ഞായറാഴ്ച പുലർച്ചെ അഞ്ച് നാൽപ്പത്തിയൊന്നിന് എണീറ്റിരുന്ന് എന്തു ചെയ്യുകാ അളിയാ ജോ, എന്നാവും നിങ്ങൾ ചിന്തിക്കുക. നമുക്ക് മിറക്കിൾ മോണിങ് ഡോട്ട് കോം ഒന്ന് പരിശോധിക്കാം. ഇതാണ് മിറക്കിൾ മോണിങ് ഡോട്ട് കോം. ഇതിലെ ഇൻഫർമേഷൻ (വിവരങ്ങൾ) കണ്ടോ, അതൊന്ന് ഡൗൺലോഡ് ചെയ്യാം. ഇതെനിക്ക് ക്രിസ്മസ്പോലെ അനുഭവപ്പെടുന്നു. ഇപ്പോഴെനിക്ക് എല്ലാ ദിവസവും ക്രിസ്മസാണ് കൂട്ടരേ. ഇതൊന്നു ശ്രമിക്കൂ, നിങ്ങളുടെ ജീവിതം അനുഗൃഹീതമാകുമെന്ന് എനിക്കുറപ്പുണ്ട്!! 43 സെക്കൻഡ് നീളുന്ന ജോയുടെ വീഡിയോ, മറ്റ് പലരുടേതിനുമൊപ്പം ഇപ്പോഴും നിങ്ങൾക്ക് TheMiracleMorning.com/Success Stories/ ൽ കാണാം.

വാ പൊളിച്ച് കംപ്യൂട്ടർ സ്ക്രീനിൽ തുറിച്ചു നോക്കി ഞാനിരുന്നു. ഞാൻ അത്ഭുതപരതന്ത്രനായി. എനിക്ക് കരച്ചിൽ വന്നു. എന്റെ പ്രഭാതപതിവ് എന്നതിൽ കവിഞ്ഞ് മറ്റൊന്നും 'വിസ്മയപ്പുലരി'യിൽ ഞാൻ ഉദ്ദേശിച്ചിരുന്നില്ലായെങ്കിലും ഇപ്പോഴെനിക്ക് ഒന്ന് വ്യക്തമായി, എന്റെ ജീവിതം മാറ്റിമറിച്ചതുപോലെ കഴിയുന്നത്ര മറ്റുള്ളവർക്കും പ്രയോജനപ്പെടേണ്ടതിന് അവരുമായി ഇത് പങ്കുവയ്ക്കേണ്ടത് എന്റെ കടമയാണ്! അപ്പോൾ പക്ഷേ, ആ ഉത്തരവാദിത്തം എത്ര ഭാരിച്ചതെന്ന് ഞാൻ മനസ്സിലാക്കിയിരുന്നില്ല.

ഒരു പ്രസ്ഥാനം? അതോ ഒരു ബോധോദയമോ?

കേറ്റിയോട് 'വിസ്മയപ്പുലരി'യെക്കുറിച്ച് സംസാരിക്കുകയും ജോയുടെ വീഡിയോ യൂട്യൂബിൽ കാണുകയും ചെയ്തിട്ട് ഇപ്പോളേതാണ്ട് അഞ്ച് വർഷമായി. 'വിസ്മയപ്പുലരി' തങ്ങളുടെ

ജീവിതത്തിന് നൽകിയ അത്ഭുതകരമായ സംഭാവനകൾ വിവരിച്ച് ലോകമെമ്പാടുമുള്ള മനുഷ്യരിൽ നിന്ന് ആയിരക്കണക്കിന് സന്ദേശങ്ങൾ ഇതോടകം എന്നെത്തേടിയെത്തി. അത് യഥാർത്ഥത്തിൽ ഒരു ലോകവ്യാപക പ്രസ്ഥാനമായി മാറി. ലോകം ഉണരുകയാണ്. എല്ലാ തരത്തിലുംപ്പെട്ട മനുഷ്യർ. എല്ലാ ദിവസവും 'ഉണരാൻ' പ്രതിജ്ഞാബദ്ധരായവർ. വ്യക്തിത്വവികസനമെന്ന വരം സ്വയം സമ്മാനിക്കുന്നവർ. ഞാനിപ്പോഴതിനെ വലിയൊരു ക്യാൻവാസിൽ കാണാൻ ശ്രമിക്കുകയാണ്. നാം ഓരോരുത്തരും നാമാഗ്രഹിക്കുന്ന ജീവിതം കരുപ്പിടിപ്പിക്കാൻ കെൽപ്പുള്ളവരാകുന്ന, നാമോരോരുത്തരുടെയും ജീവിതത്തെ ക്രിയാത്മകമായി സ്വാധീനിക്കാൻ കഴിവുള്ളവരാകുന്ന, നമുക്ക് ചുറ്റുമുള്ള ജീവിതത്തെ മാറ്റാൻ കരുത്തു കൈവരിക്കുന്ന വിധത്തിൽ ലോകത്തിൽ വിസ്മയപ്പുലരി എവ്വിധം ഉപയോഗപ്പെടുത്താം?

നിങ്ങളിതിനെ പ്രസ്ഥാനമെന്നോ, ബോധോദയമെന്നോ, ചിലരൊക്കെ പറയുംപോലെ ദൗത്യമെന്നോ എന്തുവിളിച്ചാലും അത് ആളുകളുടെ ജീവിതത്തെ, അവരുടെ കുടുംബത്തെ, അവർ ജീവിക്കുന്ന സമൂഹത്തെ, ലോകത്തെ, ഒരോ ദിവസവും മാറ്റത്തിലേക്ക് സ്വയം ഉണർന്നുകൊണ്ട് മാറ്റിത്തീർക്കുംവിധം, ശാക്തീകരിക്കുന്ന പ്രക്രിയയാണ്. ഓരോ ദിവസവും നൂറുകണക്കിന് പേർ ഈ ദൗത്യത്തിൽ പങ്കുചേർന്ന് അധികമധികം ആളുകളിലേക്ക് അത് എത്തിക്കുന്നു. എത്ര ജീവിതങ്ങളാണ് ആഴത്തിൽ സ്വാധീനിക്കപ്പെട്ടതെന്നത് എന്നെ അമ്പരപ്പിക്കുന്നു.

ചിലരൊക്കെ ജോയുടെ മാതൃക പിന്തുടർന്ന് സ്വന്തം 'വിസ്മയപ്പുലരി' ഷൂട്ട് ചെയ്ത് വീഡിയോകളിടുന്നു. (മിക്കപ്പോഴും അതിൽ അലാം ക്ലോക്കിന്റെ ഒരു ഷോട്ട് അഭിമാനസ്തംഭമെന്ന കണക്കേ അവർ കാണിക്കുന്നു. അവർ അതിരാവിലെ എണീറ്റു.)

വ്യത്യസ്തരായ, വളരെയധികം ആളുകളിലേക്ക് ഇത് പങ്കിടാൻ അവസരം ലഭിച്ചതിൽ ഞാൻ ആദരിക്കപ്പെട്ടിരിക്കുന്നു. എനിക്ക് അതീവ കൃതജ്ഞതയുമുണ്ട്. 'വിസ്മയപ്പുലരി' കോർപ്പറേറ്റ് കമ്പനികളെയും, എൻജിഒകളെയും സെയിൽസ്മാന്മാരെയും അധ്യാപകരെയും ഹൈസ്കൂൾ കോളേജ് വിദ്യാർത്ഥികളെയും അവരുടെ ശേഷിയും പ്രചോദനാത്മകതയും പ്രവർത്തനവും വർദ്ധിപ്പിക്കുന്നതിന് സഹായിക്കുന്നു. വിസ്മയപ്പുലരിയാണ് ഞാൻ നടത്തുന്ന മുഖ്യപ്രഭാഷണങ്ങളിലും സംഘ

ടിപ്പിക്കുന്ന ശിൽപ്പശാലകളിലും എന്റെ കൈയ്യൊപ്പ്. പ്രഭാഷണ മായാലും ശില്പശാലയായാലും, അത് ആളുകളെയും സ്ഥാപ നങ്ങളെയും തങ്ങളുടെ തൊഴിലിടങ്ങളിലെ മനോഭാവത്തെ മെച്ചപ്പെടുത്തുന്നതിലൂടെ പ്രവർത്തനഫലങ്ങളെയും മികവിലെ ത്തിക്കുന്നു. വിസ്മയപ്പുലരി ശിൽപ്പശാലകൾ പ്രഭാതത്തിൽ, പലപ്പോഴും കോൺഫ്രൻസുകൾ തുടങ്ങുംമുമ്പുതന്നെ നടത്തു ന്നതിലെ ഔചിത്യം നിങ്ങളിപ്പോൾ ഊഹിച്ചിട്ടുണ്ടാവും.

അവസാനമായി

നിങ്ങളെ വളർച്ചയുടെ അടുത്ത പടിയിലേക്ക് എത്തിച്ച് നിങ്ങളുടെ വിജയത്തെ അടുത്ത തലത്തിലെത്തിക്കുന്നതിനുള്ള പ്രവർത്തനം തുടങ്ങിവയ്ക്കുന്നതിനുള്ള ക്ഷണമാണ് ഈ പുസ്തകം. (ആ ക്രമത്തിലേ അത് സംഭവിക്കൂ). ഇപ്പോൾ തുടങ്ങി സ്ഥിരോത്സാഹത്തിലൂടെയും സ്ഥിരപരിശ്രമത്തിലൂടെ യും നിങ്ങളാഗ്രഹിക്കുന്ന പത്തരമാറ്റ് മനുഷ്യനാകാൻ, പത്തര മാറ്റ് ജീവിതം കരുപ്പിടിപ്പിക്കണം. വിജയത്തിന് അത് അനി വാര്യമാണ്. നിങ്ങൾക്ക് അനിവാര്യമാണ്.

അധ്യായം മൂന്ന്
95 ശതമാനം വാസ്തവപരിശോധന

കൂടുതൽ ചെയ്യാമായിരുന്നു, കൂടുതൽ നേടാമായിരുന്നു
എന്ന അവസാന തിരിഞ്ഞുനോട്ടത്തിലെ ഖേദമാണ്
ജീവിതത്തിൽ ഏറ്റം ഖേദകരം.

- റോബിൻ ശർമ്മ

മനുഷ്യരാശിയുടെ ചരിത്രം ആണും പെണ്ണും അവരെ
എപ്രകാരം വിറ്റു എന്നതിന്റെ ആകത്തുകയാണ്.

- അബ്രാഹം മാസ്ലോ

എല്ലാ ദിവസവും ഞാനും നിങ്ങളും എണീറ്റ് എല്ലാവരും നേരിടുന്ന പ്രശ്നത്തെ തന്നെ അഭിമുഖീകരിക്കുന്നു. ഇടത്തരം ജീവിതത്തിൽ നിന്ന് ഉയർന്ന് ഔന്നത്യത്തിൽ, സാധ്യമാകുന്നതിന്റെ പരമാവധിയിൽ, ജീവിക്കുക. ഒഴികഴിവുകൾ ഉപേക്ഷിച്ച് ഉയരുകയും, ശരിയായത് ചെയ്യുകയും, പരിമിതമായവർക്ക് മാത്രം സാധിച്ചിട്ടുള്ള പരിമിതികളില്ലത്താ പത്തരമാറ്റ് ജീവിതം കെട്ടിപ്പടുക്കുകയുമാണ് ഓരോ മനുഷ്യനും മുന്നിലുള്ള വലിയ വെല്ലുവിളി.

ദൗർഭാഗ്യവശാൽ മിക്കവരും അതിന് അടുത്തുപോലും എത്തുന്നില്ല. നമ്മുടെ സമൂഹത്തിൽ ഏകദേശം 95 ശതമാനത്തിനടുത്ത് ആളുകൾ ജീവിതത്തിൽ അവർ ആഗ്രഹിക്കുന്നതിൽ നിന്ന് വളരെ താഴെ, കൂടുതലായി ചിലതിന് മോഹിച്ച്, അവർക്കതിന് കഴിയുമായിരുന്നു ചെയ്യാമായിരുന്നു അവരാഗ്രഹിച്ചത് അവർക്ക് നേടാമായിരുന്നു എന്ന് മനസ്സിലാക്കാതെ, ഖേദത്തിൽ കഴിയുന്നു.

തൊഴിൽ ജീവിതത്തിന്റെ തുടക്കം മുതൽ 40 വർഷത്തിനു ശേഷം വിരമിക്കുന്നതുവരെ നൂറുപേരുടെ ജീവിതത്തെ പിൻതുടർന്നാൽ അവരിൽ ഒരാൾ മാത്രം സമ്പന്നനാകുകയും നാലുപേർമാത്രം സാമ്പത്തിക സുരക്ഷിതത്വം നേടുകയും അഞ്ചുപേർക്ക് വിരമിക്കലിനുശേഷവും ജോലി തുടരേണ്ടിവരികയും

മുപ്പത്താറുപേർ മരിച്ചുപോവുകയും 54 പേർക്ക് അരക്ഷിതാവസ്ഥയിൽ അന്യരുടെ ആശ്രയത്തിൽ കഴിയേണ്ടിവരികയും ചെയ്യുന്നതായി കാണാമെന്ന് സോഷ്യൽ സെക്യൂരിറ്റി അഡ്മിനിസ്ട്രേഷന്റെ പഠനം പറയുന്നു.

സാമ്പത്തികമായി നമ്മിൽ അഞ്ചു ശതമാനം പേർ മാത്രം സ്വാതന്ത്ര്യം കൈവരിക്കുകയും ബാക്കി 95 ശതമാനം പേർ ജീവിതമത്രയും നിലനില്പ്പിനായി പോരാടുകയും ചെയ്യുന്നു.

അപ്പോൾ ആരായുകയും ഉത്തരം കണ്ടെത്തുകയും ചെയ്യേണ്ട മർമ്മപ്രധാന ചോദ്യം ഇതാണ്; 95 ശതമാനം എന്ന മഹാഭൂരിപക്ഷം നിലനിൽപ്പിനായി നടത്തുന്ന നെട്ടോട്ടം അവസാനിപ്പിക്കാൻ നമുക്ക് എന്തു ചെയ്യാൻ കഴിയും?

ഇടത്തരത്തിൽ നിന്ന് ഉയർന്ന് ഉച്ചിയിലുള്ള അഞ്ച് ശതമാനത്തിൽ ചേരാൻ

നിങ്ങൾ ഈ പുസ്തകം വായിക്കുന്നു എന്ന വസ്തുത തന്നെ അടുത്ത തലത്തിലേക്ക് ജീവിതത്തെ ഉയർത്താൻ നിങ്ങൾ തയ്യാറാണ് എന്ന സന്ദേശം എനിക്ക് നൽകുന്നു. നിങ്ങൾക്ക് കഴിയുന്നതിന്റെ പരമാവധിയിൽ, കയ്യെത്തിപ്പിടിക്കാവുന്നതിന്റെ അങ്ങേയറ്റത്തിൽ കുറഞ്ഞ ഒന്നുകൊണ്ടും നിങ്ങൾ തൃപ്തനല്ല, കാരണം ഏതാണ്ട് എല്ലാവരും അങ്ങനെ തന്നെ.

ഇടത്തരത്തിൽനിന്ന് ഉയർന്ന് ഉച്ചിയിലുള്ള അഞ്ച് ശതമാനക്കാരിൽ ചേരാൻ ഇതാ ലളിതവും പക്ഷേ, ഉറച്ചതുമായ മൂന്നു ചുവടുകൾ.

ആദ്യചുവട്: '95 ശതമാനം വാസ്തവപരിശോധന' അംഗീകരിക്കുക.

നമ്മുടെ സമൂഹത്തിലെ 95 ശതമാനം ആളുകൾ അവരാഗ്രഹിക്കുന്ന ജീവിതം ഒരിക്കലും കരുപ്പിടിപ്പിക്കുകയോ ജീവിക്കുകയോ ചെയ്യുന്നില്ലെന്ന യാഥാർത്ഥ്യം ആദ്യമേതന്നെ അറിയുകയും അംഗീകരിക്കുകയും ചെയ്യുക. ഭൂരിപക്ഷം ആളുകളെയും പോലെ ഇടത്തരത്തിൽ, അരിഷ്ടതയിൽ, തോൽവിയിൽ, പശ്ചാത്താപത്തിൽ ജീവിതം ഹോമിക്കേണ്ടിവരുമെന്ന വസ്തുത നാം ഉൾക്കൊള്ളുക. ഇതെക്കുറിച്ച് ഇപ്പോൾ ചിന്തിക്കുകയും നമ്മുടെ ശേഷി പൂർണമായും ഉപയോഗിക്കുമെന്ന് പ്രതിജ്ഞ ചെയ്യുകയും ചെയ്തില്ലെങ്കിൽ ആ ഇടത്തരത്തിൽ നമ്മുടെ കൂട്ടുകാരും കുടുംബവും അടുത്തവരും കൂടി ചേരുമെന്ന് അറിയുക.

ശരാശരി എന്നാൽ നിങ്ങൾ ആഗ്രഹിക്കുകയും നിങ്ങൾക്ക് കഴിയുകയും ചെയ്യുന്ന ജീവിതനിലവാരത്തിൽ കുറഞ്ഞ് ജീവിക്കുകയും ജീവിതകാലമത്രയും കഷ്ടതയിൽ കഴിയുകയും എന്നർത്ഥം. ഓരോ ദിവസവും ഏതാണ്ട് എല്ലാ മേഖലകളിലും കുറെപ്പേർ കരസ്ഥമാക്കുന്നു, കുറെപ്പേർ കഷ്ടപ്പെടുന്നു. ശരീരത്തിൽ, മനസ്സിൽ, വികാരത്തിൽ, ബന്ധങ്ങളിൽ, സാമ്പത്തികത്തിൽ ഏതിലും കുറെപ്പേർ ഓരോ ദിവസവും ഉണരുകയും ആഗ്രഹിക്കുന്ന വിജയവും ആനന്ദവും സ്നേഹപൂർണിമയും ആരോഗ്യവും ഐശ്വര്യവും കൈവരിക്കാൻ പ്രയത്നിക്കുകയും ചെയ്യുന്നു.

ഇനി പറയുന്നത് പരിഗണിക്കുക:

✓**ശാരീരികം:** പൊണ്ണത്തടി ഇന്ന് പകർച്ചവ്യാധിയാണ്. മാരകമായ അർബുദവും ഹൃദ്രോഗവും വ്യാപകമാണ്. രണ്ടിലൊരാൾ ക്ഷീണിതനാണ്. ശാരീരികക്ഷമത എക്കാലത്തിലും കുറഞ്ഞിരിക്കുന്നു. കുറെയധികം കാപ്പിയോ, ചായയോ കുടിക്കാതെ പലർക്കും ഉന്മേഷം നിലനിർത്താനാവുന്നില്ല. തേയിലയുടെയും കാപ്പിപ്പൊടിയുടെയും വിൽപ്പനയിലെ വർധന ആളുകളുടെ ശരീരക്ഷീണത്തിന്റെ തെളിവുകളായിരിക്കുന്നു.

✓**മാനസികം, വൈകാരികം:** വിഷാദവും ഉത്കണ്ഠയും പോലുള്ള മാനസികവും വൈകാരികവുമായ വ്യാധികൾക്കുള്ള, ഡോക്ടറുടെ കുറിപ്പടിയില്ലാതെ കിട്ടില്ലാത്ത മരുന്നുകളുടെ ഉപയോഗം ദിനംതോറുമെന്നപോലെ വർധിക്കുന്നു. ഇത്തരം മരുന്നുകളുടെ പരസ്യം കാണാതെ അധികനേരം നിങ്ങൾക്ക് ടിവി കണ്ടിരിക്കാനാവില്ല (യു.എസിൽ). കുലീനരായ മദ്ധ്യവയസ് ദമ്പതികൾ കടൽത്തീരത്ത് പട്ടം പറപ്പിക്കുന്ന ദൃശ്യം. പശ്ചാത്തലത്തിൽ ആഴമുള്ള സ്വരത്തിൽ രോഗലക്ഷണങ്ങളുടെ പിന്നാലെ സാധ്യതയുള്ള പാർശ്വഫലങ്ങളുടെ സൗമ്യമായ വിവരണം.

"നിങ്ങൾക്ക് എന്നെങ്കിലും ക്ഷീണം, സങ്കടം, ഏകാന്തത,
നിരാശ, അമിതവണ്ണം, അല്ലെങ്കിൽ ഇനിയൊരിക്കലും
ഉണ്ടാവാതിരിക്കാൻ എത്ര പണം വേണമെങ്കിലും
മുടക്കാൻ തയ്യാറുള്ള വിക്ഷോഭം, ഉണ്ടായിട്ടുണ്ടോ?
കൊള്ളാം, നിങ്ങൾ വലിയ ഭാഗ്യവാനാണ്, ... മരുന്ന്
നിങ്ങളെ സഹായിക്കും. മുന്നറിയിപ്പ്, വണ്ണം, മലബന്ധം,
രക്തസമ്മർദ്ദം, മന്ദത, വായിലെ വെള്ളം വറ്റൽ, മയക്കം,
ഉറക്കമില്ലായ്മ തുടങ്ങി എന്തിനാണോ മരുന്നുവേണ്ടത്

അതിനേക്കാൾ മാരകമായ ഒട്ടേറെ പാർശ്വഫലങ്ങൾ സൂക്ഷിക്കുക. അപ്പോൾ, ഇനി സമയം കളയേണ്ട, സ്ക്രീനിൽ കാണുന്ന നമ്പരിലേക്ക് ഉടനെ വിളിക്കുക.

✓**ബന്ധം:** വിവാഹമോചനം അമേരിക്കയിൽ പകർച്ചവ്യാധിയാണെന്ന് പരക്കെ അറിയാം. രണ്ടിലൊരു ദാമ്പത്യം പരാജയമാകുന്നു. മറ്റൊരു വിധത്തിൽ പറഞ്ഞാൽ കൂട്ടുകാരുടെയും കുടുംബക്കാരുടെയും മുന്നിൽ പ്രണയജോഡികളായ, നല്ല കാലത്തും മോശം കാലത്തും ഇണപിരിയാക്കുരുവികളായിരിക്കുമെന്ന് പ്രതിജ്ഞ ചെയ്ത, ദമ്പതികളിൽ പാതിയും, പിരിയാതിരിക്കാൻ ഒരു കാരണവും കാണാതെ പരിതപിക്കുന്നവരാണ്. മുപ്പതുവർഷത്തെ വിവാഹജീവിതത്തിനുശേഷം എനിക്കേറ്റം പ്രിയപ്പെട്ട രണ്ടുപേർ, എന്റെ അപ്പനും അമ്മയും, ഈയിടെ വിവാഹമോചിതരായി. പരക്കേ കാണപ്പെടുന്ന ബന്ധങ്ങളിലെ പൊരുത്തക്കേടുകളുടെ വേദന എനിക്ക് നന്നായി മനസ്സിലാകും.

✓**സാമ്പത്തികം** ഓരോ അമേരിക്കക്കാരനും വ്യക്തിപരമായി, ചരിത്രത്തിലെ ഏറ്റവും വലിയ കടക്കാരനായിരിക്കുന്നു. ഭൂരിപക്ഷം പേരും ആവശ്യമായ പണത്തിന്റെ പാതിപോലും നേടുന്നില്ല. കൂടുതൽ ചെലവാക്കുന്നു. ഒന്നും സൂക്ഷിക്കുന്നില്ല. അരക്ഷിതാവസ്ഥയിൽ കഴിയുന്നു.

സാധ്യമായതിന്റെ വളരെ താഴെയാണ് പലരുടെയും ജീവിതനിലവാരം. അത് തിരിച്ചറിഞ്ഞാൽ അതിന് കാരണം കണ്ടെത്തേണ്ടത് ഏറെ പ്രധാനമാണ് എന്തുകൊണ്ട് ആളുകൾ കഷ്ടപ്പെടുന്നു, ഉള്ളതുകൊണ്ട് അരിഷ്ടിക്കുന്നു?

രണ്ടാം ചുവട്: ഇടത്തരത്തിന്റെ കാരണങ്ങൾ

നമ്മുടെ സമൂഹത്തിലെ തൊണ്ണൂറ്റിയഞ്ച് ശതമാനം ആൾക്കാരും അവർക്ക് കഴിയുന്നതിന്റെ വളരെക്കുറച്ചുകൊണ്ടു മാത്രം തൃപ്തിപ്പെടുന്നുവെന്നും എല്ലാ മേഖലകളിലും നിലനിൽപ്പിനായി കഷ്ടപ്പെടുന്നുവെന്നും അവരാഗ്രിക്കുന്ന വിജയവും ആനന്ദവും സ്വാതന്ത്ര്യവും ഒരിക്കലും അനുഭവിക്കുന്നില്ലെന്നും നാമംഗീകരിച്ചാൽ പിന്നെ അടുത്ത മർമ്മപ്രധാന ചുവട് **എന്തുകൊണ്ട്** എന്ന് ആരായുക എന്നതാണ്. അത് നിങ്ങൾക്ക് സംഭവിക്കാതിരിക്കാൻ, ഒരു ശരാശരി മനുഷ്യൻ എന്തുകൊണ്ട് ഇടത്തരം ജീവിതത്തിൽ കഴിഞ്ഞുകൂടുന്നു എന്ന് അറിയേണ്ടതുണ്ട്.

ഈ രാജ്യത്തെ 40–50 വയസ്സുള്ള ഒരു ശരാശരി മനുഷ്യൻ അവർക്ക് ആവശ്യമുള്ളതിന്റെ വളരെ കുറവുകൊണ്ട് ഒതുങ്ങി

ഞെരുങ്ങി ആനന്ദം അറിയാതെ കഴിയുന്നത് അവരങ്ങനെ തീരുമാനിച്ചിട്ടാണെന്നും അതാണ് അവരുടെ ജീവിതദർശനമെന്നും നിങ്ങൾ കരുതുന്നുണ്ടോ? ഒരിക്കലുമല്ല, എന്റെ സുഹൃത്തേ, അതാണതിന്റെ ഭയാനകവശം.

സമൂഹത്തിലെ 95 ശതമാനവും അവരാഗ്രഹിക്കാത്ത ജീവിതമാണ് ജീവിക്കുന്നതെങ്കിൽ ഇടത്തരത്തിൽ ജീവിതം ഒടുങ്ങാതിരിക്കണമെങ്കിൽ, എന്തു തെറ്റാണ് അവർ ചെയ്തതെന്നും എന്തുകൊണ്ട് അവർ ശരി ചെയ്യുന്നില്ലായെന്നും നാം അറിയണം.

ജീവിതം നിലനില്പിനായുള്ള നിരന്തരപോരാട്ടമാക്കാൻ നാം ആഗ്രഹിക്കുന്നില്ല. സ്വതന്ത്രമായ ജീവിതം ഞാൻ ആഗ്രഹിക്കുന്നു. ഉണർന്ന് എനിക്കിഷ്ടമുള്ള കാര്യം എനിക്കിഷ്ടമുള്ളപ്പോൾ എനിക്കിഷ്ടമുള്ളവരോടൊപ്പം ചെയ്യാൻ ഞാൻ ആഗ്രഹിക്കുന്നു. ജീവിതത്തെ സദാ സ്നേഹിക്കാൻ ഞാൻ ആഗ്രഹിക്കുന്നു. എന്റെ ജോലിയെ സ്നേഹിക്കാൻ ഞാൻ ആഗ്രഹിക്കുന്നു. ജീവിതത്തിലും തൊഴിലിലും ഒപ്പമുള്ളവരെ സ്നേഹിക്കാൻ ഞാൻ ആഗ്രഹിക്കുന്നു. വിജയത്തിന്റെ നിർവ്വചനം എനിക്ക് അതാണ്. അത്തരമൊരു ജീവിതം വെറുതെ സംഭവിക്കുന്നില്ല. അതു രൂപപ്പെടുത്തേണ്ടതാണ്. നിങ്ങൾ നിർവ്വചിക്കുകയും നിശ്ചയിക്കുകയും ചെയ്യുന്ന അസാധാരണജീവിതം ജീവിക്കാൻ *ഇടത്തരത്തിന്റെ* അടിസ്ഥാന *കാരണങ്ങൾ* നിങ്ങൾ തിരിച്ചറിയണം. നിങ്ങളാഗ്രഹിക്കുന്ന ജീവിതം നിങ്ങളിൽ നിന്ന് അപഹരിക്കപ്പെടാതിരിക്കാൻ അതാവശ്യമാണ്.

ഇടത്തരം ജീവിതത്തിന്റെയും ഇനിയും ഉപയോഗിക്കാത്ത കഴിവുകളുടെയും കാരണം എന്റെ വിശ്വാസത്തിൽ ഇനിപ്പറയുന്നവയാണ്. നിങ്ങളുടെ ജീവിതത്തിൽ വലിയ ആഘാതം ഉണ്ടാക്കിയ, ഉണ്ടാക്കിക്കൊണ്ടിരിക്കുന്നവ. അതിനുശേഷം അവയെ തോൽപ്പിക്കാൻ എന്തു ചെയ്യണമെന്നും ഞാൻ പറയാം.

ഇടത്തരത്തിന്റെ കാരണങ്ങൾ:
(പരിഹാരങ്ങൾ സഹിതം)

✓ **'റിയർവ്യൂ മിറർ സിൻഡ്രം'** (Rearview Mirror Syndrome RMS)

എന്നു ഞാൻ വിളിക്കുന്ന ഒരു ജീവിതാവസ്ഥയാണ് ഒരാളെ ഇടത്തരം ജീവിതത്തിൽ കെട്ടിനിർത്താൻ പ്രധാന കാരണങ്ങളിൽ ഒന്ന്. നമ്മുടെ ഉപബോധമനസ്സ്, ഇടതടവില്ലാതെ, പോയ

കാലത്തെ വീണ്ടെടുക്കുകയും വീണ്ടും സൃഷ്ടിക്കുകയും ചെയ്യുന്ന ഒരു റിയർവ്യൂ മിററായി പ്രവർത്തിക്കുന്ന അവസ്ഥ. നാം *ആരാണ്* എന്നതിനു പകരം *ആരായിരുന്നു* എന്നത് നിരന്തരം നിലനിൽക്കുന്ന അവസ്ഥ. ഇപ്പോഴത്തെ നമ്മുടെ സാധ്യതകളെ അത് പോയകാലത്തിന്റെ പരിമിതികളുടെ അടിസ്ഥാനത്തിൽ പരിമിതപ്പെടുത്തിക്കളയുന്നു.

അതിന്റെ ഫലമായി എല്ലാ തീരുമാനങ്ങളും കഴിഞ്ഞകാല അനുഭവങ്ങളുടെ അടിസ്ഥാനത്തിൽ അരിച്ചുനോക്കി മാത്രം സ്വീകരിക്കുന്നു. രാവിലെ എപ്പോൾ എണീക്കണം എന്നതു മുതൽ നമ്മുടെ ലക്ഷ്യം എന്താവണമെന്നതും നമുക്ക് സാധിക്കുന്നത് എന്താവണമെന്നതും വരെ തീരുമാനിക്കപ്പെടുന്നതിൽ കഴിഞ്ഞകാലം കൈകടത്തുന്നു. മെച്ചപ്പെട്ട ജീവിതം കെട്ടിപ്പടുക്കാൻ നാം ആഗ്രഹിക്കുന്നു. പക്ഷേ, ജീവിതത്തെ ഇതുവരെ കണ്ടുപോന്നതിൽ നിന്ന് വ്യത്യസ്തമായി കാണേണ്ടത് എങ്ങനെയെന്ന് നമുക്ക് അറിയില്ല.

ഒരു ശരാശരി മനുഷ്യന് ഒരു ദിവസം അമ്പതിനായിരത്തിനും അറുപതിനായിരത്തിനും ഇടയിൽ ചിന്തകളുണ്ടാകുന്നു എന്നാണ് ഗവേഷണങ്ങൾ പറയുന്നത്. പ്രശ്നം എന്താണെന്നു വച്ചാൽ തൊണ്ണൂറ്റഞ്ച് ശതമാനം ചിന്തകളും തലേദിവസം ചിന്തിച്ചതുതന്നെയാവും. അതാവട്ടെ, അതിനു തലേന്നു ചിന്തിച്ചതും. അധികം പേരുടെയും ജീവിതം ദിവസങ്ങളും മാസങ്ങളും വർഷങ്ങളും പിന്നിട്ട് ഒരു മാറ്റവും വരാതെ ഒരു മേന്മയും കൈവരിക്കാതെ കടന്നുപോകുന്നത് വെറുതേയല്ല.

സമ്മർദ്ദവും ഭയവും ഉത്കണ്ഠയും വിഴുപ്പുഭാണ്ഡംപോലെ നാം ഇന്നലെ നിന്ന് ഇന്നിലേക്കും ഇന്നിൽനിന്ന് നാളെയിലേക്കും ചുമന്നുകൊണ്ട് പോകുന്നു. അവസരങ്ങൾ മുന്നിൽ വന്നു നിൽക്കുമ്പോൾ റിയർവ്യൂ മിററിലൂടെ നാം പിറകിലേക്ക്, പഴയകാലത്തേക്ക് നോക്കുന്നു. “ഇല്ലില്ല, ഇതുപോലൊന്ന് ഞാൻ മുന്നേ ചെയ്തിട്ടില്ല. ആ സ്ഥിതി കൈവരിക്കാൻ എനിക്ക് കഴിഞ്ഞിട്ടില്ല. ശരിക്കു പറഞ്ഞാൽ ശ്രമിച്ചപ്പോഴൊക്കെ ഞാൻ തോറ്റുപോയിട്ടേയുള്ളൂ.”

പ്രതിസന്ധികൾ മുന്നിൽ വന്നു നിൽക്കുമ്പോഴും നേരിടേണ്ടതെങ്ങനെ എന്നറിയാൻ നാം നമ്മുടെ വിശ്വസ്തനായ റിയർവ്യൂ മിററിൽ നോക്കും, ഉപദേശം തേടി. “കോപ്പ് ഇതെനിക്ക് മുമ്പും സംഭവിച്ചതാ. ഓർത്തതു നന്നായി. അത് അതിന്റെ വഴിക്ക് പോട്ടെ. ഞാനെപ്പോഴും അതാ ചെയ്തിട്ടുള്ളത്” എന്ന്

ആശ്വസിച്ച് പ്രതിസന്ധിയെ നേരിടാതെ ഒഴിഞ്ഞുമാറും. പ്രതിസന്ധി എന്നും പ്രതിസന്ധിയായി തുടരുകയും ചെയ്യും.

ഭൂതകാലത്തിനെ പിറകിൽ ഉപേക്ഷിച്ച്, പരിമിതികളെ അതിജീവിക്കണമെങ്കിൽ, റിയർവ്യു മിററിൽ നിന്ന് നോട്ടം പിൻവലിച്ച് അതിരുകളില്ലാത്ത സാധ്യതകളുള്ള പുതിയൊരു ജീവിതം മുന്നിൽ കാണണം. "എന്റെ ഭാവി എന്റെ പോയകാലത്തെ ആശ്രയിക്കുന്നില്ല" എന്ന പ്രമാണം നാം സ്വീകരിക്കണം. ആത്മവിശ്വാസം ഉണർത്തുംവിധം നിങ്ങളോടുതന്നെ സംസാരിക്കുക. എന്തും നിങ്ങൾക്ക് സാധ്യമെന്ന് മാത്രമല്ല അതിനുള്ള പ്രാഗത്ഭ്യവും സമർപ്പണബുദ്ധിയും നിങ്ങൾക്കുണ്ട്. ആദ്യമൊന്നും അതു വിശ്വസിക്കണമെന്ന് തന്നെയില്ല. അസ്വസ്ഥത തോന്നുന്നതിനാൽ നിങ്ങളതിനെ ഉള്ളാലെ ചെറുക്കുകയും ചെയ്യും. ഒരു കുഴപ്പവുമില്ല. എങ്ങനെയും നിങ്ങളിലേക്ക് അത് ആവർത്തിച്ച് എത്തിക്കുക. സാവകാശം നിങ്ങളുടെ ഉപബോധമനസ്സ് പ്രസാദാത്മകമായ ആ സത്യം സ്വീകരിച്ച് അതിന് സ്ഥിരീകരണം നല്കും. (ഇതെങ്ങനെ ചെയ്യാമെന്ന് ആറാം അധ്യായത്തിൽ പറയാം.)

നിങ്ങളുടെ ആവശ്യങ്ങൾക്ക് അനാവശ്യ പരിധി അടിച്ചേല്പിക്കാതിരിക്കുക. നിങ്ങൾ നിശ്ചയിച്ച പരിധിക്ക് അപ്പുറം, ഉയരെ, ഉയർച്ചയെക്കുറിച്ച് ചിന്തിക്കുക. നിങ്ങൾക്ക് വേണ്ടതെന്തെന്ന് വ്യക്തതയുണ്ടായിരിക്കുക. അതു സാധ്യമെന്ന് സ്വയം ഉൾക്കൊള്ളുക. അതിന് ദിവസവും ശ്രദ്ധയും ഉറപ്പും നല്കുക. പിന്നെ നിങ്ങളുടെ ലക്ഷ്യത്തിലേക്ക്, അത് നിങ്ങളുടെ യാഥാർത്ഥ്യമാകുംവരെ, സ്ഥിരതയോടെ മുന്നേറുക. പേടിക്കാൻ ഒന്നുമില്ല. കാരണം നിങ്ങൾക്ക് പരാജയപ്പെടാൻ കഴിയില്ല. പഠിക്കുക, വളരുക, എക്കാലത്തേതിലും മികവിലെത്തുക.

നിങ്ങൾ എവിടെയാണ് എന്നത് നിങ്ങൾ എവിടെയായിരുന്നു എന്നതിനെ ആശ്രയിച്ചാണ്, സമ്മതിച്ചു. പക്ഷേ, നിങ്ങൾ എങ്ങോട്ടു പോകണമെന്നത്, എന്ത് നിങ്ങൾ തിരഞ്ഞെടുക്കുന്നു എന്നതിന്റെ അടിസ്ഥാനത്തിലാണ്, ഇപ്പോൾ ഈ നിമിഷം മുതൽ.

✓ലക്ഷ്യബോധമില്ലായ്മ

എന്താണ് ജീവിതലക്ഷ്യം എന്ന ചോദ്യത്തിന് സാധാരണ മനുഷ്യർ ഒട്ടൊക്കെ തമാശയായി 'എനിക്കറിയില്ല' എന്നു

മറുപടി പറയും. സാധാരണ മനുഷ്യർക്ക് തങ്ങളുടെ ജീവിതോദ്ദേശ്യം ചിന്തിച്ചുറപ്പിക്കാനാവുന്നില്ല. 'ഇതിനായി ജീവിക്കണം' എന്ന നിശ്ചയദാർഢ്യത്തിൽ, രാവിലെ എണീറ്റ് ജീവിതദൗത്യം പൂർത്തീകരിക്കാൻ അവർക്കാകുന്നില്ല.

പകരം അവർ അപ്പോഴത്തെ കാര്യം അപ്പോഴപ്പോൾ 'കഴിച്ചിലാക്കുന്നു. ഉന്നത ലക്ഷ്യങ്ങളൊന്നുമില്ലാതെ വെറുതേ കഴിഞ്ഞുപോകുന്നു. അധികംപേരും പ്രതിബന്ധങ്ങളിൽനിന്ന് പരമാവധി ഒഴിഞ്ഞുമാറി കൊച്ചുകൊച്ചു സുഖങ്ങളിൽ അഭയം തേടി ദിവസങ്ങൾ തള്ളിനീക്കുന്നു. വളർച്ചയ്ക്ക് ആവശ്യമായ കഷ്ടപ്പാടും കഠിനാധ്വാനവും ഒഴിവാക്കുന്നു.

കമ്പനി റെക്കാർഡുകൾ പലതും തകർത്തെങ്കിലും നേരിട്ട് വിൽപ്പന (ഡയറക്ട് സെയിൽ)യിൽ എന്റെ തൊഴിൽ ജീവിതം ഏഴിൽ ആറുവർഷവും 'ഇടത്തരം മനോഭാവ'ത്തോടുള്ള നിരന്തരപോരാട്ടമായിരുന്നു. പലപ്പോഴും ഞാനതിൽ പരാജയപ്പെട്ടു. എന്റെ പ്രവർത്തനം അസ്ഥിരമായിരുന്നു. പ്രവർത്തനഫലവും. കഴിയുന്നതിന്റെ ഏറെ കുറച്ചുമാത്രം ഞാൻ ചെയ്തു. കിട്ടാവുന്ന ഫലത്തിന്റെ വളരെ കുറവുമാത്രം സ്വീകരിച്ചു. ഇടത്തരം മനോഭാവത്തെ - ഉള്ളതുകൊണ്ട്, അർധമനസ്സിൽ, അസംതൃപ്തിയിൽ ജീവിക്കുന്ന, 'റിസ്ക്' എടുക്കാൻ ഭയപ്പെടുന്ന, ദൗർബല്യത്തെ, അതിജീവിക്കാനുള്ള 'രഹസ്യം'- ലക്ഷ്യബോധത്തോടെ ജീവിക്കുക എന്ന രഹസ്യം കണ്ടെത്തുന്നതുവരെ.

കമ്പനിയുടെ 'അഭിമാനതാരങ്ങളുടെ' പട്ടികയിൽ ഉൾപ്പെട്ട ശേഷം എഴുത്തുകാരനും പ്രഭാഷകനും പരിശീലകനും ആവുക എന്ന എന്റെ സ്വപ്നസാക്ഷാത്കാരത്തിനായി ഇറങ്ങിത്തിരിക്കാൻ ഞാൻ സന്നദ്ധനായിരുന്നു. എന്നാൽ കമ്പനിയിൽ ഞാനെന്റെ കഴിവിന്റെ പരമാവധി നേടിയിരുന്നില്ല. ഒരു ശരാശരി വിൽപ്പനക്കാരൻ എന്ന പ്രതിച്ഛായ അവശേഷിപ്പിച്ച് ഞാൻ കമ്പനി വിടാൻ ഒരുങ്ങുകയായിരുന്നു. അക്കാര്യത്തിൽ ഒരു തീരുമാനമുണ്ടാക്കിയില്ലെങ്കിൽ അതെന്റെ അടുത്ത സംരംഭത്തിലും നിഴൽ വീഴ്ത്തുമായിരുന്നു.

അതുവരെ എനിക്ക് ജീവിതലക്ഷ്യത്തിൽ നിശ്ചയദാർഢ്യം ഉണ്ടായിരുന്നില്ല. വയ്യ എന്ന് മനസ്സു പറയുമ്പോഴും പുലർച്ചെ എന്നെ കുത്തിപ്പൊക്കുന്ന നിശ്ചയദാർഢ്യം. പണം അത്ര ആവശ്യമില്ലെങ്കിൽപ്പോലും ഫോൺ കയ്യിലെടുക്കാനും ഉപഭോക്താക്കളെ ഉറപ്പിക്കാനും പോന്ന നിശ്ചയദാർഢ്യം. ആ നിമിഷം അടുത്ത 12 മാസത്തേക്കുള്ള ജീവിതലക്ഷ്യം ഞാൻ ഉറപ്പിച്ചു.

ഞാൻ യഥാർത്ഥത്തിൽ ആഗ്രഹിക്കുന്ന വിജയവും സ്വാതന്ത്ര്യവും ഗുണമേന്മയുമുള്ള ജീവിതം കെട്ടിപ്പടുക്കാൻ കഴിവുള്ള വ്യക്തിയായിത്തീരുക.

മറ്റുള്ളവരുടെ ജീവിതത്തെ ഗുണപരമാക്കുന്നതിന് നിസ്വാർത്ഥമായി പ്രവർത്തിക്കുക എന്ന മറ്റൊരു ലക്ഷ്യവു(ഉവ്വ്, ഒന്നിലധികം ലക്ഷ്യങ്ങളുണ്ടാകുന്നതിൽ തരക്കേടില്ല)മായി ഞാനതിനെ ചേർത്തുവച്ചു.

പതിനാറ് സെയിൽസ് റെപ്രസന്റേറ്റീവുമാരുടെ ഒരു ടീം ഞാൻ രൂപീകരിച്ചു. വിൽപ്പന ലക്ഷ്യം നേടുന്നതിന് അവരെ സഹായിക്കുന്നതിന് അടുത്ത നാല്പത് ആഴ്ചയിൽ തുടർച്ചയായി പ്രതിവാര കോച്ചിങ് ക്ലാസു(ടെലഫോൺ കോൺഫ്രൻസ് കോൾ വഴി)കൾ സൗജന്യമായി സംഘടിപ്പിച്ചു.

ഓരോ ദിവസവും ജീവിതം – ചിന്തയും വാക്കും പ്രവൃത്തിയും – പൂർണമായി രണ്ട് ജീവിതലക്ഷ്യങ്ങൾക്കായി അർപ്പിച്ച ഞാൻ ഏറ്റവും മികച്ച വിൽപ്പന(ഏറ്റവും കൂടുതൽ വിൽപ്പന നേടിയ വർഷത്തേക്കാൾ 94 ശതമാനം അധികം) നേടുക മാത്രമല്ല, 50 വർഷത്തെ കമ്പനിയുടെ ചരിത്രത്തിൽ ഏറ്റവും മികച്ച പ്രകടനം കാഴ്ചവയ്ക്കാൻ സഹപ്രവർത്തകരെ നയിക്കുകയും ചെയ്തു.

'ഇടത്തരം' മനോഭാവത്തെ ചെറുത്തു തോല്പിക്കാൻ നിങ്ങൾക്കൊരു ജീവിതലക്ഷ്യം വേണം. അത് നിങ്ങൾ ആഗ്രഹിക്കുന്ന ഏതു ലക്ഷ്യവുമാകാം. എന്നും രാവിലെ എണീക്കാനും ലക്ഷ്യബോധത്തോടെ ജീവിക്കാനും നിങ്ങളെ പ്രേരിപ്പിക്കുന്ന ലക്ഷ്യം. നിങ്ങളുടെ ജീവിതലക്ഷ്യം നിശ്ചയിക്കാൻ ഈ ഘട്ടത്തിൽ പറയുന്നത് അൽപ്പം കടന്ന കയ്യാണെന്ന് എനിക്കറിയാം. എന്നാൽ ലളിതമായ താരതമ്യേന ചെറിയൊരു ലക്ഷ്യം എന്തായാലും നിങ്ങൾക്ക് നിശ്ചയിക്കാനും കൈവരിക്കാനും കഴിയും. (ഉദാഹരണത്തിന് ഞാനിന്ന് കഴിയുന്നത്ര ആളുകളോട് ചിരിക്കും. അങ്ങനെ എനിക്കും ചുറ്റുമുള്ളവർക്കും സന്തോഷം പകരും. അല്ലെങ്കിൽ കാണുന്ന എല്ലാവരോടും എന്തു സഹായമാണ് എന്നിൽനിന്ന് പ്രതീക്ഷിക്കുന്നതെന്ന് ആരായും. അതുവഴി അധികം പേരുടെ ജീവിതത്തെ ഗുണപരമായി മെച്ചപ്പെടുത്താൻ എനിക്ക് കഴിയും). മഹത്തായ ലക്ഷ്യത്തിലേക്കുള്ള ചെറിയ ചുവടാകും അത്.

നിങ്ങളുടെ ജീവിതലക്ഷ്യം മാറ്റിപ്പിടിക്കാൻ ഏതു സമയവും കഴിയുമെന്ന കാര്യം എപ്പോഴും മനസ്സിൽ വയ്ക്കുക. നിങ്ങൾ

വളരുകയും പരുവപ്പെടുകയും ചെയ്യുന്നതനുസരിച്ച് നിങ്ങളുടെ ഉദ്ദേശ്യലക്ഷ്യങ്ങളും മാറും. ഒരു ലക്ഷ്യം, എന്തുമാവട്ടെ, ഇപ്പോൾ തന്നെ നിശ്ചയിക്കുകയും അതിനായി ജീവിക്കാൻ തുടങ്ങുകയും ചെയ്യുക എന്നതാണ് പ്രധാനം. ഞാൻ നിങ്ങളുമായി പങ്കുവയ്ക്കുന്ന ഏതെങ്കിലും ലക്ഷ്യം നിങ്ങൾക്ക് കടം വാങ്ങുക പോലും ചെയ്യാം. (എന്റെ പല കക്ഷികളും അപ്രകാരം ചെയ്യുന്നു.)

നിങ്ങളുടെ ലക്ഷ്യം 'വെളിപ്പെട്ടു കിട്ടും' എന്ന് കരുതരുത്. നിങ്ങൾ ഒരു ലക്ഷ്യം ഉണ്ടാക്കിയെടുക്കണം. രൂപപ്പെടുത്തണം. നിങ്ങൾക്ക് വേണ്ടതെന്തെന്ന് നിങ്ങൾ നിശ്ചയിക്കണം. 'ഏറ്റവും മികച്ച ഞാനായി ജീവിക്കുക' എന്ന മാത്യു കെല്ലി തന്റെ ബെസ്റ്റ് സെല്ലർ പുസ്തകമായ 'ജീവിതതാള'(Rhythm of Life)ത്തിൽ മുന്നോട്ടുവയ്ക്കുന്ന ഏവർക്കും സ്വീകരിക്കാവുന്ന ലക്ഷ്യം നമുക്കും സ്വീകരിക്കാമെന്ന് എനിക്ക് തോന്നുന്നു. നിങ്ങൾക്ക് കഴിയാവുന്നതിൽ ഏറ്റവും മികച്ചതിൽ ശ്രദ്ധ കേന്ദ്രീകരിക്കുക. അതിൽ വളരുക. നിങ്ങളുടെ സ്വപ്നങ്ങൾ സാക്ഷാത്കരിക്കുക. മറ്റുള്ളവരെ അതിനായി പ്രചോദിപ്പിക്കുക. അതാവണം നിങ്ങളുടെ ഉദ്ദേശ്യവും ലക്ഷ്യവും.

നിങ്ങളുടെ ജീവിതലക്ഷ്യത്തെക്കുറിച്ച് ചിന്തിക്കാനും നിശ്ചയിക്കാനും ഒരു സമയം ഈയാഴ്ചതന്നെ മാറ്റിവയ്ക്കുക. എന്തിലാണ് നിങ്ങൾ നിങ്ങളുടെ ലക്ഷ്യം കാണുന്നതെന്ന് എല്ലാ ദിവസവും എഴുതിവയ്ക്കുക. നിങ്ങളുടെ 'വിസ്മയപ്പുലരിയിൽ' എല്ലാം നിങ്ങൾക്ക് നേടാനാവുമെന്നതാണ് വസ്തുത.

നിങ്ങളുടെ പ്രശ്നങ്ങളേക്കാൾ മഹത്തരമായൊരു ജീവിതലക്ഷ്യത്തിൽ സ്വയം സമർപ്പിക്കുമ്പോൾ നിങ്ങളുടെ പ്രശ്നങ്ങൾ അപ്രസക്തമാകുകയും അനായാസം നിങ്ങൾ അവയെ മറികടക്കുകയും ചെയ്യുമെന്ന് മറക്കാതിരിക്കുക.

✓ഒറ്റപ്പെട്ട വിട്ടുവീഴ്ചകൾ

സാധാരണത്വത്തിൽ, ശരാശരി നിലവാരത്തിൽ, അകപ്പെട്ടുപോകാനുള്ള പ്രബലമായ, എന്നാൽ അത്ര സ്പഷ്ടമല്ലാത്ത, കാരണങ്ങളിലൊന്ന് ഒറ്റപ്പെട്ട വിട്ടുവീഴ്ചകളാണ്. ഓരോ തീരുമാനങ്ങൾ നാം എടുക്കുമ്പോഴും ഓരോ വ്യത്യസ്തങ്ങളായ കാര്യങ്ങൾ ചെയ്യുമ്പോഴും അത് അതിനെ, ആ സമയത്തെ ആ പ്രവൃത്തിയെ മാത്രമേ ബാധിക്കൂ എന്നാണ് നാം വിചാരിക്കുക. അതൊരു തെറ്റിദ്ധാരണയാണ്. ഒരു ദിവസം വ്യായാമം ചെയ്തി

ല്ലായെന്നുവച്ച് ഒന്നും സംഭവിക്കുകയില്ലെന്ന് നിങ്ങൾ കരുതുന്നു. നാളെ മുതൽ ഇല്ല എന്ന തീരുമാനത്തിൽ ഇന്ന് ഫാസ്റ്റ് ഫുഡ് കഴിക്കുന്നത് ദോഷമല്ലെന്ന് ഓർക്കുന്നു. മറിച്ച്, ശരി പിന്തുടരാൻ തീരുമാനിച്ച് ഏറ്റെടുത്തവ നിറവേറ്റുമ്പോൾ (പ്രത്യേകിച്ച് മറിച്ച് തോന്നുമ്പോൾ) നിങ്ങളിൽ അനിതരസാധാരണമായ അച്ചടക്കം രൂപപ്പെടുന്നു. അതു നിങ്ങളുടെ ജീവിതത്തിൽ അനിതരസാധാരണമായ ഫലങ്ങൾ പുറപ്പെടുവിക്കുന്നു. "അച്ചടക്കം ജീവിതശൈലി രൂപപ്പെടുത്തുന്നു" എന്ന് എന്റെ നല്ല സുഹൃത്ത് പീറ്റർ വൂഗ്ദ് കക്ഷികളോടു പറയുന്നതിന്റെ കാരണം അതാണ്.

അലാം ക്ലോക്ക് അടിക്കുമ്പോൾ എണീക്കാൻ മടിച്ച് ആളുകൾ അതിന്റെ ബട്ടനിൽ ഒരു തട്ട് കൊടുക്കുന്നു. എളുപ്പമുള്ള കാര്യം. അത് അവിടംകൊണ്ട് തീരുമെന്ന് അവർ കരുതുന്നു. ചെയ്യേണ്ട കാര്യങ്ങൾ ചെയ്യേണ്ടതുപോലെ ചെയ്തില്ലെങ്കിലും ഒരു കുഴപ്പവുമില്ലെന്ന ധാരണ ഉപബോധമനസ്സിൽ വേരുറപ്പിക്കാൻ ഇത്തരം 'പരിപാടി'കൾ കാരണമാകുമെന്നതാണ് യാഥാർത്ഥ്യം. (കൂടുതൽ വിവരങ്ങൾ 'എന്തുകൊണ്ട് നിങ്ങൾ ഇന്ന് പുലരിയിൽ എണീക്കണം' എന്ന അടുത്ത അധ്യായത്തിൽ).

ഒറ്റയ്ക്കൊറ്റയ്ക്ക് കാണാതെ, ഒന്നാകെ വിശാലമായി കാര്യങ്ങളെ വീക്ഷിക്കാൻ നമുക്ക് കഴിയണം. നാം ചെയ്യുന്ന എല്ലാ കാര്യങ്ങൾക്കും, നാം ആരായിത്തീരണം എന്നതിൽ പങ്കുണ്ട് എന്നു നാം അറിയണം. നാം ആത്യന്തികമായി രൂപപ്പെടുത്തുന്നതും ജീവിക്കുന്നതുമായ ജീവിതം തീരുമാനിക്കുന്നതും അതാണെന്ന് നാം മുന്നിൽക്കാണണം. ഭാവിയുടെ മുഴുചിത്രം മുന്നിൽക്കാണുമ്പോൾ നിങ്ങൾ അലാം ക്ലോക്കിനെയും ഗൗരവത്തിൽ എടുക്കും. എണീക്കാൻ മടിച്ച് ക്ലോക്കിന്റെ മണ്ടയ്ക്കടിക്കാൻ ഓങ്ങുമ്പോൾ ഒന്നു ചിന്തിക്കും. "ഒന്നു നിൽക്ക്, ഞാൻ ആകാൻ ആഗ്രഹിച്ച ഞാൻ ഇതല്ല. പുലർച്ചേ എഴുന്നേൽക്കാനുള്ള അച്ചടക്കം കൈവരിക്കാൻ കഴിയാത്ത എത്ര പേരുണ്ട്. ഞാനിപ്പോഴെങ്കിലും എണീറ്റല്ലോ. അത്രയ്ക്കൊക്കെ പ്രതിബദ്ധത (രാവിലെ ഉറക്കമുണരാൻ, ലക്ഷ്യങ്ങൾക്കുവേണ്ടി പ്രവർത്തിക്കാൻ, സ്വപ്നത്തിലെ ജീവിതം രൂപപ്പെടുത്താൻ) എനിക്കുണ്ടല്ലോ."

നിങ്ങൾ എന്തു ചെയ്യുന്നു എന്നതിനേക്കാൾ, നിങ്ങൾ ആരായിത്തീർന്നു എന്നതാണ് പ്രധാനമെന്ന് അറിയുക. നിങ്ങൾ എന്തു ചെയ്യുന്നു എന്നത് അതേ സമയം നിങ്ങൾ ആരാണ് എന്നതിനെ ആശ്രയിച്ചിരിക്കുന്നു താനും.

✓ഉത്തരവാദിത്തം ഇല്ലായ്മ

ഉത്തരവാദിത്തവും വിജയവും തമ്മിലുള്ള ബന്ധം നിഷേധിക്കാനാവാത്തതാണ്. ഉയർന്ന വിജയം നേടിയ എല്ലാവരും, കമ്പനി മേധാവികൾ മുതൽ കായികതാരങ്ങളും യു.എസ്. പ്രസിഡന്റുവരെയും ഉന്നതമായ ഉത്തരവാദിത്തബോധം പ്രകടമാക്കുന്നു. ശരിയായി പ്രവർത്തിക്കേണ്ടതിനും വേണ്ട ഫലം നല്കേണ്ടതിനും അതവരെ പ്രതിബദ്ധരാക്കുന്നു. അവരൊരു പക്ഷേ അത് ഇഷ്ടപ്പെടുന്നുണ്ടാവുകയില്ല. അതില്ലായെങ്കിൽ നാം ചില ഒളിച്ചുകളികളൊക്കെ നടത്തിയെന്നും വരും. കമ്പനി മേധാവികൾ അവരുടെ സമയം ഐഫോണിൽ 'വേർഡ്സ് വിത്ത് ഫ്രണ്ട്സ്'(words with friends) കളിച്ചുകളഞ്ഞുവെന്നു വരാം. നമ്മിൽ ചിലരൊക്കെ ഇത്തരത്തിൽ പെരുമാറാറുണ്ടെന്ന് എനിക്കറിയാം. (ചിലപ്പോഴൊക്കെ എനിക്കും കുറ്റബോധം തോന്നാറുണ്ട്) നാം കുറച്ചുകൂടി ഉത്തരവാദിത്തബോധം കാണിക്കേണ്ടിയിരിക്കുന്നു.

നമ്മുടെ പ്രവൃത്തികൾക്കും അതിന്റെ ഫലത്തിനും മറ്റാരോടെങ്കിലും ഉത്തരം പറയേണ്ടതുണ്ട് എന്ന ബോധ്യമാണ് ഉത്തരവാദിത്തബോധം. ഉത്തരവാദിത്തം പ്രകടമാക്കുന്നതല്ലാത്ത പ്രവൃത്തികൾ നിങ്ങളുടെ ജീവിതത്തിലും ലോകത്തിൽ തന്നെയും വളരെ കുറച്ചുമാത്രമേയുള്ളൂ. ജനനം മുതൽ ഏതാണ്ടൊരു പതിനെട്ടു വയസ്സുവരെ മാതാപിതാക്കളുടെയും മുതിർന്നവരുടെയും ഉത്തരവാദിത്തത്തിന്റെ തണലാണ് നിങ്ങൾക്കും എനിക്കും ഏതൊരു നല്ല കാര്യത്തിനും തുണയായത്. നാം കൃത്യസമയത്ത് ഭക്ഷണം കഴിച്ചു, ഹോംവർക്ക് ചെയ്തു, പല്ലു തേച്ചു, കുളിച്ചു, ഉറങ്ങി. അതൊക്കെ നമ്മുടെ മാതാപിതാക്കളും അധ്യാപകരും നമ്മോട് പുലർത്തിയ ഉത്തരവാദിത്തബോധത്തിന്റെ ഫലങ്ങളാണ്. അല്ലായിരുന്നുവെങ്കിൽ വിദ്യാഭ്യാസമില്ലാത്ത, ആരോഗ്യമില്ലാത്ത, ശുചിത്വബോധമില്ലാത്ത കുട്ടികളാകുമായിരുന്നു നാം. ഓർക്കുമ്പോൾ ഒരു രസം.

ജീവിതത്തിൽ അടുക്കും ചിട്ടയും കൈവരിക്കാനും വളരാനും മുന്നേറാനും ഫലങ്ങൾ പുറപ്പെടുവിക്കാനും ഉത്തരവാദിത്തബോധം നമ്മെ നിർബന്ധിക്കുന്നു. ഇവിടെയാണ് പ്രശ്നം. ഉത്തരവാദിത്തബോധം നിങ്ങൾക്കും എനിക്കും അത്ര ഇഷ്ടമുള്ള കാര്യമല്ല. നാം അത് ആഗ്രഹിക്കുന്നില്ല എന്നതാണ് വാസ്തവം. കുട്ടിക്കാലത്തും കൗമാരത്തിലും യൗവനത്തിലു

മായി നമ്മിലത് രൂപപ്പെടുത്തിയെടുക്കുകയാണ്. മുതിർന്നവരാൽ നമ്മിലത് അടിച്ചേല്പിക്കപ്പെടുന്നതിനാൽ ഉത്തരവാദിത്തബോധത്തോട് അബോധാത്മകമായൊരു എതിർപ്പിലാണ് നമ്മിൽ പലരും വളരുക. പ്രായപൂർത്തിയാകുന്നതോടെ നാം പൂർണ സ്വാതന്ത്ര്യത്തിന്റെ രുചി നുകരുന്നു. അതോടെ നാം ഉത്തരവാദിത്തങ്ങളെ കുഷ്ഠം പോലെ കയ്യൊഴിയുന്നു. അതു നമ്മെ മികവില്ലായ്മയിലേക്ക് താഴ്ത്തുന്നു. മടിയും ഉത്തരവാദിത്തത്തിൽ നിന്നുള്ള ഒളിച്ചോട്ടവും, വിജയത്തിന് ഒരിക്കലും ഉതകില്ലാത്ത വളഞ്ഞവഴി തേടലും, ശീലമാക്കിയ, നിഷേധാത്മക മനോഭാവത്തിന് അടിമകളാകുന്നു.

ഇപ്പോൾ നാമെല്ലാം മുതിർന്നിരിക്കുന്നു. വിജയത്തിന്റെയും തികവിന്റെയും ഫലസമൃദ്ധമായ തലത്തിലേക്ക് നാം ഉയരേണ്ടിയിരിക്കുന്നു. നമ്മിലെ ഉത്തരവാദിത്തബോധത്തെ രൂപപ്പെടുത്തുന്നതിനുള്ള ഉത്തരവാദിത്തം നാം ഏറ്റെടുക്കേണ്ടിയിരിക്കുന്നു. (മറ്റൊരു വിധത്തിൽ പറഞ്ഞാൽ, നാം നമ്മുടെ മാതാപിതാക്കളിലേക്ക് മടങ്ങേണ്ടിയിരിക്കുന്നു.) ആരോടെങ്കിലും നമുക്ക് ഉത്തരവാദിത്തം ഉണ്ടായേ മതിയാകൂ, കുടുംബത്തോട്, സമൂഹത്തോട്, ഗുരുവിനോട്, കൂട്ടുകാരോട്, ആരോടെങ്കിലും. പുസ്തകത്തിൽ ഉത്തരവാദിത്തബോധത്തെപ്പറ്റി വായിക്കുന്ന പലരും അതു പ്രാവർത്തികമാക്കുന്നില്ല. കാരണം, അതിനാരും അവരെ പ്രേരിപ്പിക്കുന്നില്ല. നിർബന്ധിക്കുന്നില്ല. ഇതിനൊരു മാറ്റം വന്നേ തീരൂ.

ഉത്തരവാദിത്തബോധം ഉണർത്തുന്ന പങ്കാളിയെ കണ്ടെത്തുക (ഏറെ ഉപകാരപ്രദം)

വ്യായാമം ചെയ്യാനോ ജിമ്മിൽ പോകാനോ ഉദ്ദേശിച്ചിട്ടും അങ്ങനെ 'തോന്നാത്തതു'കൊണ്ട് ചെയ്യാതിരുന്ന ദിവസങ്ങൾ നിങ്ങൾക്കുണ്ടായിട്ടുണ്ടോ? തീർച്ചയായും നമുക്ക് എല്ലാവർക്കുമുണ്ടായിട്ടുണ്ട്. എന്നാൽ ജിമ്മിൽ അല്ലെങ്കിൽ സ്ഥിരമായി ഓടുന്ന മൈതാനിയിൽ നിങ്ങളെ ആരെങ്കിലും കാത്തിരിപ്പുണ്ടെങ്കിലോ? നിങ്ങളിൽ ഉത്തരവാദിത്തബോധം ഉണർത്തുന്ന ഒരാളുണ്ടെങ്കിൽ മടിയും മുടന്തൻ ന്യായങ്ങളും മാറ്റിവച്ച് ഉത്തരവാദിത്തത്തോടെ പെരുമാറാൻ നിങ്ങൾ തയ്യാറാകും അല്ലേ?

നിങ്ങളിൽ ഉത്തരവാദിത്തബോധം ഉണർത്താൻ പോന്ന ഒരു പങ്കാളിയെ ഈ പുസ്തകം വായിച്ചുകൊണ്ടിരിക്കെത്തന്നെ കണ്ടെത്താൻ ഞാൻ ശക്തിയായി നിങ്ങളോട് ശുപാർശ

ചെയ്യുന്നു. അതൊരു സുഹൃത്തോ, സഹപ്രവർത്തകനോ, കുടുംബാംഗമോ ആകാം. 'വിസ്മയപ്പുലരി' പങ്കിട്ട് എളുപ്പത്തിൽ അവരെ പങ്കാളിയാക്കാം. മിറക്കിൾ മോണിങ് ഡോട്ട് കോം (MiracleMorning.com) അയച്ചുനല്കി അവരെ മിറക്കിൾ മോണിങ് ക്രാഷ് കോഴ്സിൽ (ഈ പുസ്തകത്തിന്റെ രണ്ടധ്യായവും മിറക്കിൾ മോണിങ് വീഡിയോ ഓഡിയോ പ്രോഗ്രാമുകളും തികച്ചും സൗജന്യമായി) ചേർക്കുക. അതുവഴി ജീവിതത്തെ അടുത്ത തലത്തിലേക്ക് ഉയർത്താൻ പ്രതിബദ്ധമായ ഒരാളെ നിങ്ങൾക്ക് പങ്കാളിയായി ലഭിക്കും. പരസ്പരം താങ്ങും പ്രോത്സാഹനവുമായി, പരസ്പരം ഉത്തരവാദിത്തമുള്ളവരായി, നിങ്ങൾക്ക് ഒരുമിച്ച് മുന്നേറാം.

വേണമെങ്കിൽ നിങ്ങൾക്ക് ഫെയ്സ് ബുക്ക് വാളിലൂടെ അല്ലെങ്കിൽ മിറക്കിൾ മോണിങ് കമ്യൂണിറ്റിയിലെ ഏറെ സഹായ മനസ്കരായ അംഗങ്ങളെ www.My TMMCommunity.com വഴി, പങ്കാളിയായി ക്ഷണിക്കാം. "വിസ്മയപ്പുലരിയുടെ മുപ്പതു ദിവസംകൊണ്ട് ജീവിതം മാറ്റിമറിക്കുകയെന്ന വെല്ലുവിളി" ഏറ്റെടുത്ത് ജീവിതത്തെ മേന്മയുറ്റതാക്കാൻ ആഗ്രഹിക്കുന്ന ഒരാളെ എന്റെ 'ഉത്തരവാദിത്തപങ്കാളിയാകാൻ' ക്ഷണിക്കുന്നു. താല്പര്യമുള്ളവർ www miracle morning.com പരിശോധിച്ച ശേഷം എന്നെ ബന്ധപ്പെടുക എന്ന മാതൃകയിലാവാം പോസ്റ്റ്. ഇതിനോട് പ്രതികരിക്കുന്ന ആരും, നിങ്ങളുടെ സ്വാധീനവലയത്തിനുള്ളിലായിരിക്കാൻ നിങ്ങളാഗ്രഹിക്കുന്ന തരത്തിലുള്ളവരായിരിക്കുമെന്ന്, മറക്കാതിരിക്കുക.

നിങ്ങളോടൊപ്പം വിസ്മയപ്പുലരി യാത്രയിൽ പങ്കുചേരാൻ, നിങ്ങളോടൊത്ത് പുസ്തകം പാരായണം ചെയ്യാൻ, പത്താം അധ്യായത്തിൽ മുപ്പതുദിവസംകൊണ്ട് ജീവിതം മാറ്റിമറിക്കാനുള്ള വെല്ലുവിളി മുന്നോട്ടുവയ്ക്കുന്ന 'വിസ്മയപ്പുലരി'യിൽ നിങ്ങളുടെ ഉത്തരവാദപങ്കാളിയാകാൻ, ഒരു സുഹൃത്തിനെ ക്ഷണിച്ചുകൊണ്ട് ഇന്നുതന്നെ ഒരു ഫോൺകോളോ, ടെക്സ്റ്റ്, ഇ-മെയിൽ മെസേജോ അയയ്ക്കാൻ ഞാൻ നിങ്ങളോട് അഭ്യർത്ഥിക്കുന്നു. അതുമല്ലെങ്കിൽ അത്ഭുതം സൃഷ്ടിക്കുന്ന സഹയാത്രികരെ നിങ്ങളുടെ ഉത്തമ ഉത്തരവാദപങ്കാളിയായി കിട്ടാൻ www.MyTMMCommunity.comൽ മിറക്കിൾ മോണിങ് കമ്യൂണിറ്റിയുമായി ബന്ധപ്പെടുക.

✓ഇടത്തരം മനോഭാവത്തിന്റെ സ്വാധീനം

നാം ഒപ്പം കൂടുതൽ സമയം ചെലവാക്കുന്ന അഞ്ചുപേരുടെ ശരാശരിക്ക് തുല്യരായി നാം മാറുമെന്ന് ഗവേഷണങ്ങൾ പറയുന്നു. കൂടുതൽ നേരം നിങ്ങൾ ആരോടൊപ്പം കഴിയുന്നു എന്നത് നിങ്ങളുടെ വ്യക്തിത്വത്തെയും നിങ്ങളുടെ ജീവിതത്തിന്റെ ഗുണമേന്മയെയും നിർണയിക്കുന്ന ഘടകങ്ങളിൽ ഏറ്റം പ്രധാനമാണ്. മടിയരും ദുർബലരും ഒഴികഴിവു കണ്ടെത്തുന്നവരുമാണ് ചുറ്റുമുള്ളവരെങ്കിൽ അചിരേണ നിങ്ങളും അങ്ങനെ ആയിത്തീർന്നേ മതിയാകൂ. പ്രസാദാത്മകതയും പ്രസരിപ്പുമുള്ള, വിജയം കരസ്ഥമാക്കിയവരുമായി ചേർന്നു ജീവിക്കുക, അവരുടെ മനോഭാവവും വിജയം വരിക്കാൻ അവരെ പ്രാപ്തമാക്കിയ ശീലങ്ങളും നിങ്ങളിൽ പ്രതിഫലിക്കും. പോകെപ്പോകെ നിങ്ങൾ അവരെപ്പോലെയായി മാറും.

വിജയം, ആരോഗ്യം, ആനന്ദം, വരുമാനം എന്തിന്, ശരീരഭാരം തുടങ്ങി ജീവിതത്തിന്റെ സമസ്തമേഖലകളിലും ഇത് സത്യമാണ്. നിങ്ങളുടെ സുഹൃത്തുക്കളെല്ലാം പൊതുവേ സന്തോഷവും ശുഭപ്രതീക്ഷയും ഉള്ളവരെങ്കിൽ അവരുടെ കൂടെയിരിക്കേ നിങ്ങളിൽ സന്തോഷവും പ്രത്യാശയും വേരൂന്നും. നിങ്ങളുടെ കൂട്ടുകാർ വിജയികളും വർഷം ഒരു ലക്ഷം ഡോളറിനുമേൽ വരുമാനം നേടുന്നവരുമെങ്കിൽ, അവരുടെ വൃത്തത്തിൽ നിങ്ങൾ പ്രവേശിക്കുമ്പോൾ നിങ്ങളുടെ വരുമാനം വളരെ കുറവെങ്കിൽ കൂടി, അവരുടെ ചങ്ങാത്തം സ്വാഭാവികമായി നിങ്ങളെ ഉയർത്തുകയും വിജയം നേടുന്നതിനായി അവർ രൂപം നല്കിയ ശീലങ്ങൾ നിങ്ങളെ സ്വാധീനിക്കുകയും ചെയ്യും.

നേരെമറിച്ച്, നിങ്ങൾ ഇടപഴകുന്ന ആളുകൾ 'പരാതിപ്പെട്ടി'കളും ജീവിതത്തിന്റെ ഋണാത്മകവശത്തിൽ മാത്രം ഊന്നുന്നവരുമെങ്കിൽ, നിങ്ങളും അതുതന്നെ ആയിത്തീരും. നിങ്ങളുടെ കൂട്ടുകാർ ജീവിതത്തെ മെച്ചപ്പെടുത്താൻ പോരാടുന്നവരല്ലെങ്കിൽ, അവർ സാമ്പത്തികമായി പരാധീനത അനുഭവിക്കുന്നവരെങ്കിൽ മികച്ചതിലേക്ക് നയിക്കാൻ പാകത്തിൽ നിങ്ങളെ വെല്ലുവിളിക്കാനോ പ്രചോദിപ്പിക്കാനോ അവർക്കാവില്ല.

ദൗർഭാഗ്യവശാൽ, ജീവിതത്തെ മുകളിലേക്ക് കൊണ്ടുപോകാൻ ആഗ്രഹിക്കുന്ന പലരും, ചുറ്റുമുള്ളവരാൽ താഴേക്ക് പതിക്കുന്ന അവസ്ഥയാണുള്ളത്. അവർ നിങ്ങളുടെ കുടുംബത്തിലുള്ളവർ കൂടിയാണെങ്കിൽ പറയുകയും വേണ്ട.

നിങ്ങൾക്ക് കഴിയുന്ന ഏറ്റവും മികച്ച വ്യക്തിയിലേക്ക് വളരാൻ നിങ്ങളെ പ്രോത്സാഹിപ്പിക്കാത്ത ആരോടൊപ്പവും അധികസമയം കഴിയില്ലെന്ന് നിങ്ങൾ തീരുമാനിക്കുകയും ഉറപ്പിക്കുകയും വേണം.

നിങ്ങളെ വിശ്വസിക്കുന്ന, ബഹുമാനിക്കുന്ന, ജീവിതത്തിൽ നിങ്ങൾ എത്തിപ്പെടാൻ ആഗ്രഹിക്കുന്നിടത്തേക്കുപോകാൻ നിങ്ങളെ സഹായിക്കുന്ന, വ്യക്തികളെ തേടുക. നിങ്ങളുടെ സ്വാധീനവലയത്തെ മികവിലേക്ക് നയിക്കാൻ പ്രാപ്തരായവരെ, നിങ്ങൾ തേടി കണ്ടെത്തുകതന്നെ വേണം. അങ്ങനെയുള്ളവർ അവിചാരിതമായി നമ്മുടെ മുന്നിൽ വന്നുപെടാറില്ല.

അതിനായി നിങ്ങൾക്ക് സ്വീകരിക്കാവുന്ന ചില വഴികൾ ഇതാ:

- നിങ്ങളുടെ പ്രദേശത്തു തന്നെയുള്ള, സമാനഹൃദയരായ, സമാനസ്വഭാവമുള്ള, വ്യക്തികളുമായി നിങ്ങളെ കൂട്ടിച്ചേർക്കുന്ന ഓൺലൈൻ സമൂഹങ്ങളിൽ ചേരുക.
- നിലവിലുള്ള ഒരു ഓൺലൈൻ കമ്യൂണിറ്റിയിൽ അംഗമാകുകയോ നിങ്ങൾക്ക് തന്നെ ഒരെണ്ണം തുടങ്ങുകയോ ചെയ്യാം.
- നിങ്ങളൊരു ബിസ്സിനസ്സുകാരനോ, ഉൽപന്നമോ സേവനമോ വിപണനം ചെയ്യുന്ന തൊഴിലിൽ ഏർപ്പെട്ടിരിക്കുന്ന വിദഗ്ദ്ധനോ എങ്കിൽ ഏതെങ്കിലുമൊരു ബിസിനസ് നെറ്റ്‌വർക്കിങ് ആൻഡ് റെഫറൽ മാർക്കറ്റിങ് ഗ്രൂപ്പിൽ ചേരാം. ബിഎൻഐ (BNI)ആണ് അതിൽ പ്രമുഖം. ഞാൻ ബിഎൻഐ (www.bni.com)യിൽ വർഷങ്ങളോളം അംഗമായിരുന്നു. അതെന്റെ ബിസിനസ്സിന്റെ വളർച്ചയ്ക്ക് സഹായിക്കുകയും ഞാൻ എപ്പോഴും മറ്റുള്ളവർക്ക് അതു ശുപാർശ ചെയ്യുകയും ചെയ്തിരുന്നു.
- ഞാൻ മുന്നേ പരാമർശിച്ചതുപോലെ അനന്യമാംവിധം പ്രസാദാത്മകമായ പിന്തുണയ്ക്കുന്ന, കൂട്ടത്തിലൊരാളാകാൻ സദാസന്നദ്ധരായ, ഇടപഴകലിൽ വിദഗ്ദ്ധരായ, ഒരു കൂട്ടം ആൾക്കാരെ നിങ്ങൾക്ക് www.MyTMMCommunity.comൽ അംഗമാകുന്നതു വഴി ലഭിക്കും. അവിടെ നിങ്ങൾക്ക് അടുത്ത തലത്തിലേക്ക് തങ്ങളെയും തങ്ങ

ളുടെ ജീവിതത്തെയും നയിക്കുന്ന, മറ്റുള്ളവരെ അതിനു സഹായിക്കുന്ന, സമാനഹൃദയരായ വിവിധതരത്തിൽപ്പെട്ട ആൾക്കാരുമായി ചേരുകയും അങ്ങനെയുള്ളവരുടെ ഒരു പരിചിതവലയം രൂപീകരിക്കുകയും ചെയ്യാം.

കഷ്ടത കൂട്ടു കൊതിക്കുന്നുവെന്ന് പറയാറുണ്ട്. അതുപോലെ തന്നെയാണ് ഇടത്തരം മനോഭാവവും. "മറ്റുള്ളവരുടെ ഭയവും അരക്ഷിതബോധവും പരിമിതികളിലുള്ള വിശ്വാസവും നിങ്ങളെ പരിമിതിയിൽ തളച്ചിടാൻ അനുവദിച്ചുകൂടാ." നിങ്ങളുടെ സ്വാധീന വലയം, ദൃഢനിശ്ചയത്തോടെ സ്ഥിരമായി മെച്ചപ്പെടുത്താൻ നിങ്ങൾ പ്രതിജ്ഞാബദ്ധരായിരിക്കണം. നിങ്ങളുടെ ജീവിതത്തിന് ഗുണമേന്മ വർധിപ്പിക്കാനും നിങ്ങളിലെ മികച്ചതിനെ പുറത്തെടുക്കാനും സഹായിക്കുന്ന ആളുകളെ തേടി കണ്ടെത്തുക. തീർച്ചയായും മറ്റുള്ളവർക്ക് നിങ്ങൾ അങ്ങനെ ആയിരിക്കുകയും ചെയ്യുക.

നിങ്ങളുടെ ഉത്തരവാദിത്ത പങ്കാളിയാകാനും ഒരുമിച്ച് വിസ്മയപ്പുലരി പരിശീലിക്കാനും ഒരു സുഹൃത്തിനെയോ, സഹപ്രവർത്തകരെയോ കുടുംബാംഗങ്ങളെയോ ക്ഷണിക്കേണ്ടത് വളരെ പ്രധാനമാകാൻ മറ്റൊരു കാരണം അതാണ്. വ്യക്തിത്വ വികാസത്തിന്റെ ഗതിവേഗം വർദ്ധിപ്പിക്കുക വഴി അവരുടെ ജീവിതത്തെ വിലയുള്ളതാക്കാൻ നിങ്ങൾക്ക് കഴിയുന്നു. തിരിച്ച് നിങ്ങളിൽ സ്വാധീനം ഉറപ്പിക്കാൻ അവർക്കും കഴിയുന്നു.

✓ വ്യക്തിത്വവികാസത്തിന്റെ അഭാവം

ജിം റോബിൻ ഞാൻ ഏറ്റവും ബഹുമാനിക്കുന്ന ഗുരുക്കന്മാരിൽ ഒരാളാണ്. ജീവിതത്തെ മാറ്റിമറിക്കുന്ന പല തത്വങ്ങളും അദ്ദേഹം എന്നെ പഠിപ്പിച്ചിട്ടുണ്ട്. അതിൽ, "നമ്മുടെ ജീവിത വിജയത്തിന്റെ തോത് നമ്മുടെ വ്യക്തിത്വവികാസത്തിന്റെ തലത്തിനപ്പുറം സാധാരണഗതിയിൽ ഉയരാറില്ല. കാരണം, വളർന്നു വികസിച്ച വ്യക്തിയാൽ വിജയം ആകർഷിക്കപ്പെടുകയാണ് ചെയ്യുക" എന്നതിലും മഹത്തായ ആശയം ഞാൻ കണ്ടിട്ടില്ല. അതായത് എല്ലാ മേഖലയിലെയും നിങ്ങളുടെ വിജയം നിങ്ങളുടെ വ്യക്തിത്വവികാസത്തോട് ചേർന്നുപോകുന്നതായിരിക്കും. നിങ്ങളുടെ വ്യക്തിത്വ(നിങ്ങളുടെ അറിവ്, കഴിവ്, വിശ്വാസങ്ങൾ, ശീലങ്ങൾ തുടങ്ങിയവ)ത്തിന് മേലെയുള്ള വിജയം ഒരിക്കലും നിങ്ങൾക്ക് സാധ്യമാവില്ല എന്നർത്ഥം.

നാമിക്കാര്യത്തെ നേരത്തെ ഒന്ന് പരാമർശിച്ചെങ്കിലും ഒന്നുകൂടി പരിശോധിക്കാം. നമ്മുടെ ജീവിതത്തിലെ ഏത് മേഖലകളിലും (ആരോഗ്യം, സാമ്പത്തികം, ബന്ധങ്ങൾ) 'പത്തിൽ പത്ത്' വിജയം നാം ആഗ്രഹിക്കുന്നു അല്ലേ? ശരി, നല്ലത്. പക്ഷേ, നാം ആഗ്രഹിക്കുന്ന വിജയനിലവാരത്തിലെത്തിച്ചേരാനുള്ള മാർഗ്ഗങ്ങൾ കണ്ടെത്താനും വിജയത്തിനായി ജീവിക്കാനും വിജയം കൈവരിക്കാനും നിലനിർത്താനും കഴിവുള്ള 'പത്തിൽ പത്ത്' വ്യക്തിത്വമുള്ളവരായി വളരാൻ ആവശ്യമായ സമയം അതിനായി മാറ്റിവയ്ക്കാൻ നാം തയ്യാറാകുന്നില്ല, എന്നതാണ് യഥാർത്ഥ പ്രശ്നം. അതിനാൽ നാം കൊതിക്കുന്ന തരത്തിലുള്ള ആരോഗ്യവും ഉന്മേഷവും സ്നേഹവും, വ്യക്തി ജീവിതത്തിലും തൊഴിൽ ജീവിതത്തിലും നമുക്ക് ലഭിക്കുന്നില്ല.

"മുപ്പതു ദിവസംകൊണ്ട് ജീവിതത്തെ മാറ്റിമറിക്കാനുള്ള വെല്ലുവിളി മുന്നോട്ടുവയ്ക്കുന്ന വിസ്മയപ്പുലരി"യുടെ പരിശീലനകാലത്ത് നിങ്ങളുടെ എല്ലാ മേഖലകളിലെയും വിജയത്തിന്റെ തോത് അളക്കുന്ന, നിങ്ങളെ പ്രകാശിപ്പിക്കുന്ന, ചിലപ്പോഴൊക്കെ വേദനിപ്പിക്കുന്ന, പക്ഷേ ആശ്ചര്യകരമാംവിധം ആസ്വാദ്യമായ പ്രക്രിയ (The Miracle Morning 30 day Life Transformation challenge Fast start kit) നടക്കും. ഉയർന്ന തലത്തിലുള്ള വ്യക്തതയും ആത്മാവബോധവും കൈവരിക്കുന്ന നിങ്ങൾ 'പത്ത് മാർക്ക്' കാഴ്ചപ്പാടിന് ഉടമകളാകും. ഓരോ മേഖലയിലും നിങ്ങൾ അടുത്ത ലക്ഷ്യം ഉറപ്പിക്കും. പത്ത് മാർക്ക് കാഴ്ചപ്പാടിന് അനുസൃതമായ വിജയം നിങ്ങൾ എല്ലാ മേഖലകളിലും നേടിയെടുക്കും.

പഴയകാലത്ത് എന്ത് സംഭവിച്ചിരുന്നാലും നിങ്ങൾ ഭാവനയിൽ കണ്ട അസാധാരണ ജീവിതം നിങ്ങൾക്ക് ലഭിക്കും. നിങ്ങളാഗ്രഹിക്കുന്ന ജീവിതത്തിലേക്കുള്ള വഴി കണ്ടെത്താൻ മുന്നേറാൻ രൂപപ്പെടുത്താൻ ആ ജീവിതത്തിൽ ജീവിക്കാൻ കഴിവുള്ള വ്യക്തിയായി വികസിക്കുംവരെ ഒന്ന് കാത്തിരിക്കുക, അത്രമാത്രം.

ജീവിതത്തിന്റെ സമസ്ത, അതെ മുഴുവൻ മേഖലകളിലും, നിങ്ങളാഗ്രഹിച്ച വിജയം സുഗമമായും സുസ്ഥിരമായും കണ്ടെത്തുന്നതിനും നേടുന്നതിനും നിലനിർത്തുന്നതിനും കഴിയുന്ന പത്തിൽ പത്ത് മാർക്ക് നേടുന്ന വ്യക്തിയായിത്തീരാൻ 'വിസ്മയപ്പുലരി' നിങ്ങളെ പ്രാപ്തമാക്കും.

വ്യക്തിവികാസത്തിന് സമയം മാറ്റിവയ്ക്കാൻ കഴിഞ്ഞില്ലെങ്കിൽ വേദനിക്കാനും കഷ്ടപ്പെടാനുമേ നമുക്ക് സമയം കാണൂ എന്ന് മറക്കാതിരിക്കുക. അനിതരസാധാരണമായ വ്യക്തിത്വവികാസത്തിനുള്ള ആ സമയമാണ് 'വിസ്മയപ്പുലരി' നിങ്ങൾക്ക് സമ്മാനിക്കുക.

✓ അടിയന്തരസ്വഭാവത്തിന്റെ അഭാവം

സ്വയവും, സ്വന്തം ജീവിതവും മികവിലേക്ക് മെച്ചപ്പെടേണ്ടത് അനിവാര്യമാണെന്ന് 95 ശതമാനം ആളുകളും കരുതുന്നില്ല എന്നതാണ് ഇടത്തരം ജീവിതാവസ്ഥയിൽ കുരുങ്ങി സഫലീകരിക്കപ്പെടാത്ത സാധ്യതകളുമായി കഴിച്ചുകൂട്ടാൻ അവർക്ക് കാരണമാകുന്നതെന്ന് ഒരു വാദമുണ്ട്. ഒരു ദിവസം എല്ലാം ശരിയാകും എന്നതാണ് പൊതുവേ മനുഷ്യസ്വഭാവം. ജീവിതം തന്നെത്താൻ ശരിയായിക്കൊള്ളുമെന്ന മട്ട്. എല്ലാവർക്കും അതെങ്ങനെ ശരിയാവാൻ? എന്നെങ്കിലും എല്ലാം ശരിയാകും എന്ന മനോഭാവം തനിയെ ഒരിക്കലും മാറില്ല. അത് 'വച്ചു താമസിപ്പിക്കലി' ലേക്കും ഉപയോഗിക്കപ്പെടാത്ത സാധ്യതകളിലേക്കും നയിക്കുന്നു. ഒരു ദിവസം ഉണർന്നെണീറ്റ് എന്താണീ സംഭവിക്കുന്നതെന്ന് നാം അമ്പരക്കുന്നു, എങ്ങനെ എന്റെ ജീവിതം ഇവ്വിധമായി?

കുറച്ചുകൂടി കാര്യങ്ങൾ ചെയ്യാമായിരുന്നു, കുറച്ചുകൂടി മെച്ചപ്പെടാമായിരുന്നു, എന്ന നഷ്ടബോധത്തിൽ ജീവിക്കുകയാണ് ജീവിതത്തിലെ ഏറ്റവും കഠിനമായ കാര്യം.

ഈ സത്യം മറക്കാതിരിക്കുക;

ഇപ്പോൾ ഈ നിമിഷമാണ് നിങ്ങളുടെ ജീവിതത്തിൽ മറ്റേതു നിമിഷത്തേക്കാളും പ്രധാനം. ഇന്ന് ചെയ്യുന്ന കാര്യങ്ങളാണ് നാളെ നിങ്ങൾ ആരാവണമെന്ന് തീരുമാനിക്കുക. നിങ്ങൾ ആരാണോ അതാണ് നിങ്ങളുടെ ജീവിതത്തിന്റെ മൂല്യവും ദിശാബോധവും നിശ്ചയിക്കുക.

നിങ്ങളാഗ്രഹിച്ച അത്യസാധാരണ ജീവിതം രൂപപ്പെടുത്താൻ കഴിവുള്ള വ്യക്തിയാവാൻ ഇന്ന് മുതൽ സ്വയം സമർപ്പിച്ചില്ലെങ്കിൽ നാളെയോ, അടുത്ത ആഴ്ചയോ മാസമോ വർഷമോ എന്തു മാറ്റമാണ് വരുത്തുക? ഇല്ല. ഒന്നുമില്ല. അതുകൊണ്ടാണ് ഇപ്പോൾത്തന്നെ നിങ്ങൾ കോലൊടിച്ച് ഇടണം എന്നു പറയുന്നത്.

മൂന്നാം ചുവട് : കോൽ ഒടിച്ചിടുക

സമൂഹത്തിലെ 95 ശതമാനം പേരും ജീവിക്കാൻ കഷ്ടപ്പെടുകയാണെന്ന യാഥാർത്ഥ്യം നാം മനസ്സിലാക്കുകയും അംഗീകരിക്കുകയും ചെയ്തു. ഭൂരിപക്ഷത്തിൽനിന്ന് വ്യത്യസ്തമായി ചിന്തിക്കുകയും ജീവിക്കുകയും ചെയ്തില്ലെങ്കിൽ ഭൂരിപക്ഷത്തെപ്പോലെ നാമും കഷ്ടതയിൽ ഒടുങ്ങും. ജാഗ്രത പുലർത്തേണ്ട, ഒഴിവാക്കേണ്ട ഇടത്തരം ജീവിതാവസ്ഥയുടെ കാരണങ്ങൾ നിങ്ങൾ തിരിച്ചറിഞ്ഞുകഴിഞ്ഞു. മൂന്നാം ചുവട് കോൽ ഒടിച്ചിടുക അഥവ ഇനി ഇല്ല എന്നു തീരുമാനിക്കുക എന്നതാണ്. ഈ ദിവസം മുതൽ **നിങ്ങൾ** വ്യത്യസ്തമായി ചെയ്യാൻ പോകുന്നതെന്ത് എന്ന് ഇന്ന് തീരുമാനിക്കും.

നാളെയല്ല, അടുത്ത ആഴ്ചയോ മാസമോ അല്ല. നിങ്ങൾ ആഗ്രഹിക്കുന്ന ജീവിതം രൂപപ്പെടുത്താൻ നിങ്ങളെ പ്രാപ്തമാക്കും വണ്ണമുള്ള, അനിവാര്യമായ മാറ്റങ്ങൾക്ക് തയ്യാറാണെന്ന തീരുമാനം **ഇന്ന്** തന്നെ കൈക്കൊള്ളണം. മുമ്പൊന്നും എത്തിച്ചേരാത്ത നിലയിലേക്ക് നിങ്ങളുടെ വ്യക്തിജീവിതവും തൊഴിൽ ജീവിതവും ഉയരണമെങ്കിൽ എക്കാലത്തേതിലുമധികം നിങ്ങൾ പ്രതിബദ്ധത പുലർത്തണം. ആ പ്രതിജ്ഞ എടുക്കാൻ തയ്യാറാണോ നിങ്ങൾ?

ഇനി ഇടത്തരം ജീവിതാവസ്ഥയിൽ തുടരില്ല എന്ന് നിങ്ങൾ തീരുമാനിക്കുന്ന ദിവസം, നിങ്ങളുടെ മുഴുവൻ ജീവിതവും മാറും. ഇന്ന് ആണ് നിങ്ങളുടെ ജീവിതത്തിലെ ഏറ്റവും നിർണായകദിവസമെന്ന് നിങ്ങൾ തിരിച്ചറിയുന്ന ദിവസം. ഇനിയുള്ള കാലം നിങ്ങൾ ആരായിരിക്കണമെന്ന് തീരുമാനിക്കുന്നത് ഓരോ ദിവസവും നിങ്ങൾ സ്വീകരിക്കുന്ന തീരുമാനങ്ങളും നിങ്ങൾ ചെയ്യുന്ന കാര്യങ്ങളുമാകയാൽ **ഇന്ന്, ഇപ്പോൾ** എന്നത് മാത്രമാണ് സത്യം എന്ന് നിങ്ങൾ തിരിച്ചറിയുന്ന ദിവസം.

ഇടത്തരം മനോഭാവം എല്ലാവരിലും ഉണ്ട്. നിങ്ങളുടെ ജീവിതം ഇപ്പോൾ എങ്ങനെയോ അങ്ങനെ തന്നെ തുടരട്ടെ എന്ന ബോധപൂർവ്വമോ അല്ലാതെയോ ഉള്ള തീരുമാനമാണ് ഇടത്തരം ജീവിതാവസ്ഥയുടെ അടിസ്ഥാനം. മറ്റുള്ളവരുമായി എങ്ങനെ നിങ്ങൾ സ്വയം താരതമ്യപ്പെടുത്തുന്നു എന്നത് ഇടത്തരം മനോഭാവത്തിൽ വലിയ പങ്കൊന്നും വഹിക്കുന്നില്ല. പഠിക്കാനും വളരാനും ഉയരാനും സ്വയം സമർപ്പിക്കാനുമുള്ള വിമുഖതയുടെ ഫലമാണ് ലളിതമായി പറഞ്ഞാൽ ഇടത്തരം ജീവിതാവസ്ഥ.

എന്നാൽ പഠിക്കാനും വളരാനും മുൻപത്തേതിനേക്കാൾ ഓരോ ദിവസവും അല്പമെങ്കിലും മെച്ചപ്പെടുത്താനുമുള്ള ഉറച്ച തീരുമാനമാണ് അസാധാരണ വിജയത്തിലേക്ക് നയിക്കുന്ന അസാധാരണത്വത്തിന്റെ അടിസ്ഥാനം.

നാമൊക്കെ കുറ്റബോധം അനുഭവിച്ചിട്ടുണ്ട്. കഴിയുന്നതിൽ കുറവുമാത്രമേ ചെയ്യാനും നേടാനും ആയിത്തീരാനും കഴിഞ്ഞുള്ളൂ എന്ന് നാം നമ്മോടുതന്നെ പരിതപിക്കുന്നു. ഇടത്തരം ജീവിതം ദിവസത്തിൽ തുടങ്ങി ആഴ്ചകളിലേക്കും മാസങ്ങളിലേക്കും വർഷങ്ങളിലേക്കും നീളുന്നു, **ഇപ്പോൾ** നമ്മെയും നമ്മുടെ പ്രവൃത്തികളെയും മെച്ചപ്പെടുത്താൻ തുടങ്ങിയില്ലെങ്കിൽ ശരാശരി ജീവിതവും, കഴിവുകൾ വിനിയോഗിക്കാനായില്ലെന്ന വിഷാദവുമാകും ഇനിയങ്ങോട്ട് നാം സൃഷ്ടിച്ച നമ്മുടെ വിധി.

ഇപ്പോൾ മാറിയില്ലെങ്കിൽ ഇനി നാം മാറില്ലെന്നതാണ് വാസ്തവം. നാം മെച്ചപ്പെട്ടില്ലെങ്കിൽ നമ്മുടെ ജീവിതം മെച്ചപ്പെടില്ല. എന്നിട്ടും നമ്മിൽ പലരും എല്ലാ ദിവസവും എണീക്കുന്നു, എന്നത്തേയുംപോലെ തുടരുന്നു.

അധ്യായം നാല്

ഇന്നു രാവിലെ എന്തുകൊണ്ട് നിങ്ങൾ ഉണരണം?

"നിശ്ചയദാർഢ്യത്തോടെ ഉറക്കമുണർന്നാൽ സംതൃപ്തിയോടെ ഉറങ്ങാൻ കിടക്കാം."

– ജോർജ് ലോറിമർ

"നിങ്ങളുടെ അന്നത്തെ മനോഭാവത്തെ നിശ്ചയിക്കുന്നതിനാൽ, അന്നത്തെ സാഹചര്യത്തെ രൂപപ്പെടുത്തുന്നതിനാൽ ആ ദിവസത്തെ ആദ്യ 'ആചാരം' അന്നത്തെ 'ഇന്ധന'മാണ്.

– എബെൻ പേഗൻ

എന്തുകൊണ്ട് ഇന്നു രാവിലെ എണീക്കാൻ നിങ്ങൾ മെനക്കെടണം? ഒരു നിമിഷം അതെക്കുറിച്ച് ഒന്നാലോചിച്ചുനോക്കൂ... എന്തുകൊണ്ടാണ് എല്ലാ ദിവസവും നിങ്ങൾ എണീക്കുന്നത്? കുളിരിൽ പുതച്ചുമൂടി കിടക്കുന്നതിന്റെ സുഖം എന്തുകൊണ്ട് നിങ്ങൾ ഉപേക്ഷിക്കുന്നു? ശരിക്കും താൽപര്യമുണ്ടായിട്ടു തന്നെയോ നിങ്ങൾ ഉണരുക? അതോ താൽപര്യം തോന്നുന്നതുവരെ നിങ്ങൾ കാത്ത് കിടക്കുമോ?

മിക്ക മനുഷ്യരെയും പോലെയാണെങ്കിൽ, നിർത്താത്ത അലാറത്തോടുള്ള അസഹ്യതയിൽ, മനസ്സില്ലാമനസ്സോടെ കിടക്കയിൽ നിന്ന് സ്വയം വലിച്ചെണീപ്പിച്ച്. എവിടെയൊക്കെയോ പോകണമല്ലോ, എന്തൊക്കെയോ ചെയ്യണമല്ലോ ആർക്കൊക്കെയോ ഉത്തരം പറയണമല്ലോ, ആരുടെയൊക്കെയോ കാര്യങ്ങൾ ചെയ്യണമല്ലോ എന്ന് സ്വയം ശപിച്ച് ഓരോ പുലരിയിലും നാം 'എണീക്കുന്നു.' എന്തെങ്കിലുമൊരു പോംവഴിയുണ്ടെങ്കിൽ (ഉണ്ടാകാറില്ല) മിക്കവരും ഉറക്കം തുടരുന്നു.

സ്വാഭാവികമായും നാം എതിർക്കും. ക്ലോക്കിന്റെ അലാം ബട്ടനിട്ട് ഒരടി കൊടുത്ത് തിരിഞ്ഞു കിടക്കും. പക്ഷേ, നാം

ആഗ്രഹിക്കുന്ന ജീവിതം കെട്ടിപ്പടുക്കാൻ പ്രവർത്തനനിരത രാകേണ്ട നാം കിടക്കയിൽ ബോധമില്ലാതെ ഉറങ്ങിക്കിടക്കുക യാണെന്നൊരു സന്ദേശം നമ്മുടെ നിഷേധം ലോകത്തിനു നല്കും. നമ്മിലേറെപ്പേരും ശരാശരിക്കാരായി, ഉപയോഗിക്കാത്ത സാധ്യതകളും കഴിവുകളുമായി നിസ്സംഗരായി കഴിയുന്നു. നാമത് ഇഷ്ടപ്പെടുന്നില്ല. അത് നന്നെന്ന് വിചാരിക്കാറുമില്ല. വിജയത്തിന്റെയും നേട്ടത്തിന്റെയും സാക്ഷാത്കാരത്തിന്റെയും മറ്റൊരു ജീവിതം നമുക്ക് സാധ്യമാണെന്ന് നമുക്കറിയാം. പക്ഷേ, നാമൊരു കുരുക്കിലകപ്പെട്ടിരിക്കുന്നതായി നമുക്കു തോന്നുന്നു. അതെങ്ങനെ അഴിക്കണമെന്ന് നമുക്കറിയില്ല.

ഒരു മയക്കം, ഒരുപാട് നഷ്ടം

"നിങ്ങൾ മയങ്ങുന്നു, സ്വയം നഷ്ടപ്പെടുന്നു" എന്ന പഴ മൊഴിക്ക് നാം അറിയുന്നതിലേറെ ആഴത്തിലുള്ള അർത്ഥമുണ്ട്. നിവൃത്തിയില്ലാത്ത ഘട്ടംവരെ, എണീക്കാൻ നിങ്ങൾ വിസമ്മ തിക്കുന്നുവെന്നതിനർത്ഥം നിങ്ങൾ ജീവിതത്തെ നിഷേധി ക്കുന്നു എന്നു തന്നെയാണ്. മറ്റൊരു മാർഗ്ഗവുമില്ലാത്തതിനാ ലാണ് നിങ്ങൾ കിടക്കവിട്ട് എണീക്കുന്നതും ദിവസം ആരംഭി ക്കുന്നതും. അലാം ബട്ടനിട്ട് ഓരോ തവണ അടിക്കുമ്പോഴും നിങ്ങളുടെ ദിവസത്തെ, നിങ്ങളുടെ ജീവിതത്തെ നിങ്ങൾ നിഷേധിക്കുന്നു. ഉണരാനും നിങ്ങൾ ആഗ്രഹിക്കുന്നതെന്ന് നിങ്ങൾ പറയുന്ന ജീവിതം കെട്ടിപ്പടുക്കാനുമുള്ള അവസരം നിഷേധിക്കുന്നു. നിഷേധത്തോടെ തുടങ്ങുന്ന ഒരു ദിവസം നിങ്ങൾക്ക് സമ്മാനിക്കുന്ന 'നിഷേധാത്മക ഊർജ്ജം' എത്രയാ യിരിക്കും. ഓരോ തവണ അലാം അടിക്കുമ്പോഴും നിങ്ങൾ ഉള്ളിൽ പറയും, 'നാശം സമയമായി, എണീക്കണമല്ലോ, പക്ഷേ എനിക്ക് എണീക്കണ്ട...', എനിക്ക് എന്റെ ജീവിതം ജീവിക്കേണ്ട എന്നു പറയുന്നതിന് തുല്യമാണ് അത്.

വിഷാദത്താൽ വലയുന്ന പലരും പറയുന്നത് പുലരികളാണ് അവർക്ക് ഏറ്റവും കഠിനം എന്നാണ്. കനം തൂങ്ങുന്ന മനസ്സു മായാണ് അവർ രാവിലെ എണീക്കുക. മനസ്സില്ലാമനസ്സോടെ ചെയ്യുന്ന ഒരു ജോലിയാവാം അല്ലെങ്കിൽ പരാജയമായ ഒരു ബന്ധമാവാം അതിനു കാരണം. ചിലരുടെ കാര്യത്തിലാകട്ടെ. വിഷാദം അവരുടെ മനസ്സിന്, വികാരങ്ങൾക്ക്, ഹൃദയത്തിന് പ്രത്യേക കാരണമൊന്നും കൂടാതെ തന്നെ ഭാരമേറ്റുന്നു. പുലരി യിൽ നമ്മുടെ മനസ്സിനെ ഭരിക്കുന്ന ഭാവമെന്തോ അതു ദിവസം

മുഴുവനും അതിന്റെ പ്രതിഫലനം സൃഷ്ടിക്കും. അതു പിന്നെ ഒരു ദൂഷിതവലയമായി മാറും. ഭാരപ്പെട്ട മനസ്സുമായി എണീക്കുക, വിഷാദത്തിൽ ദിവസം മുഴുവൻ കഴിയുക, ഉത്കണ്ഠയും നിരാശയും മഥിക്കുന്ന മനസ്സുമായി കിടക്കയിലേക്ക് വീഴുക, ആ ദുഃഖചക്രം അടുത്ത ദിവസവും ആവർത്തിക്കുക.

വ്യക്തമായ ഉദ്ദേശ്യത്തോടെ, വെളുപ്പിനെ എണീക്കുന്നതിൽ നിന്ന് ലഭിക്കുന്ന അളവറ്റ ഉന്മേഷവും ഊർജ്ജവും പ്രചോദനവും ആത്മവിശ്വാസവും വൈകിയെണീക്കുന്നതിലൂടെ നാം നഷ്ടപ്പെടുത്തുന്നു. എന്നുമാത്രമല്ല, നാമാഗ്രഹിക്കുന്ന ജീവിതം രൂപപ്പെടുത്തുന്നതിനും ജീവിക്കുന്നതിനും പകരം കിടക്കയിൽ പാതിമയക്കത്തിൽ കിടക്കുകയാണ് എന്ന വിയോജനക്കുറിപ്പ് ലോകത്തിന് നാം നൽകുകയും ചെയ്യുന്നു.

തീവ്രമായ അഭിനിവേശത്തോടെ, വ്യക്തമായ ലക്ഷ്യത്തോടെ, ഓരോ ദിവസവും പ്രഭാതത്തെ വരവേല്ക്കുന്ന നിങ്ങൾ സ്വന്തം സ്വപ്നജീവിതം ജീവിക്കുന്ന, നേട്ടങ്ങളുടെ ഉടമകളായ കുറച്ചുപേർക്കൊപ്പം ചേരുന്നു. നിങ്ങൾ സന്തോഷം അനുഭവിക്കും എന്നതാണ് ഏറ്റവും പ്രധാനം. രാവിലെ ഉറക്കമുണരുന്ന രീതിയിൽ വരുത്തുന്ന ഒരു ചെറിയ മാറ്റം എല്ലാറ്റിനെയും അക്ഷരാർത്ഥത്തിൽ മാറ്റിക്കളയുന്നു. എന്റെ വാക്കുകൾ നിങ്ങൾ വിശ്വസിക്കണമെന്നില്ല. എന്നാൽ പ്രഗത്ഭരുടെ ഈ നിര കാണുക, ഓപ്ര വിൻഫ്രെ, ടോണി റോബിൻസ്, ബിൽ ഗേറ്റ്സ്, വേയ്ൻ ഡെയർ, തോമസ് ജെഫേഴ്സൺ, ബഞ്ചമിൻ ഫ്രാങ്ക്ളിൻ, ആൽബർട്ട് ഐൻസ്റ്റീൻ, അരിസ്റ്റോട്ടിൽ... ഇവരൊക്കെയും നേരത്തെ എണീക്കുന്നവരോ, എണീറ്റവരോ ആണ്.

സ്വാഭാവികമായ ഇച്ഛയോടെ, അല്ലെങ്കിൽ ആവേശത്തോടെ ഓരോ ദിവസവും രാവിലെ എണീക്കുംവിധം നമ്മുടെ ലക്ഷ്യം നിശ്ചയിക്കാൻ നമ്മെ ഇതുവരെ ആരും പഠിപ്പിച്ചിട്ടില്ല.

ജോലിക്ക്, സ്കൂളിലേക്ക്, ഉത്തരവാദിത്തങ്ങൾ നിറവേറ്റാൻ ഒരുങ്ങി പുറപ്പെടേണ്ടതിനു തൊട്ടുമുൻപുവരെ കിടന്നുറങ്ങി ഒരു വിധത്തിൽ തപ്പിത്തടഞ്ഞെണീറ്റ്, ഒരു ആത്മാർത്ഥതയുമില്ലാതെ ഓരോന്നും ഒപ്പിച്ചുതീർത്ത്, തിരിച്ചെത്തി ടെലിവിഷനുമുന്നിൽ ചടഞ്ഞിരുന്ന് പിന്നെ കിടക്കയിലേക്ക് രക്ഷപ്പെടുന്ന (ഒരിക്കൽ എന്റെ ദിനചര്യ) ഏവരോടും എനിക്ക് ചോദിക്കാനുള്ളത്, "നിങ്ങൾ യഥാർത്ഥത്തിൽ ആഗ്രഹിക്കുന്ന, സത്യത്തിൽ അർഹിക്കുന്ന, ആരോഗ്യവും സമ്പത്തും ആനന്ദവും വിജയവും സ്വാത

ന്ത്ര്യവും നിങ്ങൾക്ക് നേടിത്തരാൻ പാകത്തിലുള്ള വ്യക്തിയായി ഇനി എന്നാണ് നിങ്ങൾ വളരുക" എന്നുമാത്രമാണ്. വികാരങ്ങൾ നയിക്കുന്ന വഴിയേ, വിനീതവിധേയനായി, യാഥാർത്ഥ്യങ്ങളിൽ നിന്ന് ഒളിച്ചോടി എത്രകാലം? നിങ്ങളുടെ ജീവിതം ഇനിയെന്ന് ജീവിക്കും നിങ്ങൾ?

നമുക്ക് ആയിത്തീരാൻ കഴിയുന്ന ജീവിതത്തിനായി, നാം ആയിരിക്കുന്ന ജീവിതത്തെ ഉപേക്ഷിക്കാൻ, നാം ആഗ്രഹിച്ച ജീവിതത്തിലേക്ക് സ്വയം ഉയരാൻ **ഇന്നത്തേക്കാൾ** നല്ല ദിവസമില്ല. നിങ്ങൾ ഏറ്റവും ആഗ്രഹിക്കുന്ന ജീവിതത്തിലേക്കുള്ള വഴി കണ്ടെത്തുന്നതിനും ആ ജീവിതം മെനയുന്നതിനും നിലനിർത്തുന്നതിനും പ്രാപ്തമായ വ്യക്തിയായിത്തീരുന്നതെങ്ങനെ എന്ന് കാണിച്ചുതരുന്നതിന് ഇപ്പോൾ നിങ്ങൾ കൈയിലെടുത്തിരിക്കുന്നതിനേക്കാൾ മെച്ചപ്പെട്ട പുസ്തകവുമില്ല.

ശരിക്കും നമുക്ക് എത്ര സമയം ഉറങ്ങണം?

മനുഷ്യർ എത്ര മണിക്കൂർ ഉറങ്ങണം എന്ന ചോദ്യത്തിന്, വിദഗ്ദ്ധർ പറയുന്ന മറുപടി, അതിനങ്ങനെ കൃത്യമായ കണക്കൊന്നുമില്ലെന്നാണ്. ഓരോരുത്തർക്കും ഉറക്കം ആവശ്യമായ സമയം ഓരോന്നായിരിക്കും. പ്രായം, പാരമ്പര്യം, ആരോഗ്യം, വ്യായാമം തുടങ്ങി പല ഘടകങ്ങളും അതിനെ സ്വാധീനിക്കും. ചിലർക്ക് ഏഴുമണിക്കൂർ ഉറങ്ങിയാൽ തൃപ്തിയാകുമ്പോൾ മറ്റു ചിലർക്ക് ഒൻപത് മണിക്കൂർ ഉറങ്ങിയെങ്കിലേ സന്തോഷവും സർഗാത്മകതയും നിറഞ്ഞ ജീവിതം നയിക്കാൻ കഴിയൂ എന്നു വരാം.

കൂടുതൽ സമയം (ഒൻപതുമണിക്കൂറോ അധികമോ) ഉറങ്ങുന്നത് അസുഖങ്ങൾക്കും അപകടങ്ങൾക്കും മരണത്തിനും വരെ കാരണമാകാമെന്ന് നാഷണൽ സ്ലീപ് ഫൗണ്ടേഷൻ കണ്ടെത്തിയിട്ടുണ്ട്. വിഷാദം പോലുള്ള മാനസികവ്യതിയാനങ്ങൾക്കും അമിത ഉറക്കം കാരണമാകുന്നതായി കണ്ടെത്തിയിട്ടുണ്ട്.

ഒട്ടേറെ പഠനങ്ങളും ഒരു പിടി വിദഗ്ദ്ധരും എതിരായി നിരവധി തെളിവുകൾ മുന്നോട്ടുവച്ചിട്ടുള്ളതിനാലും ഉറക്കത്തിന്റെ അളവ് ഓരോ വ്യക്തികളിലും വ്യത്യസ്തമായതിനാലും ഉറക്കത്തോട് ഒരൊറ്റ സമീപനമേ ഉള്ളൂ എന്ന നിലപാട് ഞാൻ സ്വീകരിക്കുന്നില്ല. പകരം, എന്റെ വ്യക്തിപരമായ അനുഭവങ്ങളിൽ നിന്നും അന്വേഷണങ്ങളിൽ നിന്നും രൂപപ്പെടുത്തിയ, ബോധ്യപ്പെട്ട

നിഗമനങ്ങളും ചരിത്രത്തിലെ ചില വലിയ മനസ്സുകളുടെ ഉറക്ക ശീലത്തെ അപഗ്രഥിച്ചതിൽനിന്ന് ലഭിച്ച നിരീക്ഷണങ്ങളും നിങ്ങളുടെ മുന്നിൽവയ്ക്കാം. ഇതിൽ ചിലതൊക്കെ തീർച്ച യായും എതിർപ്പു ക്ഷണിച്ചുവരുത്തുന്നതാണെന്ന് ഞാൻ നിങ്ങൾക്ക് മുന്നറിയിപ്പു നല്കുന്നു.

കുറച്ച് ഉറങ്ങി കൂടുതൽ ഉന്മേഷത്തോടെ എങ്ങനെ എണീക്കാം

എത്ര സമയം ഉറങ്ങണം എന്ന നമ്മുടെ ധാരണയുടെ അടി സ്ഥാനത്തിലാണ് ഉറക്കവും നമ്മുടെ ശരീരസ്ഥിതിയും തമ്മി ലുള്ള ബന്ധം നിലനിൽക്കുന്നത് എന്ന് വിവിധ സമയദൈർഘ്യ ങ്ങളിൽ ഉറങ്ങിപ്പരീക്ഷിച്ചും ഒട്ടേറെ 'വിസ്മയപ്പുലരി' പഠിതാക്ക ളുടെ അനുഭവങ്ങൾ പഠിച്ചും ഞാൻ മനസ്സിലാക്കി. നാം എത്ര മണിക്കൂർ യഥാർത്ഥത്തിൽ ഉറങ്ങുന്നു എന്നതല്ല, ഉണരുമ്പോൾ നമുക്ക് എങ്ങനെ തോന്നുന്നു എന്നതാണ് പ്രധാനം.

ഉദാഹരണത്തിന് എട്ടു മണിക്കൂർ ഉറങ്ങിയാലേ ആവശ്യ ത്തിന് വിശ്രമം ലഭിച്ച് ഊർജ്ജസ്വലത വീണ്ടുകിട്ടൂ എന്ന് വിശ്വ സിക്കുന്ന, എന്നും രാവിലെ ആറു മണിക്ക് എണീക്കുന്ന നിങ്ങൾക്ക് ഒരു ദിവസം പാതിരാവായിട്ടേ കിടക്കാൻ കഴിഞ്ഞു ള്ളുവെന്ന് വിചാരിക്കുക. കിടക്കാൻ നേരം, "ഇന്ന് ആറു മണി ക്കൂറേ ഉറങ്ങാൻ കിട്ടൂ, ശരിക്കും എട്ട് മണിക്കൂർ ഉറങ്ങിയാലേ ശരിയാകൂ, രാവിലെ ആകെ ക്ഷീണമായിരിക്കും" എന്ന് നിങ്ങൾ വിചാരിക്കുന്നു. അത് സ്വയം നിറവേറുന്ന, സ്വയം നശിപ്പിക്കുന്ന ഒരു പ്രവചനമായി മാറും. രാവിലെ ക്ഷീണമായിരിക്കും എന്ന് നിങ്ങൾ നിങ്ങളോടുതന്നെ മുൻകൂട്ടി പറഞ്ഞാൽ, തീർച്ച, രാവിലെ നിങ്ങൾക്ക് ക്ഷീണം കലശലായി അനുഭവപ്പെടും. എട്ടു മണിക്കൂർ ഉറക്കം വേണമെന്ന് നിങ്ങൾ ഉറച്ചുവിശ്വസിച്ചാൽ അതിൽ കുറഞ്ഞ ഒന്നുകൊണ്ടും ഉറങ്ങിയതായി നിങ്ങൾക്ക് തോന്നില്ല. പക്ഷേ, നിങ്ങളുടെ ധാരണ, വിശ്വാസം അങ്ങു മാറ്റി യാലോ?

മനസ്സും ശരീരവുമായുള്ള ബന്ധം വളരെ ദൃഢമാണ്. നമ്മുടെ ജീവിതത്തിന്റെ എല്ലാ വശങ്ങളുടെയും ഉത്തരവാദിത്തം നാം തന്നെ ഏറ്റെടുക്കണമെന്ന് ഞാൻ കരുതുന്നു. എത്ര മണി ക്കൂർ ഉറങ്ങി എന്നത് വകവയ്ക്കാതെ എല്ലാ ദിവസവും ഊർജ സ്വലനായി, ഉന്മേഷത്തോടെ എണീക്കാനുള്ള ആത്മവിശ്വാ സവും അതിൽപ്പെടും.

നാലുമണിക്കൂർ മുതൽ ഒൻപത് മണിക്കൂർവരെ ഉറങ്ങി ഞാൻ പരീക്ഷണം നടത്തിയിട്ടുണ്ട്. ഞാൻ ഉറങ്ങാൻ ഉദ്ദേശിക്കുന്ന സമയദൈർഘ്യത്തിന്റെ അടിസ്ഥാനത്തിൽ, രാവിലെ എനിക്കെങ്ങനെ അനുഭവപ്പെടും എന്ന്, കിടക്കാൻ നേരം സ്വയം പറയുക എന്നതായിരുന്നു എന്റെ പരീക്ഷണരീതി. ആദ്യം, എത്ര മണിക്കൂർ ഉറങ്ങാൻ നിശ്ചയിച്ചാലും കിടക്കുന്നതിനു മുമ്പ് രാവിലെ എണീക്കുമ്പോൾ ക്ഷീണമായിരിക്കും എന്നു സ്വയം പറഞ്ഞ് പരീക്ഷിച്ചു. നാല് മണിക്കൂർ ഉറങ്ങി, ക്ഷീണത്തോടെ എണീറ്റു.

അഞ്ച് മണിക്കൂർ ഉറങ്ങി, ക്ഷീണത്തോടെ എണീറ്റു.

ആറുമണിക്കൂർ ഉറങ്ങി, നിങ്ങൾ ഊഹിച്ചതുപോലെ തന്നെ ക്ഷീണത്തോടെ എണീറ്റു.

ഏഴ് മണിക്കൂർ... എട്ട്... ഒമ്പത്, എത്ര മണിക്കൂർ ഉറങ്ങിയെന്നത്, എന്റെ അലാം ക്ലോക്ക് അടിക്കുമ്പോൾ എനിക്ക് എന്തു തോന്നി എന്നതിൽ, ഒരു മാറ്റവും വരുത്തിയില്ല.

എനിക്ക് ആവശ്യത്തിന് ഉറക്കം കിട്ടില്ല, രാവിലെ എണീക്കുമ്പോൾ ക്ഷീണമായിരിക്കും എന്ന് കിടക്കുന്നതിനുമുൻപ് ഞാൻ എന്നോടുതന്നെ പറഞ്ഞുകൊണ്ടിരിക്കുംവരെ അതു തന്നെയാവും എന്റെ അനുഭവം.

വീണ്ടും ഞാൻ ഓരോ സമയദൈർഘ്യവും ഉപയോഗിച്ച് പരീക്ഷണം ആവർത്തിച്ചു. ഒൻപതു മണിക്കൂറിൽ തുടങ്ങി നാലു മണിക്കൂർവരെ ഉറങ്ങി, ഉറങ്ങാൻ പോകുംമുമ്പ് ഓരോ തവണയും, രാവിലെ ഉന്മേഷത്തോടെ എണീക്കും എന്ന് സ്വയം പറഞ്ഞു.

"ഇന്ന് രാത്രി അഞ്ചു മണിക്കൂർ ഉറങ്ങാൻ ലഭിച്ചതിന് നന്ദി. അഞ്ചു മണിക്കൂർ ഉറങ്ങിയാൽ ആവശ്യത്തിന് വിശ്രമിക്കാനും രാവിലെ ഉന്മേഷത്തോടെ ഉണർന്നെണീക്കാനും എനിക്ക് കഴിയും. നന്നായൊന്ന് അഞ്ച് മണിക്കൂർ വിശ്രമിച്ചാൽ അത്ഭുതങ്ങൾ കാണിക്കാൻ കഴിവുണ്ട് എന്റെ ശരീരത്തിന്. എന്റെ പരീക്ഷണം യാഥാർത്ഥ്യമാകുമെന്ന് ഞാൻ ഉറച്ചു വിശ്വസിക്കുന്നു. രാവിലെ എന്റെ ദിവസത്തെ ഉന്മേഷത്തോടെ, ആവേശത്തോടെ സ്വീകരിക്കാൻ കഴിയുംവിധം ഉണരാൻ എനിക്ക് സാധിക്കും. അതിലെനിക്ക് അതീവ സംതൃപ്തിയുണ്ട്".

എന്തായിരുന്നു അനുഭവം? ഒൻപത്, എട്ട്, ഏഴ്, ആറ്, അഞ്ച്, നാല് മണിക്കൂർ ഉറങ്ങിയിട്ടുപോലും, കിടക്കുന്നതിനുമുൻപ്

ഞാൻ സ്വയം നിശ്ചയിച്ചതുപോലെ, എനിക്ക് ആവശ്യമായ ഉറക്കം - രാവിലെ എണീക്കുമ്പോൾ അതിശയം അനുഭവപ്പെടും വിധം ശരീരത്തെ ഉന്മേഷഭരിതമാക്കുന്നത്ര ഉറക്കം - എനിക്ക് ലഭിച്ചു! ഓരോ ദിവസവും മുൻദിവസത്തേക്കാൾ ഊർജസ്വല നായി ഞാൻ എണീറ്റു. എന്നിരുന്നാലും നിങ്ങൾ എന്റെ വാക്ക് മുഖവിലയ്ക്ക് എടുക്കേണ്ട. നിങ്ങൾ സ്വയം പരീക്ഷിച്ചു നോക്കൂ, എന്നിട്ട് നിശ്ചയിക്കൂ.

അപ്പോൾ, നിങ്ങൾ എത്ര മണിക്കൂർ ശരിക്കും ഉറങ്ങണം. നിങ്ങൾ തന്നെ പറയൂ. സദാ ഉറക്കം വരുന്നതുകൊണ്ടോ ഉറക്ക ത്തിൽ നിന്ന് ഉണരാൻ കഴിയാത്തതു കൊണ്ടോ ഇനിയും ബുദ്ധി മുട്ടുകയാണെങ്കിൽ, അത് നിങ്ങൾക്ക് ഉൽകണ്ഠയായി മാറി യെങ്കിൽ, ഷോൺ സ്റ്റീവൻസൺ (Shawn Stevenson) രചിച്ച "നന്നായി ഉറങ്ങാൻ: ആരോഗ്യമുള്ള ശരീരത്തിനും മികച്ച ആരോഗ്യത്തിനും വലിയ വിജയത്തിനും വഴിതെളിക്കുംവിധം നന്നായി ഉറങ്ങാൻ ഫലപ്രദമെന്ന് തെളിഞ്ഞ 21 കുറുക്കുവഴി കൾ" (Sleep Smarter: 21 Proven Tips to Sleep Your Way to a Better Body, Better Health, and Bigger Success) എന്ന പുസ്തകം ഞാൻ ശുപാർശ ചെയ്യുന്നു. ഉറക്കത്തെക്കുറിച്ച് ഞാൻ വായിച്ചി ട്ടുള്ള മികച്ച പഠനഗ്രന്ഥമാണ് അത്.

എല്ലാ പ്രഭാതവും ക്രിസ്മസ് പുലരിയാക്കുന്ന രഹസ്യം

രാവിലെ എണീക്കാൻ വലിയ ഉത്സാഹം കാട്ടിയ ഒരു ദിവസം ജീവിതത്തിൽ നിന്ന് ഓർത്തെടുക്കുക മാസങ്ങളായി നിങ്ങൾ കാത്തിരിക്കുന്ന ഒരു അവധിക്കാലത്തിന്, നാട്ടിലേക്ക്, വീട്ടി ലേക്ക് പോകാൻ വണ്ടി പിടിക്കാനായി എണീറ്റ ഒരു പുലരി യാവാം അത്. ഒരുപക്ഷേ, ജോലിയിലെ ആദ്യദിവസത്തെ, സ്കൂ ളിലെ ആദ്യദിവസത്തെ പുലരിയാവാം. അതല്ലെങ്കിൽ നിങ്ങളുടെ വിവാഹദിവസത്തെ പുലരിയാവാം, ജന്മദിനത്തിന്റെ പുലരി യാവാം. എത്ര മണിക്കൂർ ഉറങ്ങി എന്ന് വകവെക്കാതെ ഏറ്റവും ഉന്മേഷത്തോടെ, അത്യന്തം ആവേശത്തോടെ എനിക്ക് ഉണരാൻ കഴിഞ്ഞ ഏക ദിവസം കുട്ടിയായിരിക്കുമ്പോഴത്തെ ക്രിസ്മസ ല്ലാതെ മറ്റൊന്നുമില്ല. നിങ്ങൾക്കും അങ്ങനെയൊക്കെ ആയിരി ക്കണം.

അവസരങ്ങൾ എന്തുമാവട്ടെ, നിങ്ങൾ കാത്തിരുന്ന ആ പുലരികൾ നിങ്ങൾക്ക് എങ്ങനെ അനുഭവപ്പെട്ടു? നിങ്ങൾക്ക്

നിങ്ങളെ കിടക്കയിൽനിന്ന് വലിച്ചിഴച്ച് എണീപ്പിക്കേണ്ടിവന്നുവോ? സംശയമാണ്. അത്തരം പ്രഭാതങ്ങളിൽ എണീക്കാനായി നമുക്ക് കാത്തിരിക്കാൻ പോലുമാവില്ല. ഉന്മേഷവും ആവേശവും നമ്മെ കിടക്കയിൽ കിടത്തില്ല. പുതപ്പുകൾ വലിച്ചെറിഞ്ഞ്, കിടക്കയിൽ നിന്ന് ചാടിയിറങ്ങി നാം ദിവസത്തെ വരവേൽക്കുന്നു. ഇങ്ങനെയാണ് എല്ലാ ദിവസവുമെങ്കിലോ? ഒന്നാലോചിച്ചു നോക്കുക. അതു കഴിയുമോ? കഴിയും.

ഉന്മേഷത്തോടെ, ഊർജ്ജസ്വലതയോടെ ഇനിയങ്ങോട്ട് ഓരോ ദിവസവും എണീക്കുന്നതിനായി നിങ്ങളെ ഒരുക്കുകയാണ് 'വിസ്മയപ്പുലരി'യുടെ ലക്ഷ്യം. കടമയെന്ന നിലയിലല്ല ആത്മാർത്ഥമായി, ആത്മാർത്ഥമായി ആഗ്രഹിച്ചിട്ട്, കൃത്യമായ ലക്ഷ്യത്തോടെ കിടക്കയിൽനിന്ന് എണീക്കാനും, നിങ്ങൾക്ക് ഭാവന ചെയ്യാൻ പോലും കഴിയാത്തത്ര അത്ഭുതകരമായ, പൂർണമായ, സമൃദ്ധമായ ജീവിതം കരുപ്പിടിപ്പിക്കാൻ കഴിയുന്ന വ്യക്തിയായി വളരാൻ സ്വയം സമർപ്പിക്കാനും നിങ്ങളെ പ്രാപ്തമാക്കുക. 'വിസ്മയപ്പുലരി' പങ്കാളിയായ ലോകമെമ്പാടുമുള്ള ആയിരക്കണക്കിനാളുകൾ അതാണ് ചെയ്യുന്നത്. നിങ്ങളെപ്പോലെയുള്ള ആളുകൾ.

അധ്യായം അഞ്ച്

ഉണരാൻ ഒരു അഞ്ചിന തന്ത്രം

"പുലരിയിൽ ഒരു പൂച്ചമയക്കത്തിനു കൂടിയുള്ള സമയത്തിനായി അലാം ക്ലോക്കിന്റെ സ്നൂസ് ബട്ടൺ അമർത്തുന്നത് അത്ര നല്ല കാര്യമല്ലെന്ന് ആലോചിച്ചാൽ മനസ്സിലാകും. രാവിലെ എണീക്കുന്നത് എനിക്ക് ഇഷ്ടമല്ല, കഴിയുന്നതും അത് ഞാൻ നീട്ടിക്കൊണ്ടു പോകും എന്ന് പറയുന്നതിന് തുല്യമാണത്."

– ഡിമിട്രി മാർട്ടിൻ

"താമസിച്ചു തുടങ്ങിയിരുന്നെങ്കിൽ പ്രഭാതങ്ങളെ എനിക്ക് ഇഷ്ടമാകുമായിരുന്നു."

– അജ്ഞാതൻ

ഈ തന്ത്രം രൂപപ്പെടുത്താൻ കഴിഞ്ഞില്ലായിരുന്നെങ്കിൽ ഞാനിപ്പോഴും എല്ലാ പുലർവേളകളിലും ഉറങ്ങുകയോ 'ഒരു മയക്കം കൂടി' എന്നു പറഞ്ഞ് അലാംക്ലോക്കിന്റെ സ്നൂസ് ബട്ടനിൽ അമർത്തിക്കൊണ്ടേയിരിക്കുകയോ ആയിരിക്കും. അതിലേറെ, ഞാനൊരു 'പ്രഭാത മനുഷ്യനല്ല' എന്ന വിശ്വാസത്തിന്റെ തടവിൽ തളർന്നു മയങ്ങുകയായിരുന്നിരിക്കും.

ഉണരാനുള്ള പ്രചോദനത്തിന്റെ തോത് ഉയർത്താനുള്ള മാർഗ്ഗങ്ങൾ

ആർക്കും നേരത്തേ എണീക്കുന്നത് ഇഷ്ടമല്ല, പക്ഷേ നേരത്തേ എണീക്കുക എന്ന അനുഭവം ഏവർക്കും ഇഷ്ടമാണ് എന്നു പറയാറുണ്ട്. വ്യായാമത്തിന്റെ കാര്യത്തിൽ എന്നതു പോലെ. ജിമ്മിലേക്കൊന്നു പുറപ്പെടാൻ നമുക്ക് എന്തു മടിയാണ്. പക്ഷേ, വ്യായാമം ചെയ്യുക എന്ന അനുഭവം നാമെല്ലാം ശരിക്കും കൊതിക്കുകയും ചെയ്യുന്നു. നേരത്തേ എണീക്കുന്നത്, പ്രത്യേകിച്ച് വ്യക്തമായ ഉദ്ദേശ്യത്തോടെ എണീക്കുന്നത്,

നിങ്ങളെ ആ ദിവസം മുഴുവൻ ഊർജസ്വലതയോടെ നില നിർത്തും.

നമ്മിൽ പലരും പുലർച്ചെ അലാം ക്ലോക്ക് അടിക്കുന്നത് കേട്ട് ഉണരുന്നത് 'മരണ' ഉറക്കത്തിൽ നിന്നാണ്. കിടക്കയുടെ ഇളംചൂട് വിട്ടുണരുക എന്നത് ആലോചിക്കാൻ പോലും പറ്റാത്ത അവസ്ഥ. അപ്പോൾ നിങ്ങളുടെ ഉണരാനുള്ള പ്രചോദനത്തിന്റെ തോത് ഒന്നു മുതൽ പത്തുവരെയുള്ള (10 ഉടനടി ഉണരാനും പുതുദിവസത്തെ പ്രസരിപ്പോടെ പുണരാനും തക്ക പ്രചോദന ത്തെയും ഒന്ന് ഉറക്കത്തിലേക്ക് മടങ്ങണമെന്നല്ലാതെ മറ്റൊന്നും ആഗ്രഹിക്കാത്ത അവസ്ഥയെയും കുറിക്കുന്നു) മാപിനിയിൽ അളന്നാൽ നമ്മിൽ മിക്കവരുടെയും പ്രചോദനത്തിന്റെ തോത് ഒന്നോ രണ്ടോ ആയിരിക്കും. പാതിമയക്കത്തിൽ അലാം ക്ലോ ക്കിന്റെ ബട്ടൻ അമർത്തി ഉറക്കത്തിലേക്ക് തിരിച്ചുപോകാൻ ആഗ്രഹിക്കുന്ന അവസ്ഥയിൽ അത് അസ്വാഭാവികമല്ല.

വെല്ലുവിളി എന്താണെന്നാൽ, അലാം ക്ലോക്ക് അടിക്കു മ്പോൾ ഉണരാനുള്ള നിങ്ങളുടെ പ്രചോദനത്തിന്റെ തോത് ഒന്നോ രണ്ടോ ആയിരിക്കെ ഉണരാൻ തക്ക പ്രചോദനത്തിലേക്ക് ഉയരാനും ഒരതിഗംഭീര ദിവസം രക്ഷപ്പെടുത്താനും നിങ്ങൾക്ക് എങ്ങനെ കഴിയും എന്നാണ്. എങ്ങനെ അതിനു തക്ക പ്രചോ ദനം നിങ്ങൾക്ക്, നിങ്ങൾക്കുതന്നെ നൽകാൻ കഴിയും?

ഉത്തരം ലളിതമാണ്. ഒരു സമയത്ത് ഒരു ചുവട്. മയക്കത്തെ പ്രതിരോധിക്കുന്ന, പുലരിയിൽ ഉണർന്നെണീക്കുക എത്രയും എളുപ്പമാക്കുന്ന, വളരെ നേരത്തെ എണീക്കാൻപോലും പ്രാപ്ത മാക്കുന്ന, എന്റെ 'അഞ്ച്' *ചുവടുകൾ* ഇതാ.

ഒന്നാം ചുവട്: ഉറങ്ങാൻ കിടക്കുംമുൻപ് നിങ്ങളുടെ ലക്ഷ്യം നിശ്ചയിക്കുക

"ഉണർന്നെണീക്കുന്ന നിങ്ങളുടെ മനസ്സിലെ ആദ്യചിന്ത രാത്രിയിൽ കിടക്കാൻ പോകുമ്പോഴുള്ള അവസാന ചിന്ത തന്നെ യായിരിക്കും. ഇക്കാര്യം ഓർമ്മിക്കുക എന്നതാണ് ഉണരാനുള്ള ആദ്യ താക്കോൽ."

ഉദാഹരണത്തിന് വരാൻ പോകുന്ന ദിവസത്തെക്കുറിച്ചുള്ള പ്രഹർഷത്തിൽ രാത്രിയിൽ ഉറങ്ങാൻ കഴിയാത്ത അവസ്ഥ നമുക്കൊക്കെയും അനുഭവമാണ്. ക്രിസ്മസാകട്ടെ, ജന്മദിന മാകട്ടെ, പുതിയ ജോലിയിൽ പ്രവേശിക്കുന്ന ദിനമാകട്ടെ അലാം

ക്ലോക്ക് അടിക്കുന്ന മാത്രയിൽ, അത്യാഹ്ലാദത്തോടെ അത്യുൽസാഹത്തോടെ നിങ്ങൾ കണ്ണുമിഴിക്കും. കിടക്കയിൽ നിന്ന് ചാടിയെണീറ്റ് ആ ദിവസത്തെ പുൽകാൻ നിങ്ങളുടെ മനസ്സ് തുടിക്കും.

പകരം, ഉറങ്ങാൻ കിടക്കുംമുൻപ് നിങ്ങളുടെ ചിന്ത, "ഓ ഇന്ന് ആറു മണിക്കൂറേ ഉറങ്ങാൻ കിട്ടൂ..., അതുകൊണ്ട് ഉറക്കം ഒന്നുമാകില്ല, രാവിലെ എനിക്ക് നല്ല ക്ഷീണമായിരിക്കും" എന്ന രീതിയിലാണ് പോകുന്നതെങ്കിൽ, രാവിലെ അലാം ക്ലോക്കടിക്കുമ്പോഴുള്ള നിങ്ങളുടെ ആദ്യ ചിന്ത, "നാശം, ആറു മണിക്കൂറായോ, ഓ പറ്റില്ല എനിക്ക് കുറച്ചുകൂടെ ഉറങ്ങണം" എന്നാകും, ഉറപ്പ്. അടുത്ത പുലരിയിലേക്ക് ബോധപൂർവ്വം, മനഃപൂർവ്വം, പ്രസാദാത്മകമായ ഒരു പ്രതീക്ഷ രാത്രി കിടക്കാൻ പോകും മുൻപ് മനസ്സിൽ ഉറപ്പിക്കുകയെന്നതാണ് അപ്പോൾ താക്കോൽ. ഇക്കാര്യത്തിൽ സഹായത്തിനും കിടക്കുംമുൻപ് നിങ്ങളുടെ ദൃഢമായ ഉദ്ദേശ്യം ഉറപ്പിക്കുന്നതിനുള്ള കൃത്യമായ വാക്കുകൾക്കും www.TMMBook.com-ൽ The Miracle Morning "Bedtime Affirmation" ഡൗൺലോഡ് ചെയ്യുക.

രണ്ടാം ചുവട്: നിങ്ങളുടെ അലാം ക്ലോക്ക് കിടക്കയിൽ നിന്ന് അകറ്റിവയ്ക്കുക

ഇപ്പോൾ അങ്ങനെയല്ലെങ്കിൽ, നിങ്ങളുടെ അലാം ക്ലോക്ക് കിടക്കയിൽ നിന്ന് കുറച്ച് അകറ്റിവയ്ക്കുക. അത് നിങ്ങളെ കിടക്കയിൽനിന്ന് എണീക്കാനും നടക്കാനും നിർബന്ധിതമാക്കും. നടത്തം ഊർജ്ജം ഉണർത്തും. കിടക്കയിൽനിന്ന് ഇറങ്ങി നടക്കുന്നത് നിങ്ങളെ ഉണരാൻ സഹായിക്കും.

അലാം ക്ലോക്ക് കിടക്കയ്ക്ക് അരികിൽ ആണെങ്കിൽ പാതിമയക്കത്തിലാകും നിങ്ങളത് ഓഫാക്കുക. ഉണരാൻ പിന്നെ വല്ലാതെ ബുദ്ധിമുട്ടേണ്ടിയും വരും. പാതിമയക്കത്തിൽ തിരിഞ്ഞുകിടന്ന് അലാം ക്ലോക്ക് തപ്പിപ്പിടിച്ച് അലാം ഓഫായതുപോലും അറിയാതെ വീണ്ടും തിരിഞ്ഞുകിടന്ന് ഉറങ്ങുന്നത് ഇപ്പോൾ നിങ്ങൾ ഓർക്കുന്നുണ്ടാകും. കണ്ടുകൊണ്ടിരിക്കുന്ന സ്വപ്നത്തിന്റെ ഭാഗമാണ് അലാം ക്ലോക്ക് എന്ന് പല സന്ദർഭങ്ങളിലും ഞാൻ വിചാരിച്ചിട്ടുണ്ട്.

അലാം ക്ലോക്ക് ഓഫ് ചെയ്യാൻ കിടക്കയിൽനിന്ന് എഴുന്നേൽക്കുന്നതുവഴി മാത്രം ഉണരാനുള്ള നിങ്ങളുടെ പ്രചോദനത്തിന്റെ തോത് ഒന്നിൽ നിന്ന് രണ്ടിലേക്ക് ഉയരും. എങ്കിലും

ഇപ്പോഴും നിങ്ങൾ ഉറക്കച്ചടവിൽ തന്നെയായിരിക്കും, അതിനാൽ...

മൂന്നാം ചുവട്: പല്ല് തേയ്ക്കുക

എനിക്കറിയാം, എനിക്കറിയാം നിങ്ങളുടെ മനസ്സിൽ ഇപ്പോൾ എന്താണെന്ന്. “ഏയ് ഹാൾ, നിങ്ങളെന്നോട് പല്ല് തേക്കാൻ പറയുകയാണോ” എന്നല്ലേ. അതെ. ഉറങ്ങിയെണീറ്റ് ആദ്യ ഏതാനും മിനിറ്റുകളിൽ ഒട്ടും ബോധ്യത്തിലല്ലാതെയാവും നിങ്ങൾ ഓരോന്ന് ചെയ്യുക എന്നതാണിതിലെ കാര്യം. ഉണരാൻ നിങ്ങളുടെ ശരീരത്തിന് അൽപ്പസമയം കൊടുക്കുക, പല്ലുതേപ്പ് കൊണ്ട് ഉദ്ദേശിക്കുന്നത് അത്രമാത്രം. അതുകൊണ്ട് അലാം ക്ലോക്ക് ഓഫ് ചെയ്തശേഷം നേരെ കുളിമുറിയിൽ പോയി പല്ലുതേച്ച് മുഖത്ത് കുറച്ച് കുളുർത്ത വെള്ളംകൊണ്ട് നന്നായി കഴുകുക. ഈ ചെറിയ കാര്യം ഉണരാനുള്ള നിങ്ങളുടെ പ്രചോദനത്തിന്റെ തോത് രണ്ടിൽ നിന്ന് മൂന്നിലേക്കോ നാലിലേക്കോ ഉയർത്തിയെന്ന് വരാം. ഓകെ, നിങ്ങളുടെ വായ സുഗന്ധപൂരിതവും പുതുശ്വാസപൂരിതവുമായിരിക്കുന്നു.

നാലാം ചുവട്: ഒരു മുഴുഗ്ലാസ് വെള്ളം കുടിക്കുക

ഉണർന്ന് ആദ്യം തന്നെ വായും തൊണ്ടയും നനയ്ക്കുക എന്നത് അതിപ്രധാനമാണ്. ഏഴെട്ടു മണിക്കൂർ വെള്ളം ഉള്ളിൽ ചെല്ലാതെ ശരീരത്തിൽ തീർച്ചയായും വെള്ളത്തിന്റെ അംശം നന്നായി കുറഞ്ഞിട്ടുണ്ടാകും (നിർജലീകരണം dehydration). ശരീരത്തിൽ വെള്ളം കുറയുന്നത് നല്ല ക്ഷീണത്തിന് കാരണമാകും. ഏതു സമയത്തും നമുക്ക് ക്ഷീണം അനുഭവപ്പെട്ടാൽ നമുക്കാവശ്യം ഒരു ഗ്ലാസ് തണുത്ത വെള്ളമാണ്, ഉറക്കമല്ല.

അപ്പോൾ ഒരു ഗ്ലാസ് വെള്ളം എടുക്കുക. (അല്ലെങ്കിൽ ഞാൻ ചെയ്യുന്നതുപോലെ രാത്രിതന്നെ എടുത്തുവയ്ക്കുക. ഉറക്കമുണരുമ്പോൾ അത് നിങ്ങളെ കാത്തിരിക്കുന്നുണ്ടാവും.) നിങ്ങൾക്ക് കഴിയുന്നത്ര വേഗത്തിൽ കുടിക്കുക. കഴിയുന്നത്ര വേഗത്തിൽ നിങ്ങളുടെ ശരീരവും മനസ്സും നനയട്ടെ. ഉറങ്ങിയ മണിക്കൂറുകളിൽ സംഭവിച്ച ‘വരൾച്ച’ അങ്ങനെ പരിഹരിക്കപ്പെടട്ടെ.

ഒരു ഗ്ലാസ് വെള്ളത്തിൽ നിങ്ങൾ നനയുമ്പോഴേയ്ക്കും ഉണരാനുള്ള നിങ്ങളുടെ പ്രചോദനത്തിന്റെ തോത് മൂന്ന്, നാലിൽനിന്ന് നാല്, അഞ്ചിൽ എത്തിയിട്ടുണ്ടാവും.

അഞ്ചാം ചുവട്: വ്യായാമവേഷം ധരിക്കുക

അഞ്ചാമത്തേതും അവസാനത്തേതുമായ ചുവട് വ്യായാമ വേഷം ധരിക്കുക എന്നതാണ്. അതോടെ കിടപ്പുമുറി വിട്ട് നിങ്ങളുടെ 'വിസ്മയപ്പുലരിയി'ലേക്ക് നിങ്ങൾ പ്രവേശിക്കുക യായി. ചിലർ അവരുടെ ദിവസം കുളിയിൽ ആരംഭിക്കാറുണ്ട്. പക്ഷേ, നന്നായൊന്നു വിയർത്തതിനുശേഷമായാൽ നമുക്ക് 'നല്ലൊരു കുളി' കിട്ടും എന്ന പക്ഷക്കാരനാണ് ഞാൻ.

മാനസികമായും ശാരീരികമായും വൈകാരികമായും ഉണർ ത്തുന്നതിനാൽ പ്രഭാതവ്യായാമം നിങ്ങളുടെ ക്ഷമത ഉയർത്തു ന്നതിന് അത്യന്തം പ്രധാനമാണ്. ആ ദിവസം അത് നിങ്ങളുടേ താക്കും. വ്യായാമത്തെക്കുറിച്ച് കൂടുതൽ ആഴത്തിൽ അടുത്ത അധ്യായത്തിൽ പ്രതിപാദിക്കും.

ഈ അഞ്ചുചുവടുകൾ ഏതാണ്ട് അഞ്ചു മിനിട്ടുകൊണ്ട് പൂർത്തിയാക്കാം. കഴിയുമ്പോൾ ഉണരാനുള്ള നിങ്ങളുടെ പ്രചോദനത്തിന്റെ തോത് അഞ്ചോ ആറോ ആയിരിക്കും. ഇപ്പോൾ നിങ്ങൾക്ക് 'വിസ്മയപ്പുലരി'യിലേക്ക് ഉണരാൻ അത്ര യൊന്നും 'അച്ചടക്കം' വേണ്ടിവരില്ല. അലാം ക്ലോക്ക് അടിക്കുന്ന, ഉണരാനുള്ള നിങ്ങളുടെ പ്രചോദനത്തിന്റെ തോത് ഒന്നോ മറ്റോ ആയിരിക്കുന്ന സമയത്ത് അത്തരമൊരു സമർപ്പണം സാധ്യമാ വില്ല. ഉണരാൻ തീരുമാനിക്കുകയെന്നത് അപ്പോൾ അത്ര എളു പ്പമായിരിക്കില്ല.

അപ്പോൾ, ഉണരൽ എന്നത്തേക്കാളും എളുപ്പമാക്കുന്ന മയക്കം ഒഴിവാക്കുന്ന, ഉണർന്നുതന്നെ ഇരിക്കാൻ പിൻബല മേകുന്ന *അഞ്ച് ചുവട് ഉണരൽ തന്ത്രം* ഏതൊക്കെയെന്ന് നമുക്ക് ഒന്നുകൂടി ഓടിച്ചുനോക്കാം.

1. **ഉറങ്ങാൻ കിടക്കുംമുൻപ് നിങ്ങളുടെ ഉദ്ദേശ്യം ഉറ പ്പിക്കുക:** ഇതാണ് ഏറ്റവും പ്രധാനപ്പെട്ട ചുവട്. ഓർ ക്കുക, പുലരിയിൽ നിങ്ങൾ ആദ്യം ചിന്തിക്കുക രാത്രി ഉറങ്ങുന്നതിനുമുൻപ് ചിന്തിച്ച അതേ കാര്യം തന്നെ യാകും. പുലർച്ചയിൽ ആത്മാർത്ഥമായ ഉത്സാഹം ഉണ്ടാ വാനുള്ള ഉത്തരവാദിത്തം അതിനാൽ രാത്രിതന്നെ നിർ വ്വഹിക്കുക.
2. **അലാം ക്ലോക്ക് കിടക്കയിൽനിന്ന് അല്പം അകലെ വയ്ക്കുക:** ഓർക്കുക, നടത്തം ഉന്മേഷം ഉണ്ടാക്കുന്നു.

3. **പല്ലു തേക്കുക:** മൗത്ത്‌വാഷ് കൂടുതൽ ഉഷാറേകും.
4. **ഒരു മുഴുഗ്ലാസ്** വെള്ളം കുടിക്കുക. സ്വയം നനയ്ക്കുക.
5. **വ്യായാമവേഷം ധരിക്കുക:** ഒരു നല്ല കുളിക്കുള്ള സാധ്യത സമ്പാദിക്കുക.

വിസ്മയപ്പുലരിയിലേക്ക് ഉണരാനുള്ള ചില അധിക കുറുക്കുവഴികൾ

ആയിരക്കണക്കിനാളുകളിൽ ഫലപ്രദമെന്ന് തെളിഞ്ഞിട്ടുള്ള ഈ അഞ്ചു ചുവടുകൾ മാത്രമല്ല പുലരിയിലെ ഉണർവ്വ് സുഗമമാക്കുന്നതിനുള്ള മാർഗ്ഗങ്ങൾ. വിസ്മയപ്പുലരിയുടെ സഹപാഠികളിൽ നിന്ന് ഞാൻ പഠിച്ച ഏതാനും ചില കുറുക്കുവഴികൾ ഇതാ:

✓ **ഉറങ്ങാൻ പോകുന്നതിനുമുൻപുള്ള ഉറപ്പാക്കലുകൾ (സ്ഥിരീകരണങ്ങൾ):**

ഇതുവരെ നിങ്ങൾ ഇതു ചെയ്തിട്ടില്ലെങ്കിൽ, www.TMMbook.comൽ കയറി Miracle Morning Bedtime Affirmations ഡൗൺലോഡ് ചെയ്യാം, സൗജന്യമായി. അതു നിങ്ങളെ പുലർച്ചയിലെ ലക്ഷ്യം ഉറപ്പിക്കാൻ, ഊർജസ്വലരാക്കാൻ സഹായിക്കും.

✓ **നിങ്ങളുടെ കിടപ്പുമുറിയിലെ ലൈറ്റിൽ ഒരു ടൈമർ ഘടിപ്പിക്കുക:** ഞങ്ങളുടെ വിസ്മയപ്പുലരി സഹപാഠികളിൽ ഒരാൾ കിടപ്പുമുറിയിലെ ലൈറ്റിൽ ഒരു ടൈമർ (അത് നിങ്ങൾക്ക് ഓൺലൈനിൽ വാങ്ങാൻ കിട്ടും) ഘടിപ്പിച്ചിരിക്കുന്നു. അദ്ദേഹത്തിന്റെ അലാം അടിച്ചു നിൽക്കുമ്പോൾ മുറിയിലെ ലൈറ്റ് തെളിയും. കൊള്ളാം അല്ലേ. വെളിച്ചമില്ലെങ്കിൽ ഉറക്കത്തിലേക്ക് വീണ്ടും വീഴാൻ എളുപ്പമാണ്. വെളിച്ചം പക്ഷേ നിങ്ങളുടെ മനസ്സിനോടും ശരീരത്തോടും പറയും, വരൂ, ഉണരാൻ നേരമായെന്ന്. ഇനി ടൈമർ ഇല്ലെങ്കിലും അലാം അടിച്ചു തീർന്നാലുടൻ ലൈറ്റ് ഓണാക്കുക.

ഉണരാനുള്ള തന്ത്രങ്ങൾ ഇനിയും നിങ്ങൾക്ക് കണ്ടെത്താം. നിങ്ങളുടെ ആവശ്യങ്ങൾക്കനുസരിച്ച് രൂപപ്പെടുത്താം. നിങ്ങൾ കണ്ടെത്തിയ കുറുക്കുവഴികൾ ഞങ്ങളുമായി പങ്കുവയ്ക്കാം. എനിക്കത് കേൾക്കാൻ സന്തോഷമേയുള്ളു. ഫെയ്സ് ബുക്കിൽ

The Miracle Morning Community യിലും MyTMMCommunity.com എന്ന വെബ്സൈറ്റിലും നിങ്ങൾക്ക് ഒരു മടിയും കൂടാതെ നേരിട്ട് എന്നെ ബന്ധപ്പെടാം.

അതിരാവിലെ എണീക്കാനുള്ള പ്രചോദനത്തിന്റെ തോത് പടിപടിയായി ആസൂത്രിതമായി, ഫലപ്രദമായി വർദ്ധിപ്പിക്കുക എന്നതു മാത്രമാണ് നമ്മുടെ ഉദ്ദേശ്യം. ഒന്നു ശ്രമിച്ചുനോക്കാനായി ഇനി കാത്തിരിക്കരുത്. ആവശ്യത്തിന് ഉറങ്ങി വിശ്രമിച്ച് അതിരാവിലെ ഉന്മേഷത്തോടെ, ഊർജസ്വലതയോടെ സംതൃപ്തിയോടെ എണീക്കുമെന്ന് ഉറപ്പിച്ചശേഷം ഉറങ്ങാൻ കിടക്കുക. അലാം ക്ലോക്ക് അല്പം അകലേയ്ക്ക് മാറ്റിവയ്ക്കുക. ഒരു ഗ്ലാസ് നിറയെ വെള്ളം എടുത്ത് അടുത്തു തന്നെ വയ്ക്കുക. അടുത്ത രണ്ട് ചുവടുകൾ പുലർച്ചെ ചെയ്യുമെന്ന് പ്രതിജ്ഞ ചെയ്യുക.

അധ്യായം ആറ്

ജീവനൗഷധങ്ങൾ

(Life S.A.V.E.R.S)

ജീവിതത്തിന്റെ അനന്തസാധ്യതകൾ ഉറപ്പായും സാധ്യമാക്കുന്ന ആറ് പരിശീലന പദ്ധതികൾ

"വിജയിക്കാൻ കഴിയുന്ന മനുഷ്യനായി നിങ്ങൾ മാറുമ്പോൾ വിജയം നിങ്ങളെ തേടിയെത്തും."

- ജിം. റോൺ

"കൂടുതൽ മെച്ചപ്പെടേണ്ട മേഖലകളെ നിങ്ങൾ ദിവസം തോറും തുടർച്ചയായി മെച്ചപ്പെടുത്തുന്നതാണ് അത്യസാധാരണ ജീവിതം."

- റോബിൻ ശർമ്മ

സമ്മർദ്ദം, സംഘർഷം, നിരാശ, അപൂർണത - ഒരു ശരാശരി മനുഷ്യന്റെ ജീവിതത്തെ ഏറെക്കുറെ വിവരിക്കാൻ പോന്ന തികച്ചും അപ്രസന്നമായ, അസുഖകരമായ, ദുർഭഗമായ ഏതാനും വാക്കുകളാണിവ.

ലോകചരിത്രത്തിൽ മുമ്പെന്നത്തേക്കാളും മികച്ച അവസരങ്ങളും വിഭവങ്ങളും ലഭ്യമായ, അത്യന്തം പുരോഗമിച്ച, പുഷ്ടിപ്പെട്ട കാലഘട്ടത്തിലാണ് നിസ്സംശയം നിങ്ങളും ഞാനും ജീവിക്കുന്നത്. എന്നിട്ടും നമ്മിലേറെപ്പേരും നമ്മിലോരോരുത്തരിലുമുള്ള അനന്ത സാധ്യതകളെ ഉപയോഗിക്കാൻ ഒട്ടുംതന്നെ മെനക്കെടുന്നില്ല. ശരിയല്ലേ?

സാധിച്ചതിനും സാധ്യമാകുന്നതിനും ഇടയിലെ വിടവ്

നിങ്ങൾ ജീവിക്കാൻ ആഗ്രഹിക്കുന്ന ജീവിതവും നിങ്ങൾ ആയിത്തീരാൻ ആഗ്രഹിക്കുന്ന വ്യക്തിത്വവും നിങ്ങളുടെ കൈ

പ്പിടിക്ക് അപ്പുറത്താണെന്ന് നിങ്ങൾക്ക് എന്നെങ്കിലും തോന്നിയിട്ടുണ്ടോ?

കൈയ്യെത്തിപ്പിടിക്കാൻ ശ്രമിക്കുന്തോറും നിങ്ങളുടെ സാധ്യതകൾ അകന്നകന്നു പോകുന്നതായി നിങ്ങൾക്ക് അനുഭവപ്പെട്ടിട്ടുണ്ടോ? നിങ്ങൾക്ക് സാധ്യമായത് അവിടെയുണ്ട്. നിങ്ങൾക്കതറിയാം. നിങ്ങൾക്കത് കാണുകപോലും ചെയ്യാം. പക്ഷേ, നിങ്ങൾക്കതൊരിക്കലും കരസ്ഥമാക്കാൻ കഴിയുന്നില്ല. നിങ്ങൾക്ക് മികവ് പുലർത്താൻ പറ്റാത്ത ഏതെങ്കിലും മേഖലയിൽ മറ്റുള്ളവർ മികവ് തെളിയിക്കുന്നത് കാണുമ്പോൾ അവരത് നേടിയത് നിങ്ങൾക്ക് അറിയാൻ കഴിയാത്ത പ്രത്യേകമൊരു കഴിവിനാലാണെന്ന്, അതറിഞ്ഞിരുന്നെങ്കിൽ നിങ്ങൾക്കും അത് നേടാമായിരുന്നെന്ന് നിങ്ങൾക്ക് തോന്നിയിട്ടുണ്ടോ?

നമ്മിലേറെപ്പേരും നമ്മുടെ അനന്ത സാധ്യതകളുടെ നേരെ മറുപുറത്താണ് ജീവിക്കുന്നത്. നമുക്ക് സാധിച്ചതിനും നമുക്ക് സാധിക്കാമായിരുന്നതിനും ഇടയിൽ വലിയൊരു വിടവുണ്ടായിരിക്കുന്നു. നാം നമ്മിൽ നിരാശരായിരിക്കുന്നു. നമ്മുടെ സ്ഥിരോത്സാഹക്കുറവിൽ, പ്രയത്നിക്കാനുള്ള വിമുഖതയിൽ, ശുഷ്കമായ ഫലങ്ങളിൽ നാം അതൃപ്തരായിരിക്കുന്നു. നാമാഗ്രഹിക്കുന്ന ഫലങ്ങൾ നേടിയെടുക്കുന്നതിന് എന്തൊക്കെ ചെയ്യണം എന്നാലോചിച്ച് നാം കാലം കഴിക്കുന്നു. പക്ഷേ, നാം ഒരിക്കലും അതിനായി പ്രയത്നിക്കുന്നില്ല. നമുക്ക് എന്താണ് വേണ്ടതെന്ന് നാം ഓരോരുത്തർക്കും നന്നായി അറിയാം. പക്ഷേ, നമുക്ക് അറിയാവുന്നതിനായി സ്ഥിരമായി പ്രയത്നിക്കാൻ നാം തയ്യാറാവുന്നില്ല.

സാധ്യതകൾക്കിടയിലെ ഈ വിടവ് വ്യക്തികൾക്കനുസരിച്ച് വ്യത്യസ്തമായിരിക്കും. നിങ്ങളുടെ നിലവിലുള്ള സാധ്യതകളുടെ അത്രയടുത്താണ് നിങ്ങൾ എന്നു ചിലപ്പോൾ നിങ്ങൾക്ക് തോന്നുന്നുണ്ടാവും. ഒരടി മുന്നോട്ടുവെച്ചാൽ എല്ലാം ഏറെ മാറുമെന്ന് നിങ്ങൾക്ക് അറിയാൻ കഴിയുന്നുണ്ടാവാം. അതല്ലെങ്കിൽ അതിനുനേരെ വിപരീതമായി നിങ്ങളുടെ സാധ്യതകൾ നിങ്ങളിൽ നിന്ന് ഏറെ അകലെയാണെന്ന്, എവിടെ തുടങ്ങണമെന്നുപോലും നിങ്ങൾക്ക് അറിയില്ലാത്തത്ര അവ്യക്തമാണെന്ന് ആയിരിക്കും ചിലപ്പോൾ നിങ്ങൾക്ക് അനുഭവപ്പെടുക. അതെന്തായിരുന്നാലും സാധിച്ചതിനും സാധ്യമാകുന്നതിനും ഇടയിലെ വിടവ് മറികടക്കാനും നിങ്ങളുടെ മുന്നിലുള്ള അനന്ത സാധ്യതകൾ നേടിയെടുക്കാനും നിങ്ങൾക്ക് ആയിത്തീരാൻ കഴിയുന്ന വ്യക്തി

ആയിത്തീരാനും നിങ്ങൾക്ക് തീർച്ചയായും കഴിയുമെന്ന് അറിയുക.

നിങ്ങൾക്കും നിങ്ങളുടെ സാധ്യതകൾക്കും മധ്യേയുള്ള അഗാധ ഗർത്തത്തിനിപ്പുറം അതെങ്ങനെ മറികടക്കുമെന്നറിയാതെ വിഷണ്ണനായിരിക്കുകയാണെങ്കിലും, അത് മറികടക്കാനുള്ള ശ്രമത്തിൽ പാതിവഴിയിൽ കുടുങ്ങിക്കിടക്കുകയാണെങ്കിലും നിന്നേടത്തു നിന്ന് മുന്നേറാൻ നിങ്ങളെ സഹായിക്കുന്ന, നിങ്ങൾക്ക് സാധ്യമായതെന്ന് നിങ്ങൾക്ക് ഉത്തമബോധ്യമുള്ളതിൽ കുറഞ്ഞൊന്നിലും നിങ്ങളെ കൊണ്ടു ചെന്നെത്തിക്കില്ലാത്ത, നിങ്ങൾക്ക് ആയിത്തീരാൻ കഴിയും എന്നുറപ്പുള്ള വ്യക്തിത്വത്തിലേക്ക് നിങ്ങളെ വികസിപ്പിക്കുന്ന ആറ് പണിയായുധങ്ങൾ ഈ അദ്ധ്യായം നിങ്ങളെ പരിചയപ്പെടുത്തും.

നിങ്ങൾ നിങ്ങളുടെ ജീവിതമെന്ന് കരുതുന്നതല്ല നിങ്ങളുടെ ജീവിതം

നമ്മിലേറെപ്പേരും നമ്മുടെ ജീവിതത്തിന്റെ നാലറ്റവും കൂട്ടിമുട്ടിക്കാൻ, നിലവിലുള്ള ജീവിതസാഹചര്യങ്ങൾ നിലനിർത്താൻ പെടാപ്പാടുപ്പെടുകയാണ്. നമുക്ക് ഏറ്റവും പ്രധാനമായതിൽ, നമ്മുടെ ജീവിതത്തിൽ ശ്രദ്ധ കേന്ദ്രീകരിക്കാൻ, അതിനാൽ നമുക്ക് സമയം ലഭിക്കുന്നില്ല. എന്താണ് ഇത് തമ്മിലുള്ള വ്യത്യാസം? നമ്മുടെ ജീവിതസാഹചര്യങ്ങളെന്നത് നമുക്ക് പുറത്തുള്ള ഒരു കൂട്ടം കാര്യങ്ങളാണ്. നമുക്കു ചുറ്റും നടക്കുന്ന സംഭവങ്ങൾ, നമുക്ക് ചുറ്റുമുള്ള ആളുകൾ, നമ്മുടെ ചുറ്റുപാടുമുള്ള സ്ഥലങ്ങൾ ഇവയൊക്കെ ചേർന്നാണ് നമ്മുടെ ജീവിതസാഹചര്യം നിശ്ചയിക്കുക. ഈ സാഹചര്യങ്ങളല്ല നമ്മുടെ ജീവിതം. നമ്മുടെ ജീവിതസാഹചര്യത്തിന് ഒരുപാട് ഉയരെയാണ് നമ്മുടെ ജീവിതം.

ആഴത്തിൽ, അർത്ഥത്തിൽ, യഥാർത്ഥത്തിൽ നിങ്ങൾ ആരാണ് എന്നതാണ് നിങ്ങളുടെ ജീവിതം. ആന്തരികമായ, അകത്തുള്ള ഘടകങ്ങളാണ് നിങ്ങളുടെ ജീവിതത്തെ നിശ്ചയിക്കുക. ഏതു നിമിഷവും നിങ്ങളുടെ ജീവിതസാഹചര്യങ്ങളെ മാറ്റാൻ, മെച്ചപ്പെടുത്താൻ, അഴിച്ചു പണിയാൻ നിങ്ങൾക്ക് അധികാരവും കഴിവും നൽകുന്ന മനോഭാവം, മാനസികനില തുടങ്ങിയ നിങ്ങളുടെ ആന്തരിക ഘടകങ്ങളാണ് നിങ്ങളുടെ ജീവിതത്തെ രൂപപ്പെടുത്തുക.

എല്ലാ മനുഷ്യരെയും രൂപപ്പെടുത്തുന്ന ശാരീരിക, ബൗദ്ധിക, വൈകാരിക, ആത്മീയ ഘടകങ്ങളാണ് നിങ്ങളുടെ ജീവിതത്തെയും നിശ്ചയിക്കുക. ശരീരം, ആരോഗ്യം, ഊർജ്ജം തുടങ്ങിയവ ശാരീരിക ഘടകത്തിൽപ്പെടുന്നു. മനസ്സ്, ബുദ്ധി, ചിന്ത തുടങ്ങിയവ ബൗദ്ധിക ഘടകത്തിൽ ഉൾപ്പെടുന്നു. വികാരങ്ങളും അനുഭൂതികളും മനോഭാവങ്ങളും ചേർന്ന് വൈകാരിക ഘടകത്തെ നിശ്ചയിക്കുന്നു. ആത്മാവും അതീത ചൈതന്യവു മടങ്ങുന്ന അതീന്ദ്രീയ മേഖലയാണ് നിങ്ങളിലെ ആത്മീയാംശം.

നിങ്ങളുടെ ബാഹ്യജീവിത സാഹചര്യങ്ങളെ ഇഷ്ടപ്രകാരം സൃഷ്ടിക്കാനും മാറ്റിമറിക്കാനും കഴിയുംവിധം നിങ്ങളുടെ ആന്തരിക ജീവിതത്തിൽ പുതിയ അനുഭൂതികളും കാഴ്ചപ്പാടുകളും വിശ്വാസങ്ങളും മനോഭാവങ്ങളും രൂപീകരിക്കാനുള്ള നിങ്ങളുടെ കഴിവാണ് നിങ്ങളുടെ ജീവിതം. നമ്മുടെ ആന്തരിക ജീവിതത്തിന്റെ പ്രതിഫലനമാണ് നമ്മുടെ ബാഹ്യജീവിതമെന്ന് മഹാന്മാരായ ഗുരുക്കന്മാർ നമുക്ക് പറഞ്ഞുതന്നിട്ടുണ്ട്. നിങ്ങളുടെ ജീവിതത്തിന്റെ ശാരീരികവും ബൗദ്ധികവും വൈകാരികവും ആത്മീയവുമായ ഘടകങ്ങളെ വികസിപ്പിക്കുന്നതിൽ ഓരോ ദിവസവും ശ്രദ്ധ നൽകുന്നതിലൂടെ നിങ്ങളെത്തന്നെ പുതുക്കി, നിങ്ങളുടെ മികച്ച പതിപ്പിലേക്ക് നിങ്ങൾ ഉയരുമ്പോൾ നിങ്ങളുടെ ജീവിതസാഹചര്യവും അനിവാര്യമായും സ്വാഭാവികമായി മികവിലേക്കുയരും.

സ്വന്തം പിഴവുകളെ ന്യായീകരിച്ചും ജീവിതത്തിന്റെ മിക്ക മേഖലകളിലും ശരാശരി നിലവാരത്തിൽ തൃപ്തിപ്പെട്ടും ഇടത്തരം ജീവിതത്തിന്റെ രാവണൻകോട്ടയിൽ കുടുങ്ങിയ ഞാൻ അവിടെനിന്ന് അസാധ്യമെന്ന് ഞാൻ കരുതിയ ലക്ഷ്യങ്ങളിലേക്ക് നടത്തിയ പരിവർത്തനാത്മകമായ യാത്രയുടെ പിൻബലത്തിൽ ദൈനംദിന വ്യക്തിത്വവികാസത്തിൽ നിങ്ങളർപ്പിക്കുന്ന പ്രതിബദ്ധത എന്റെയെന്നതുപോലെ നിങ്ങളുടെയും ജീവിതത്തെ മാറ്റിമറിക്കുമെന്ന് ഞാൻ ഉറപ്പു തരുന്നു.

നിങ്ങൾ അർഹിക്കുന്ന ജീവിതത്തിനായി ജീവിതം മാറ്റിവയ്ക്കാൻ സമയമായി

ദൈനംദിന ജീവിതസാഹചര്യങ്ങൾ നിറവേറ്റാനുള്ള നെട്ടോട്ടത്തിൽ മിക്കവരും തങ്ങളുടെ അത്യസാധാരണമായ, അനന്ത

സാധ്യതകളുള്ള, ജീവിതം, നമ്മുടെ പത്തരമാറ്റ് ജീവിതം, ഒഴിവാക്കുന്നു. അത്യന്തം പ്രധാനമായ അവനവന്റെ ജീവിതത്തെ പരിഗണിക്കാൻ അല്പംപോലും കഴിയാത്തവിധം അവരുടെ സമയമത്രയും നിത്യജീവിതവൃത്തികളിൽ ഒടുങ്ങിപ്പോകുന്നു.

ഒടുങ്ങാത്ത ഖേദങ്ങളിലും പൂർത്തീകരിക്കപ്പെടാത്ത സാധ്യതകളിലും ഒടുവിൽ ഇടത്തരം ജീവിതത്തിന്റെ വിഷണ്ണതകളിലും ആത്യന്തികമായി എത്തിച്ചേരുംവിധം പത്തരമാറ്റ് ജീവിതത്തെ അവഗണിച്ച് നിത്യജീവിത വൃത്തികളിൽ പരിമിതപ്പെട്ടു പോകാതിരിക്കുന്നതിന് നിങ്ങളുടെ വ്യക്തിത്വവികാസത്തിന് ഓരോ ദിവസവും നിശ്ചിതസമയം നീക്കിവയ്ക്കുന്നതിന് മുൻഗണന നൽകുക.

നിങ്ങളുടെ ജീവിതത്തിന്റെ ശാരീരികവും ബൗദ്ധികവും വൈകാരികവും ആത്മീയവുമായ വശങ്ങളിൽ ഒന്നിനെയോ ഒന്നിൽ കൂടുതലിനെയോ വികസിപ്പിച്ച് നിങ്ങൾ ആഗ്രഹിക്കുന്ന ജീവിതം കരുപ്പിടിപ്പിക്കാൻ പ്രാപ്തനായ വ്യക്തി ആയിത്തീരുന്നതിന്, ജീവിതത്തെ പ്രചോദിപ്പിക്കുന്ന ജീവിതത്തെ മാറ്റിമറിക്കുന്ന ലളിതമായ ആറ് ദൈനംദിന പരിശീലനങ്ങളടങ്ങിയ വിസ്മയപ്പുലരി ജീവനൗഷധം (The Miracle Morning Life S. A. V. E. R. S) സേവിച്ചു തുടങ്ങുക.

ഓർക്കുക, നിങ്ങൾ നിങ്ങളുടെ ആന്തരികലോകത്തെ - നിങ്ങളുടെ ജീവിതത്തെ - മാറ്റാൻ ആരംഭിക്കുമ്പോൾ നിങ്ങളുടെ ബാഹ്യജീവിതവും - നിങ്ങളുടെ ജീവിതസാഹചര്യങ്ങൾ - സമാന്തരമായി മെച്ചപ്പെട്ടു തുടങ്ങുന്നു.

ജീവനൗഷധത്തിലെ ആദ്യ ചേരുവ - മൗനം (The First 'S' of S. A. V. E. R. S)

സോറി, ഈ 'എസ്' (S) ഉറക്കത്തിന് (Sleeping) ഉള്ളതല്ല. വിജയത്തിലേക്കുള്ള വഴി ഉറക്കമായിരുന്നുവെങ്കിൽ മിക്കവർക്കും അത് ഇഷ്ടമാകുമായിരുന്നു എന്നെനിക്കറിയാം. വലിയൊരു പാരമ്പര്യസ്വത്ത് കൈവരാനുണ്ടെങ്കിൽ അതുവരെ നിങ്ങൾക്ക് വെറുതെ ഇരിക്കാം. പക്ഷേ, ജീവിതം പലപ്പോഴും അങ്ങനെയല്ലല്ലോ.

ഇവിടെ, നിങ്ങളുടെ ജീവിതത്തിലെ ഏതു മേഖലയെയും മാറ്റിമറിക്കാൻ, രൂപപ്പെടുത്താൻ, ഉടച്ചുവാർക്കാൻ നിങ്ങളെ

പ്രാപ്തമാക്കുന്ന, നിങ്ങളുടെ കൈയ്യിൽ തന്നെയുള്ള ആധികാരിക ശക്തികളെ ഉണർത്താനും ഉദ്ദീപിപ്പിക്കാനും ഉതകുന്ന ജീവനൗഷധം (Life S. A. V. E. R. S) എന്നറിയപ്പെടുന്ന അതിശക്തവും അത്യന്തം ഫലവത്തുമായ ആറ് വ്യക്തിത്വവികസന പരിശീലനങ്ങളെ നിങ്ങൾക്ക് പരിചയപ്പെടുത്തുകയാണ് ഞാൻ ചെയ്യുക. ഇനി നമുക്ക് ജീവനൗഷധത്തിലെ ആറ് വ്യക്തിത്വ വികസന കൂട്ടുകളെ ഓരോന്നായി പരിചയപ്പെടുകയും അവയോരോന്നും നിങ്ങൾ ഭാവനയിൽപോലും കണ്ടിട്ടില്ലാത്ത അത്യന്തം അത്യസാധാരണ ജീവിതത്തിലേക്ക് മുന്നേറാനും കരുപ്പിടിപ്പിക്കാനും നിലനിർത്താനും പോന്ന വ്യക്തിയായി മാറുന്നതിന് നിങ്ങളെ എപ്രകാരം സഹായിക്കുമെന്ന് കാണുകയും ചെയ്യാം.

ജീവനൗഷധം
(Life S.A.V.E.R.S)

മൗനം
(S is for Silence)

"മൗനത്തിൽ ആത്മാവ് അതിന്റെ വഴി തെളിഞ്ഞ വെളിച്ചത്തിൽ കണ്ടെത്തുന്നു. മൗനത്തിന്റെ ശുഭ്രവെളിച്ചം തെറ്റായ വഴികളിൽനിന്ന്, ചതിക്കുഴികളിൽ നിന്ന് രക്ഷിക്കുന്നു."

– മഹാത്മാ ഗാന്ധി

"ഒരു വർഷം പുസ്തകങ്ങളിൽനിന്ന് പഠിക്കുന്നതിലേറെ ഒരു മണിക്കൂർ നിശ്ശബ്ദതയിൽനിന്ന് പഠിക്കാനാവും."

– മാത്യു കെല്ലി

ജീവനൗഷധ(Life S.A.V.E.R.S.)ത്തിൽ നമ്മുടെ ആദ്യ പരിശീലനം മൗനത്തിലാണ്. ശബ്ദായമാനമായ, തിരക്കേറിയ, ഉത്കണ്ഠാകുലമായ നമ്മുടെ ജീവിതശൈലി അതിദയനീയമാംവിധം മൗനം ആവശ്യപ്പെടുന്നു. ജീവിതത്തെ മാറ്റിമറിക്കാൻ പോന്നത്ര ശക്തമായ, ലക്ഷ്യബോധത്തോടെയുള്ള മൗനത്തെയാണ് ഇവിടെ ഞാൻ ഉദ്ദേശിക്കുന്നത്. വ്യക്തമായ, ഉപകാരപ്രദമായ, ഉദ്ദേശ്യം മനസ്സിൽ കണ്ട്, ഒരു നിശ്ചിതസമയം മൗനം അവലംബിക്കുക എന്നാണ് ലക്ഷ്യബോധം എന്നതുകൊണ്ട് ഉദ്ദേശിച്ചത്. മൗനത്തിനായി മൗനം പാലിക്കുകയല്ല എന്നർത്ഥം. "ഒരു വർഷം പുസ്തകത്തിൽ നിന്ന് പഠിക്കുന്നതിലേറെ ഒരു മണിക്കൂർ മൗനത്തിൽ നിന്ന് പഠിക്കാനാകും" എന്ന് 'ജീവിതതാളം' (Rhythm of Life) എന്ന ബെസ്റ്റ് സെല്ലർ പുസ്തകത്തിൽ മാത്യു കെല്ലി പറഞ്ഞതും അതുതന്നെ. ജ്ഞാനിയായ ഒരാളിൽ നിന്നുള്ള ആധികാരിക വാക്കുകളാണവ.

നിങ്ങളിലെ സമ്മർദ്ദം അതിവേഗം കുറയ്ക്കുന്നതിന്, ശാന്തതയിൽ, വ്യക്തതയിൽ, ജീവിതത്തിൽ ഏറ്റവും പ്രധാനമായതിൽ മാത്രം ശ്രദ്ധ കേന്ദ്രീകരിക്കാൻ തക്കവിധം ശാന്തമായ മനസ്സിൽ, ദിവസം തുടങ്ങുന്നതിന്, അധികംപേരും ജീവിക്കുന്നതിൽനിന്ന് വ്യത്യസ്തമായി, ഉണർവിന്റെ ആനന്ദകരമായ

അതിരുകളിലേക്ക് എത്തിപ്പെടുന്നതുവരെ, എല്ലാ ദിവസവും പുലരി, ബോധ്യത്തോടെയുള്ള മൗനത്തിൽ തുടങ്ങുക.

ജീവിതത്തെ ഉണർത്തുന്ന മൗനത്തെക്കുറിച്ച് പണ്ടു മുതലേ വിവരിക്കപ്പെട്ടിട്ടുണ്ട്. പ്രാർത്ഥനയുടെ ആധികാരികതയിൽനിന്ന്, ധ്യാനത്തിന്റെ മാസ്മരികതയിലൂടെ, ചരിത്രത്തിലെ ചില മഹിത മനസ്സുകൾ, ബോധ്യത്തോടെയുള്ള മൗനത്തെ അവരുടെ പരിമിതികൾ മറികടക്കാനും അത്യസാധാരണമായ ഫലങ്ങൾ പുറപ്പെടുവിക്കാനും ഉപയോഗപ്പെടുത്തിയിട്ടുണ്ട്.

നിങ്ങളുടെ പ്രഭാതങ്ങൾ എപ്രകാരം തുടങ്ങുന്നു?

ദിവസം മുഴുവൻ ഊർജസ്വലമായി മുന്നോട്ടുകൊണ്ടുപോകുംവിധം നിങ്ങളെ സ്വയം കേന്ദ്രീകരിക്കുന്നതിനും പരമാവധി പ്രസാദാത്മക മാനസികാവസ്ഥ കൈവരിക്കുന്നതിനും നിങ്ങൾ നിങ്ങളുടെ പുലരിയിൽ സമയം നീക്കിവച്ചുവോ? അതോ ചെയ്തുതീർക്കേണ്ട പണി വന്ന് മുട്ടിവിളിക്കുന്നതുവരെ നിങ്ങൾ മൂടിപ്പുതച്ച് കിടന്നുറങ്ങുന്നുവോ? നിങ്ങളുടെ പ്രഭാതങ്ങളെ ശാന്തം, സൗമ്യം. ഉന്മേഷഭരിതം എന്ന് വിവരിക്കാമോ? എങ്കിൽ, അഭിനന്ദനങ്ങൾ. നിങ്ങൾ ഞങ്ങളെക്കാൾ ഒരു പടി മുന്നിലാണ്.

നമ്മിൽ പലരുടെയും പ്രഭാതങ്ങൾ പ്രക്ഷുബ്ധവും ബഹളമയവും തിരക്കുള്ളതുമാണ്. പുതിയൊരു ദിവസത്തിനായി നാമൊക്കെ ഓടിപ്പിടിച്ച് ഒരുങ്ങുന്നു. നമ്മുടെ മനസ്സാകട്ടെ, **എന്തു ചെയ്യും, എവിടെപ്പോകും, ആരെക്കാണും, എന്താ മറന്നത്, ഇന്ന് വൈകിയോ, അവൾ/ അവൻ അങ്ങനെ പറഞ്ഞത് ഒട്ടും ശരിയായില്ല** എന്നിങ്ങനെ കണക്കുകൂട്ടുകയും കലമ്പൽ കൂട്ടുകയും കലഹിക്കുകയും ചെയ്തുകൊണ്ടിരിക്കും.

നമ്മുടെ പ്രഭാതങ്ങൾ പ്രശ്നഭരിതമാണ്. ഒരുവിധത്തിൽ നാം ഓരോന്ന് ഒപ്പിച്ചുകൂട്ടുകയാണ്. നമുക്ക് മടിയും അലസതയും മന്ദതയും അനുഭവപ്പെടുന്നു. നമ്മിലേറെപ്പേരുടെയും പ്രഭാതങ്ങൾ പ്രക്ഷുബ്ധമോ, സമ്മർദ്ദപൂർണമോ ആയിരിക്കും, അഥവാ അലസതയോ മന്ദതയോ ആയിരിക്കും നമ്മുടെ പുലരിയുടെ അനുഭവം. ഇതൊന്നും ഒരു നല്ല ദിവസം തുടങ്ങാൻ ഒട്ടും നല്ലതല്ല.

സമ്മർദ്ദം കുറയ്ക്കുന്നതിനും, ആത്മാവബോധം ശക്തിപ്പെടുത്തി എല്ലാ ദിവസവും നിങ്ങളുടെ ലക്ഷ്യങ്ങൾ, മുൻഗണനകൾ, ജീവിതത്തിലെ പ്രധാന പരിഗണന എന്നിവയിൽ ശ്രദ്ധ

യൂന്നാൻ കഴിയുംവിധം വ്യക്തത നേടുന്നതിനും, മൗനം ഏറ്റം നല്ല മാർഗ്ഗമാണ്.

മൗനത്തിൽ എന്റെ ഇഷ്ടരീതി ഇതാ. ഈ ക്രമമൊന്നും പ്രധാനമല്ല. ഒരു ചെറിയ ധ്യാനത്തിൽ തുടങ്ങുന്നതാവും നന്ന് എന്നു മാത്രം.

- ധ്യാനം
- പ്രാർത്ഥന
- മനനം
- പ്രാണായാമം (ആഴത്തിൽ ശ്വാസോച്ഛ്വാസം)
- കൃതജ്ഞത

ചില പ്രഭാതങ്ങളിൽ ചിലപ്പോൾ ഞാൻ ഇതിൽ ഒന്നേ ചെയ്തുള്ളൂവെന്ന് വരാം. ചില ദിവസങ്ങളിൽ എല്ലാം ചേർത്ത് ചെയ്തുവെന്നും. ഇവയെല്ലാം നിങ്ങളുടെ മനസ്സിനും ശരീരത്തിനും അയവ് നല്കി, അകം ശാന്തമായി മറ്റുള്ള ജീവനൗഷധം (LIfe S.A.V.E.R.S.) നൽകുന്ന അനുഗ്രഹങ്ങൾ സ്വീകരിക്കാൻ തക്കവിധം നിങ്ങൾക്ക് ജാഗ്രതയും തുറവിയും സമ്മാനിക്കുന്നു.

കിടക്കയിൽത്തന്നെ കിടന്നോ ഇരുന്നോ ഇതു ചെയ്യാമെന്ന് കരുതുന്നത് പരമ അസംബന്ധമായിരിക്കും. മാത്രമല്ല, കിടപ്പുമുറിയിൽ വച്ചുപോലും പാടില്ല. കിടക്കയിൽത്തന്നെ ഇരുന്നായാലും, കിടക്ക കാഴ്ചവട്ടത്തുത്തന്നെയുണ്ടെങ്കിൽപ്പോലും, മൗനം പതിയെ മയക്കത്തിലേക്കും പിന്നെ ഉറക്കത്തിലേക്കും വീണുപോയേക്കാം. ഞാനെപ്പോഴും സ്വീകരണമുറിയിലെ എന്റെ ഇരിപ്പിടമാണ് ഉപയോഗിക്കുക. അടുത്തുതന്നെ എന്റെ 'വിസ്മയപ്പുലരി'ക്ക് വേണ്ടതെല്ലാം ഒരുക്കിവച്ചിട്ടുമുണ്ടാകും. മൗനത്തിൽ, മയക്കംവിട്ട് ഉന്മേഷമാർന്ന മനസ്സിന്, മറ്റൊന്നിനുംവേണ്ടി മിനക്കെടാതെ നേരെ 'വിസ്മയപ്പുലരി'യിലേക്ക് പ്രവേശിക്കാം.

ധ്യാനം

ധ്യാനത്തെക്കുറിച്ച് ഗംഭീരങ്ങളായ പുസ്തകങ്ങളും ലേഖനങ്ങളും വെബ്സൈറ്റുകളും ധാരാളമുള്ളതിനാൽ ധ്യാനത്തിന്റെ ഫലപ്രദമെന്ന് തെളിയിക്കപ്പെട്ടിട്ടുള്ള പ്രയോജനങ്ങളെക്കുറിച്ചോ, വിവിധ ധ്യാനരീതികളെക്കുറിച്ചോ, വിശദമായി ഞാൻ പറയുന്നില്ല. ഏറെ പ്രസക്തമായ ഗുണഫലങ്ങളെന്ന് ഞാൻ

കരുതുന്നവയെക്കുറിച്ച് പരാമർശിക്കുന്നതിനും ഒട്ടും വൈകാതെ നിങ്ങൾക്ക് ധ്യാനത്തിലേക്ക് പ്രവേശിക്കുന്നതിനായി ലളിതമായ ചില ചുവടുകൾ നിർദ്ദേശിക്കുന്നതിനും മാത്രം ഞാൻ ഇവിടെ മുതിരുന്നു.

ഒരു നിശ്ചിതസമയത്തേക്ക് മനസ്സിനെ നിശ്ശബ്ദമാക്കുകയും ഏകാഗ്രമാക്കുകയുമാണ് ധ്യാനം എന്നതുകൊണ്ട് ഉദ്ദേശിക്കുക. ധ്യാനത്തിന്റെ ആരോഗ്യപരമായ ഗുണഫലങ്ങളെക്കുറിച്ച് നിങ്ങൾക്ക് ചിലപ്പോൾ അറിയുമായിരിക്കാം. അറിയാത്തവരുമുണ്ടാകാം. മരുന്നിനേക്കാൾ ഫലപ്രദമാണ് ധ്യാനമെന്ന് ഏറെ പഠനങ്ങൾ തെളിയിച്ചിട്ടുണ്ട്. പതിവായ ധ്യാനം ദഹനപ്രക്രിയയെയും രക്തസമ്മർദ്ദത്തെയും തലച്ചോറിന്റെ പ്രവർത്തനങ്ങളെയും മെച്ചപ്പെടുത്തുന്നതായി പഠനങ്ങൾ വ്യക്തമാക്കുന്നു. ധ്യാനം സമ്മർദ്ദം കുറയ്ക്കുന്നു. വേദന അകറ്റുന്നു. ഉറക്കം ക്രമമാക്കുന്നു. ശ്രദ്ധയും ഏകാഗ്രതയും വർധിപ്പിക്കുന്നു. ആയുസ്സ് കൂട്ടുകപോലും ചെയ്യുന്നു. ധ്യാനത്തിന് വളരെ കുറച്ച് സമയം മതി. ദിവസം ഏതാനും മിനിട്ടുകൾ മാറ്റിവച്ചാൽ ധ്യാനത്തിന്റെ ഗുണഫലങ്ങൾ നിങ്ങൾക്കു ലഭിക്കും.

പ്രശസ്ത താരങ്ങളും കമ്പനി മേധാവികളും വലിയ വിജയം നേടിയവരും പതിവായ മിക്കവാറും ദിനംതോറുമുള്ള ധ്യാനം അവരുടെ ജീവിതത്തിലെ അമൂല്യമായ ചിട്ടയാണെന്ന് തുറന്ന് പറഞ്ഞിട്ടുണ്ട്. എല്ലാ ദിവസവും 20 മിനിറ്റ് ധ്യാനിക്കുമെന്ന് ടൂപ്പർ വെയറിന്റെ സിഇഒ റിക്ക് ഗോയിങ്ങ്സ് ഫിനാൻഷ്യൽ ടൈംസിനോട് വെളിപ്പെടുത്തുന്നു: "അതെന്റെ സമ്മർദ്ദം വലിച്ചെടുത്ത് കളയുക മാത്രമല്ല, എന്താണ് സംഭവിക്കുന്നത് എന്നും എന്താണ് 'കാര്യഗൗരവമുള്ള കാര്യം' എന്നും വ്യക്തമായി കാണുന്നതിനുള്ള 'പുതിയ കണ്ണുകൾ' നൽകുകയും ചെയ്യുന്നു. അതീന്ദ്രിയ ധ്യാനം, തന്നെ 'ദൈവം എന്ന സത്തയുമായി ബന്ധിപ്പിച്ചതായി' ഓപ്ര വിൻഫ്രേ, ഡോ. ഓസിനോടുപറഞ്ഞതായി ഹഫിങ്ടൺ പോസ്റ്റ് റിപ്പോർട്ട് ചെയ്യുന്നു.

പല തരം ധ്യാനങ്ങളുണ്ട് എങ്കിലും, പൊതുവേ പറഞ്ഞാൽ, 'വ്യക്തിപരം' എന്നും 'മറ്റാരാലെങ്കിലും നയിക്കപ്പെടുന്ന കൂട്ടായ' എന്നും അതിനെ രണ്ടായി തിരിക്കാം. കൂട്ടായ ധ്യാനത്തിൽ നിങ്ങൾ മറ്റൊരാളിൽ നിന്ന് നിർദ്ദേശങ്ങൾ സ്വീകരിക്കുന്നു. അതു നിങ്ങളുടെ ചിന്തകളെ നിയന്ത്രിക്കാൻ, ശ്രദ്ധ കേന്ദ്രീകരിക്കാൻ, ജാഗ്രത ഉണർത്താൻ ഒക്കെ നിങ്ങളെ സഹായിക്കുന്നു. വ്യക്തി

പരമായ ധ്യാനത്തിൽ എല്ലാം നിങ്ങൾ സ്വയം ചെയ്യുന്നു. ആരുടെയും സഹായം സ്വീകരിക്കുന്നില്ല.

വിസ്മയപ്പുലരി ധ്യാനം

നിങ്ങളുടെ 'വിസ്മയപ്പുലരി' പരിശീലനത്തിനിടെ ഉപയോഗിക്കുന്നതിനായി വ്യക്തിഗത ധ്യാനത്തിനുള്ള ലളിതമായ ചില ചുവടുകൾ, മുൻപ് ധ്യാനിച്ചിട്ടില്ലാത്തവർക്കുകൂടി ഉപകാരപ്രദമാകുന്നതിനായി ഇവിടെ നൽകുന്നു.

- ധ്യാനം തുടങ്ങുന്നതിനുമുൻപ് നിങ്ങളുടെ മനോഭാവം ശരിയാക്കുകയും പ്രതീക്ഷകൾ ഉറപ്പിക്കുകയും ചെയ്യേണ്ടത് വളരെ പ്രധാനമാണ്. മനസ്സിനെ ശാന്തമാക്കുക. ഭൂതകാലത്തെക്കുറിച്ചുള്ള നിരാശത കലർന്നതോ ഭാവിയെക്കുറിച്ചുള്ള ഉത്കണ്ഠ കലർന്നതോ ആയ വർത്തമാനത്തിൽ ജീവിക്കുന്നതിൽനിന്ന് വിലക്കുന്ന, അടിച്ചേല്പിക്കപ്പെടുന്ന ചിന്തകൾ സാവകാശം ഒഴിവാക്കുക. നിങ്ങളുടെ സമ്മർദ്ദം മാറ്റിവയ്ക്കുന്നതിനുള്ള സമയമാണത്. നിങ്ങളുടെ പ്രശ്നങ്ങളിൽ നിന്ന് ഒരു ഇടവേള എടുക്കുക. പൂർണമായും **ഈ നിമിഷത്തിൽ** ആയിരിക്കുക. നിങ്ങൾ യഥാർത്ഥത്തിൽ ആരാണെന്ന സത്യം ഗ്രഹിക്കാനുള്ള സമയമാണിത്. നിങ്ങൾ എന്തു ചെയ്യുന്നു, നിങ്ങൾക്ക് എന്തൊക്കെ ഉണ്ട്, അഥവാ നിങ്ങൾ നിങ്ങളെന്ന നിലയിൽ സ്വീകരിച്ചിട്ടുള്ള നിരവധിയായ മുദ്രകൾ, ഇവയ്ക്കൊക്കെ അപ്പുറം ആഴത്തിലേക്ക് പോകുക. അധികമാളുകൾ അതിനായി ശ്രമിച്ചിട്ടില്ല. നിങ്ങൾ യഥാർത്ഥത്തിൽ ആര് എന്ന സത്യം ഗ്രഹിക്കുക എന്നതിന് 'വെറുതെ ആയിരിക്കുക' എന്നാണ് പൊതുവേ പറയുക. ചിന്തിക്കാതെ, പ്രവർത്തിക്കാതെ, 'വെറുതെ ആയിരിക്കുക.' ഇതിത്തിരി അപരിചിതമായി തോന്നുന്നുവെങ്കിൽ സാരമില്ല. എനിക്കും അങ്ങനെ തോന്നിയിരുന്നു. ഇത് നിങ്ങൾ മുൻപ് ചെയ്തിട്ടില്ല, അതിനാലാണ് ആ തോന്നൽ.
- ഇരിക്കാൻ ശാന്തവും സ്വസ്ഥവുമായ സ്ഥലം കണ്ടെത്തുക. ഒരു കസേരയിൽ, കോസടിയിൽ, നിലത്ത് എവിടെയായിരുന്നാലും നിവർന്ന് ഇരിക്കുക.
- ചമ്രം പടിഞ്ഞ് നട്ടെല്ല് നിവർത്തി ഇരിക്കുക. ഒന്നുകിൽ കണ്ണുകൾ അടയ്ക്കാം. അല്ലെങ്കിൽ രണ്ടടിയോളം അപ്പുറത്ത് തറയിലേക്ക് ദൃഷ്ടി കേന്ദ്രീകരിക്കാം.

- നിങ്ങളുടെ ശ്വാസത്തിൽ ശ്രദ്ധ കേന്ദ്രീകരിക്കുക. സാവകാശം ആഴത്തിൽ ശ്വാസം എടുക്കുക. മൂക്കിലൂടെയോ വായുവിലൂടെയോ സാവകാശം ശ്വാസം പുറത്തേക്ക് വിടുക. ശ്വാസം വയറ്റിൽവരെ - നെഞ്ചിൽവരെ അല്ല - എത്തുന്നുവെന്ന് ഉറപ്പാക്കുക.
- ഇനി നിങ്ങളുടെ ശ്വാസഗതി നിയന്ത്രിക്കുക. മൂന്നു സെക്കന്റു കൊണ്ട് സാവകാശം ശ്വാസം എടുക്കുക. മൂന്നു സെക്കന്റ് നേരത്തേക്ക് ശ്വാസം പിടിച്ചുവയ്ക്കുക. പിന്നെ സവകാശം മൂന്നു സെക്കന്റുകൊണ്ട് ശ്വാസം വിടുക, നിങ്ങൾ ശ്വാസഗതിയിൽ ശ്രദ്ധയൂന്നുന്നതോടെ ചിന്തകളും വികാരങ്ങളും അടങ്ങുന്നത് ശ്രദ്ധിക്കുക.

മുന്നറിയിപ്പ് :

മനസ്സിനെ അടക്കാൻ ശ്രമിച്ചാൽ ചിന്തകൾ തലപൊക്കും. അവയെ വെറുതെയൊന്ന് പരിഗണിച്ച് പിന്നെ അതിന്റെ പാട്ടിന് വിടുക. ശ്രദ്ധ വീണ്ടും ശ്വാസഗതിയിൽ കേന്ദ്രീകരിക്കുക.

- ഓർക്കുക, എന്തിനെക്കുറിച്ചെങ്കിലുമുള്ള സ്ഥിരമായ, അടിച്ചേൽപ്പിക്കപ്പെട്ട ചിന്തകൾ ഒഴിവാക്കാനുള്ള സമയമാണിത്. സമ്മർദ്ദത്തോട് വിട പറയാനും പ്രശ്നങ്ങൾക്ക് ഇടവേള പ്രഖ്യാപിക്കാനുമുള്ള സമയമാണിത്. ഈ നിമിഷത്തിൽ ഹാജരായിരിക്കാനുള്ള സമയമാണിത്. ആയിരിക്കാനുള്ള സമയമാണിത്. ചിന്തിക്കാതെ, പ്രവർത്തിക്കാതെ വെറുതെയിരിക്കുക, ആയിരിക്കുക. ശ്വാസോച്ഛ്വാസം തുടരുക. ഉള്ളിലേക്കെടുക്കുന്നത് പ്രസാദാത്മകതയും സ്നേഹവും ശാന്തതയും ഉന്മേഷവും എന്ന് സങ്കല്പിക്കുക. നിങ്ങളുടെ ഉത്കണ്ഠകളും സമ്മർദ്ദവും ഉച്ഛ്വാസത്തിൽ പുറത്തുപോകുന്നതായും. ശാന്തി ആസ്വദിക്കുക. ഈ നിമിഷത്തെ ആസ്വദിക്കുക. വെറുതെ ശ്വസിക്കുക. വെറുതെ ആയിരിക്കുക.
- ചിന്തകൾ ഇടതടവില്ലാതെ പ്രവഹിക്കുന്നതായി കണ്ടാൽ ഏതെങ്കിലും ഒരു വാക്കിലോ ഒരു പ്രയോഗത്തിലോ ശ്രദ്ധ കേന്ദ്രീകരിക്കുന്നതും ശ്വാസം എടുക്കുമ്പോഴും വിടുമ്പോഴും അത് ആവർത്തിക്കുന്നതും നന്നായിരിക്കും. ഉദാഹരണത്തിന് (ശ്വാസം എടുക്കുമ്പോൾ) 'ഞാൻ സമാധാനം ശ്വസിക്കുന്നു, (ശ്വാസം വിടുമ്പോൾ) ഞാൻ സ്നേഹം ഉച്ഛ

സിക്കുന്നു' എന്നിങ്ങനെ ശ്രമിച്ചുനോക്കുക. സമാധാന ത്തിനും സ്നേഹത്തിനും പകരം ജീവിതത്തിൽ നിങ്ങൾക്ക് ഏറ്റവും ആവശ്യമെന്ന് നിങ്ങൾ കരുതുന്ന എന്തും (ആത്മ വിശ്വാസം, വിശ്വാസം, ഉന്മേഷം...) ആകാം. അതുപോലെ തന്നെ ലോകത്തിന് നൽകാൻ ആഗ്രഹിക്കുന്ന എന്തും.

- നിങ്ങൾക്ക്, നിങ്ങൾക്കുതന്നെ ദിവസവും നൽകാൻ കഴി യുന്ന മഹത്തായ സമ്മാനമാണ് ധ്യാനം. അതൊരു ഗംഭീര ഉപഹാരം തന്നെ. ധ്യാനത്തിനായി ചെലവഴിക്കുന്ന സമയ മാണ് ദിവസത്തിലെ എന്റെ ഏറ്റവും നല്ല സമയം. അത് സമാധാനത്തിന്റെ സമയമാണ്. കൃതജ്ഞത അനുഭവി ക്കുന്ന സമയമാണ്. ദൈനംദിന സമ്മർദ്ദത്തിൽ നിന്നും ഉത്കണ്ഠകളിൽ നിന്നുമുള്ള തൽക്കാല വിടുതിയായി ധ്യാനത്തെ കണക്കാക്കാം. ധ്യാനം കഴിയുമ്പോഴും പ്രശ്നം അവിടെയുണ്ടാകുമെങ്കിലും അതിനെ നേരിടാൻ നിങ്ങൾ ക്കപ്പോൾ കൂടുതൽ കരുത്തും തന്റേടവും ഉണ്ടാകും.

മൗനത്തെക്കുറിച്ച് ചില അധികചിന്തകൾ

മൗനം എങ്ങനെ വിനിയോഗിക്കണം എന്നതിന് ഒറ്റ ഉത്തര മില്ല. പ്രാർത്ഥിക്കാം, ധ്യാനിക്കാം. നിങ്ങൾ എന്തിനോട് കൃതജ്ഞ രായിരിക്കുന്നുവോ അതിൽ ശ്രദ്ധ കേന്ദ്രീകരിക്കാം, ആഴത്തിൽ ചിന്തിക്കുകപോലും ആകാം. എനിക്കാണെങ്കിൽ ആദ്യകാല ത്തിൽ മൗനത്തിൽ ഇരിക്കുന്നത്, ധ്യാനിക്കുന്നതും ഏറെ ബുദ്ധി മുട്ടായിരുന്നു. ഒരുപക്ഷേ അത് ഡോക്ടറന്മാർ വിധിച്ചതുപോലെ എനിക്ക് ADHD, 'അമിതോത്സാഹവും ശ്രദ്ധക്കുറവും', (ADHD - Attention - deficit hyper activity disorder) ഉള്ളതുകൊണ്ടാ വാം. അവരുടെ ഡയഗ്നോസിസിനോട് ഞാൻ യോജിക്കുന്നുണ്ടോ എന്നെനിക്ക് നിശ്ചയമില്ല. അതൊരു 'കുറവാ'ണോയെന്ന കാര്യ ത്തിലും എനിക്ക് സംശയമുണ്ട്. (അത് മറ്റൊരു സംവാദത്തി നുള്ള വിഷയമാകയാൽ മറ്റൊരു സമയത്താകാം). എന്തായിരു ന്നാലും സ്വസ്ഥമായി ഇരിക്കുകയെന്നതും മനസ്സിനെ ശാന്തമാ ക്കുകയെന്നതും എനിക്ക് വലിയ വെല്ലുവിളി തന്നെയായിരുന്നു എന്ന് സമ്മതിക്കാതെ തരമില്ല. ചിന്തകൾ തലക്കുള്ളിൽ പമ്പരം പോലെ ചുറ്റിത്തിരിഞ്ഞുകൊണ്ടിരുന്നു, നിർത്താതെ.

ഞാൻ നിശ്ശബ്ദനായി ഇരുന്നാലും മനസ്സ് കുതിച്ചുപാഞ്ഞു കൊണ്ടിരുന്നു. സ്വസ്ഥമായിരിക്കുകയും മനസ്സ് ശൂന്യമാക്കു

കയും ചെയ്യുക എന്നത് അത്രയേറെ കഠിനമായിരുന്നു എന്ന വസ്തുത തന്നെയാണ് മനസ്സിനെ നിയന്ത്രിക്കണമെന്ന വാശിയിൽ എന്നെ കൊണ്ടെത്തിച്ചത്. മൂന്നോ നാലോ ആഴ്ച എല്ലാ ദിവസവും ഞാൻ മൗനം പരിശീലിച്ചു- എനിക്ക് തൃപ്തിയാവും വരെ. ചിന്തകൾ കടന്നുവരാൻ അനുവദിക്കുകയും ശാന്തമായി അല്പംപോലും പരിഭ്രാന്തനാകാതെ അവയെ പോകാനനുവദിക്കുകയും ചെയ്യാൻ കഴിയുന്ന അവസ്ഥയിൽ അങ്ങനെ ഞാൻ എത്തിച്ചേർന്നു. അതിനാൽ 'മൗനവും ധ്യാനവും' തുടക്കത്തിൽ നിങ്ങൾക്ക് വെല്ലുവിളി ആയെന്നതിൽ അല്പവും നിരുത്സാഹപ്പെടേണ്ടതില്ല.

മൗനം എത്ര സമയം? തുടക്കത്തിൽ അഞ്ച് മിനിട്ട് വീതം എന്നാവും ഞാൻ ശുപാർശ ചെയ്യുക. എന്നാൽ അടുത്ത അധ്യായത്തിൽ വെറും 60 സെക്കന്റിൽ ജീവിതത്തെ ഉയർത്തുന്ന മൗനം പരിശീലിക്കാൻ ഞാൻ നിങ്ങളെ പഠിപ്പിക്കും. അഞ്ചു മിനിട്ട് മൗനം. സ്വസ്ഥം ശാന്തം, അയവ്. ഒരു ചെറിയ പ്രാർത്ഥന, ധ്യാനം. കൃതജ്ഞതാപ്രകാശനം. പ്രാണായാമം. അങ്ങനെയായിരുന്നു എന്റെ തുടക്കം. ഒരു ദിവസം തുടങ്ങാൻ പറ്റിയ ശാന്തവും സ്വസ്ഥവും പൂർണവുമായ തുടക്കം.

ജീവനൗഷധം

(Life S.A.V.E.R.S)

സ്ഥിരീകരണം

(A is for Affirmations)

ആവർത്തിച്ചുള്ള ഉറപ്പിക്കൽ (സ്ഥിരീകരണം)
വിശ്വാസത്തിലേക്ക് നയിക്കുന്നു. ആ വിശ്വാസം
ഉത്തമബോധ്യമായി മാറുന്നതോടെ കാര്യങ്ങൾ
സംഭവിക്കാൻ തുടങ്ങുന്നു.

- മൊഹമ്മദ് അലി

നിങ്ങളൊരു വിജയമാണെന്ന് ഉപബോധമനസ്സിനെ
ബോധ്യപ്പെടുത്തുംവരെ നിങ്ങളൊരു പരാജയമായിരിക്കും.
അതൊരു സ്ഥിരീകണത്താൽ സാധ്യമാവുകയും ചെയ്യും.
അതു ഫലിക്കും ഉറപ്പ്.

- ഫ്ളോറൻസ് സ്കോവൽ ഷിൻ

'ഞാൻ മഹാനെന്ന്' ആവർത്തിച്ച് ഉരുവിട്ട് ഉറപ്പിച്ച മൊഹമ്മദ് അലി അങ്ങനെ ആയി. ജീവിതത്തിൽ നിങ്ങൾ ആഗ്രഹിക്കുന്ന എല്ലാം നേടാൻ കഴിയുന്ന വ്യക്തിയായി ഞൊടിയിടയിൽ ആയിത്തീരാനുള്ള ഫലപ്രദമായ ഉപകരണങ്ങളിലൊന്നാണ് സ്ഥിരീകരണം(Affirmation). നിങ്ങളുടെ ജീവിതത്തിന്റെ ഏതു മേഖലയെയും അടുത്ത പടിയിലേക്ക് എത്തിക്കാൻ പോന്ന മനോഭാവം(ചിന്തകൾ, വിശ്വാസങ്ങൾ, ശ്രദ്ധ) രൂപപ്പെടുത്തുന്നതിനും വികസിപ്പിക്കുന്നതിനും സ്ഥിരീകരണം നിങ്ങൾക്ക് സാഹചര്യം ഒരുക്കുന്നു.

നമ്മുടെ സമൂഹത്തിലെ വിജയിച്ച പലരും പ്രസാദാത്മക ചിന്തയിലുള്ള അവരുടെ വിശ്വാസവും സ്ഥിരീകരണത്തിന് അതിലുള്ള പങ്കും ഏറ്റുപറഞ്ഞിട്ടുണ്ട്. വിൽ സ്മിത്ത്, ജിം കാരി, സൂസ് ഓർമ്മൻ, മൊഹമ്മദ് അലി, ഓപ്ര വിൻഫ്രെ തുടങ്ങിയവരെല്ലാം വിജയത്തിലേക്കും സമ്പത്തിലേക്കുമുള്ള അവരുടെ വഴിയിൽ സ്ഥിരീകരണം കൈത്താങ്ങായിരുന്നു എന്ന് വ്യക്തമാക്കുന്നു.

നിങ്ങൾ വിശ്വസിച്ചാലും ഇല്ലെങ്കിലും സ്വയം സംസാരിക്കുന്നത് ഭ്രാന്തന്മാർ മാത്രമല്ല. നമ്മുടെ തലയ്ക്കുള്ളിൽ നില

യ്ക്കാതെ ഒരു ആന്തരികസംവാദം നടക്കുന്നുണ്ട്. അതിലേറെയും അബോധാത്മകമായാണ്. നാം ബോധത്തോടെ തിരഞ്ഞെടുക്കുന്നതല്ല ആ ചിന്തകളൊന്നും. നാം നമ്മുടെ പോയകാല അനുഭവങ്ങൾ - നല്ലതും ചീത്തയും - വീണ്ടും വീണ്ടും ആവർത്തിച്ച് അകമേ അനുഭവിച്ചുകൊണ്ടിരിക്കുന്നു. ഇതൊരു സ്വാഭാവിക പ്രക്രിയയാണെന്ന് നാം മനസ്സിലാക്കേണ്ടതുണ്ട്. അതുപോലെതന്നെ ആ ചിന്തകൾക്കുമേൽ നിയന്ത്രണം കൈവരുത്തുന്നതിന് നാം പരിശീലിക്കേണ്ടതുണ്ടെന്നും. എന്നിട്ടും വളരെ കുറച്ചുപേർ മാത്രമേ പ്രസാദാത്മകമായി, പ്രവർത്തനോന്മുഖമായി ചിന്തിക്കുന്നതിനുള്ള ഉത്തരവാദിത്തം ഏറ്റെടുക്കുന്നുള്ളൂ.

എൺപത് ശതമാനം സ്ത്രീകൾക്കും അവരവരെക്കുറിച്ച് (ശരീരം, ജോലി, മറ്റുള്ളവർക്ക് തന്നെക്കുറിച്ചുള്ള അഭിപ്രായം) ആത്മനിന്ദയാണുള്ളതെന്ന് ചൂണ്ടിക്കാട്ടുന്ന ഒരു പഠനം ഈയിടെ ഞാൻ കാണുകയുണ്ടായി.

ആത്മവിശ്വാസം, ആരോഗ്യം, ആനന്ദം, സമ്പത്ത്, സ്വന്തബന്ധങ്ങൾ തുടങ്ങി നിങ്ങളുടെ ജീവിതത്തിന്റെ എല്ലാ മേഖലകളിലും നിങ്ങളുടെ ആത്മഭാഷണം (സ്വയം സംസാരം) അതിനാടകീയ സ്വാധീനം ചെലുത്തുന്നു. നിങ്ങൾ എപ്രകാരം ഉപയോഗിക്കുന്നു എന്നതിനെ ആശ്രയിച്ച് നിങ്ങളുടെ സ്ഥിരീകരണങ്ങൾ നിങ്ങൾക്ക് അനുകൂലമായോ പ്രതികൂലമായോ പ്രവർത്തിക്കുന്നു. ബോധപൂർവ്വം തിരഞ്ഞെടുക്കുകയും രൂപപ്പെടുത്തുകയും ചെയ്തില്ലായെങ്കിൽ നിങ്ങളുടെ സ്ഥിരീകരണങ്ങൾ പോയകാലത്തെ ഭയവും അരക്ഷിതത്വവും പരിമിതികളും ആവർത്തിക്കാൻ മാത്രമേ ഉതകിയെന്നു വരൂ.

എന്നാൽ നിങ്ങൾ നിങ്ങളുടെ സ്ഥിരീകരണങ്ങൾ നിങ്ങളുടെ ലക്ഷ്യപ്രാപ്തിക്കും ആ ലക്ഷ്യപ്രാപ്തിക്ക് അനുയോജ്യനായ വ്യക്തിക്കും ചേരുന്നവിധം രൂപപ്പെടുത്തുകയും എഴുതി ഉറപ്പിക്കുകയും ചെയ്യുകയും അതു ദിനവും ആവർത്തിക്കുമെന്ന് (കഴിയുമെങ്കിൽ ഉറക്കെ പ്രഖ്യാപിച്ച്) പ്രതിജ്ഞ ചെയ്യുകയും ചെയ്താൽ അതു നിങ്ങളുടെ ഉപബോധമനസ്സിൽ അല്പവും വൈകാതെ അതിന്റെ സ്വാധീനം പ്രകടമാക്കും. സ്ഥിരീകരണങ്ങൾ നിങ്ങളുടെ ചിന്തകളുടെയും ബോധ്യങ്ങളുടെയും വഴികളെ പുതുക്കുന്നു. അതുവഴി നിങ്ങളുടെ ഇടുങ്ങിയ വിശ്വാസങ്ങളെയും പെരുമാറ്റങ്ങളെയും മറികടന്ന് നിങ്ങൾക്ക് വിജയം നേടാനാവശ്യമായത് പകരംവയ്ക്കുന്നു.

സ്ഥിരീകരണങ്ങൾ എന്റെ ജീവിതത്തെ മാറ്റിയതെങ്ങനെ

ഉന്നതവിജയം നേടിയ എന്റെ സുഹൃത്ത് മാറ്റ് റിക്കോറിനൊപ്പം ജീവിക്കുമ്പോഴാണ് സ്ഥിരീകരണത്തിന്റെ ആധികാരികത ആദ്യമായി എനിക്ക് ബോധ്യമായത്. ഏതാണ്ട് എല്ലാ ദിവസവും കിടപ്പുമുറിയിലെ കുളിമുറിയിൽനിന്ന് മാറ്റ് അട്ടഹസിക്കുന്നത് ഞാൻ കേൾക്കാറുണ്ടായിരുന്നു. എന്നോട് എന്തോ പറയുകയാണെന്ന് കരുതി ആദ്യമൊക്കെ കിടപ്പുമുറിയുടെ വാതിൽക്കലെത്തിയ ഞാൻ, 'എന്റെ വിധി എന്റെ നിയന്ത്രണത്തിലാണ്' 'വിജയത്തിന് ഞാൻ അർഹനാണ്, എന്നൊക്കെ അയാൾ വിളിച്ചു പറയുന്നതാണ് കേട്ടത്. ഇയാളെന്താ, ഈ ചെയ്യുന്നതെന്ന് ഞാൻ വിചാരിച്ചു.

1990–കളിലെ 'സാറ്റർഡേ നൈറ്റ് ലൈവ്' എന്ന ഹിറ്റ് ടിവി ഷോയിലെ ഏറെ പ്രശസ്തമായ ഹാസ്യാനുകരണത്തിൽ അൽഫ്രാങ്ക് അവതരിപ്പിക്കുന്ന സ്റ്റുവാർട്ട് സ്മാലെ എന്ന കഥാപാത്രം കണ്ണാടിയിൽ നോക്കി സ്വയം "ഞാൻ കൊള്ളാം, ഞാൻ സ്മാർട്ടാണ്, ആളുകൾക്ക് എന്നെ ഏറെ ഇഷ്ടമാണ്." എന്ന് ആവർത്തിച്ചു പറയുന്നതാണ് അതിനുമുമ്പ് ഇക്കാര്യത്തിലുള്ള എന്റെ ഏക അനുഭവം. അതുകൊണ്ടാവാം, സ്ഥിരീകരണത്തെ ഞാനൊരു തമാശയായേ എന്നും എടുത്തിരുന്നുള്ളൂ. മാറ്റിന് പക്ഷേ, അതിന്റെ പ്രായോഗികത നന്നായി അറിയാമായിരുന്നു. ടോണി റോബിൻസിന്റെ ശിഷ്യനെന്ന നിലയിൽ മാറ്റ് വർഷങ്ങളായി സ്ഥിരീകരണവും ആവർത്തിച്ചുചൊല്ലലും അസാധാരണ വിജയം കരസ്ഥമാക്കുന്നതിനായി ഉപയോഗിച്ചുവരികയായിരുന്നു. ഇരുപത്തിയഞ്ചാമത്തെ വയസ്സിൽ അഞ്ചു വീടുകളുടെ ഉടമയായ രാജ്യത്തെ ഉന്നത നെറ്റ്‌വർക്ക് എൻജിനീയർമാരിൽ ഒരാളായ മാറ്റിന് താൻ ചെയ്യുന്നതിനെക്കുറിച്ച് നല്ല ബോധ്യമുണ്ടാകുമെന്ന് ഞാൻ അറിയേണ്ടതായിരുന്നു. ഒന്നുമില്ലെങ്കിലും അയാളുടെ വീട്ടിലെ ഒരു മുറിയിലെ വാടകക്കാരനാണല്ലോ ഞാൻ. ദൗർഭാഗ്യവശാൽ, ജീവിതത്തെ മെച്ചപ്പെടുത്തുന്നതിനുള്ള ആധികാരിക ആയുധമാണ് സ്ഥിരീകരണമെന്ന് തിരിച്ചറിയാൻ എനിക്ക് പക്ഷേ പിന്നെയും വർഷങ്ങൾ വേണ്ടിവന്നു.

നെപ്പോളിയൻ ഹില്ലിന്റെ ഐതിഹാസിക പുസ്തകം 'ചിന്തിക്കുക, സമൃദ്ധിയിലേക്ക് വളരുക' (Think and Grow Rich ഞാനേറ്റവും ആത്മാർത്ഥമായി ശുപാർശ ചെയ്യുന്ന പുസ്തകം)

വായിച്ചപ്പോഴാണ് സ്ഥിരീകരണത്തിന്റെ ഉപയോഗം സംബന്ധിച്ച് നേരിട്ടുള്ള അനുഭവം ആദ്യമായി എനിക്ക് ലഭിക്കുന്നത്. ആവർത്തിച്ചുറപ്പിക്കൽ ജീവിതത്തിൽ കാര്യമായ പ്രതിഫലനമുണ്ടാക്കുമോ എന്ന കാര്യത്തിൽ സംശയമുണ്ടായിരുന്നെങ്കിലും ഒരു കൈ നോക്കാൻ ഞാൻ തീരുമാനിച്ചു. മാറ്റിന്റെ കാര്യത്തിൽ അതു ഫലിച്ചുവെങ്കിൽ അത് എനിക്കും ഫലപ്രദമാകണം. തലച്ചോറിലുണ്ടായ ക്ഷതം മൂലം പിന്നീട് രൂപപ്പെട്ട ഓർമ്മക്കുറവിനെത്തന്നെ ഉന്നംവയ്ക്കാൻ ഞാൻ തീരുമാനിച്ചു. 'എന്റെ ഓർമ്മശക്തി അതിദയനീയമാണ്.'

'ജീവിതം മുന്നോട്ടുകൊണ്ടുപോകാൻ' എന്ന ആദ്യ പുസ്തകം വായിച്ചവർക്കറിയാം, കാർ അപകടത്തിനുശേഷം എന്റെ ഓർമ്മ എത്ര പരിതാപകരമായിരുന്നുവെന്ന്. അത് പല കോമാളിരംഗങ്ങൾക്കും കാരണമായിട്ടുണ്ട്. ആശുപത്രിയിൽ എന്റെ കിടയ്ക്കക്കരുകിൽ മണിക്കൂറുകളോളം ചെലവിട്ടശേഷം ഉച്ചയൂണിന് പുറത്തുപോയി തിരിച്ചെത്തിയ കൂട്ടുകാരെയും കുടുംബാംഗങ്ങളെയും വർഷങ്ങൾക്കുശേഷം ആദ്യം കാണുന്നതുപോലെ പെരുമാറുംവിധം അത്ര മോശമായിരുന്നു എന്റെ ഓർമ്മശക്തി.

അത്തരമൊരു കടുത്ത പരിമിതി എന്റെ ഓർമ്മശക്തി അതിദയനീയമാണെന്ന വിശ്വാസം എന്നിൽ ആവർത്തിച്ചുറപ്പിച്ചു. ഏതു സമയത്തും ആരെങ്കിലും എന്തെങ്കിലുമൊക്കെ അവരെ ഓർമ്മിപ്പിക്കണമെന്ന് എന്നോട് ആവശ്യപ്പെടുമായിരുന്നു. 'ശരി, പക്ഷേ സത്യത്തിൽ എനിക്കതിന് കഴിയില്ല, എന്റെ തലച്ചോർ തകരാറിലായതിനാൽ എനിക്ക് ഓർമ്മക്കുറവുണ്ടെന്ന്' അവരോട് അപ്പോഴൊക്കെ എനിക്കു പറയേണ്ടിവരുമായിരുന്നു.

കാറപകടം കഴിഞ്ഞ് ഏഴ് വർഷമായിരുന്നു. ഓർമ്മക്കുറവ്, ഏതാണ്ട് ഓർമ്മയില്ലായ്മ, യാഥാർത്ഥ്യമായിരുന്നു. അതു മെച്ചപ്പെടുത്തേണ്ടത് അത്യാവശ്യമായിരുന്നു. എന്റെ ഓർമ്മശക്തി ദയനീയമാണെന്നും കുറഞ്ഞപക്ഷം മോശമെങ്കിലും ആണെന്ന് ഞാൻ കരുതി. അതൊരിക്കലും ഭേദപ്പെടുകയില്ലെന്ന് ഞാൻ വിശ്വസിച്ചു. പക്ഷേ, "നിങ്ങൾക്ക് കഴിയുമെന്നു കരുതിയാൽ കഴിയും, ഇല്ലെങ്കിൽ ഇല്ല" എന്ന് ഹെൻട്രി ഫോർഡ് പറഞ്ഞിട്ടുണ്ടല്ലോ.

തികച്ചും ന്യായീകരിക്കാവുന്ന, എന്റെ വിശ്വാസമില്ലായ്മയെ മാറ്റാൻ കഴിയുമെങ്കിൽ തീർച്ചയായും *സ്ഥിരീകരണത്തിന്*

എന്തും മാറ്റാൻ കഴിയും, തീർച്ച. അതിനാൽ ഞാനെന്റെ ആദ്യ സ്ഥിരീകരണം ഇങ്ങനെ എഴുതി: "എന്റെ കടുത്ത ഓർമ്മക്കുറവ് മാറില്ലെന്ന വിശ്വാസം ഞാൻ ഉപേക്ഷിക്കുന്നു. സ്വയം സൗഖ്യം പ്രാപിക്കാൻ പ്രാപ്തമായ അത്ഭുതകരമായ അവയവമാണ് എന്റെ തലച്ചോർ. അതിനാൽ എന്റെ ഓർമ്മശക്തി മെച്ചപ്പെടും. അതു സാധ്യമാണെന്ന എന്റെ വിശ്വാസത്തിന് ആനുപാതിക മായിട്ടാവും അത് പക്ഷേ മെച്ചപ്പെടുക. അതിനാൽ എനിക്ക് അതിഗംഭീരമായ ഓർമ്മശക്തി ഉണ്ടെന്ന് ഈ നിമിഷം മുതൽ അചഞ്ചലമായി ഞാൻ വിശ്വസിക്കുന്നു. അത് ഓരോ ദിവസവും മെച്ചപ്പെടുമെന്നും.'

എന്റെ 'വിസ്മയപ്പുലരി' പരിശീലനത്തിനിടെ ഞാനിത് ദിവസവും വായിക്കും. പഴയകാല വിശ്വാസങ്ങളോടുള്ള കൂറ് മൂലം അത് സാധ്യമാകുമോ എന്നെനിക്ക് ഉറപ്പുണ്ടായിരുന്നില്ല. അങ്ങനെ രണ്ടുമാസം കടന്നു, എന്റെ 'ആവർത്തിച്ചുറപ്പി ക്കലിന്റെ' അറുപതാംദിവസം ഏഴുവർഷമായി സംഭവിക്കാത്ത ഒരു കാര്യം സംഭവിച്ചു. അടുത്ത ദിവസം വിളിക്കാൻ 'ഓർക്കണ മെന്ന്' ഒരു കൂട്ടുകാരി എന്നോടു പറഞ്ഞു. 'തീർച്ചയായും' ഞാൻ ഉടനെ മറുപടി നല്കി. ആ വാക്കുകൾ എന്റെ വായിൽനിന്ന് പുറപ്പെടവേ എന്റെ കണ്ണുകൾ വികസിച്ചു. ഞാൻ ആവേശ ഭരിതനായി. എന്റെ ഓർമ്മ ഒരിക്കലും തിരിച്ചുകിട്ടില്ലെന്ന വിശ്വാ സത്തിന് ഇളക്കം തട്ടിയിരിക്കുന്നു. എന്റെ സ്ഥിരീകരണങ്ങൾ ഉപയോഗിച്ച് പുതിയ, ആധികാരികമായ വിശ്വാസം എന്റെ ഉപ ബോധമനസ്സിൽ ഞാൻ കരുപ്പിടിപ്പിച്ചിരിക്കുന്നു. എന്റെ പഴയ വിശ്വാസമില്ലായ്മ പൊയ്പ്പോയിരിക്കുന്നു.

അവിടം മുതൽ സ്ഥിരീകരണങ്ങൾ ശരിക്കും ഫലിക്കുമെന്ന അധികവിശ്വാസത്തിന്റെ കൂടി പിൻബലത്തിൽ എന്റെ ഓർമ്മ ശക്തി മെച്ചപ്പെട്ടുവെന്ന് മാത്രമല്ല, മെച്ചപ്പെടുത്താൻ ഞാൻ ആഗ്രഹിച്ച ജീവിതത്തിന്റെ എല്ലാ മേഖലകളിലേക്കും സ്ഥിരീ കരണത്തിന്റെ പ്രവർത്തനം ഞാൻ വ്യാപിപ്പിക്കുകയും ചെയ്തു. ആരോഗ്യം, സാമ്പത്തികം, വ്യക്തിബന്ധങ്ങൾ, സമഗ്രമായ ആനന്ദം, ആത്മവിശ്വാസം, എന്റെ എല്ലാ വിശ്വാസങ്ങളും മനോ ഭാവങ്ങളും പെരുമാറ്റങ്ങളും തുടങ്ങി മെച്ചപ്പെടേണ്ട എല്ലാറ്റിലും ഞാൻ 'സ്ഥിരീകരണം' പ്രയോഗിച്ചു. ഒന്നിനെയും പരിധിയിൽ നിന്ന് ഒഴിവാക്കിയില്ല. ഒന്നിനും പരിമിതി കൽപ്പിച്ചുമില്ല.

എപ്രകാരമാണ് നമ്മുടെ ശീലപ്പെടൽ

നാമെല്ലാം ശീലങ്ങൾക്ക് അടിമകളാണ്. നമ്മുടെ ഉപബോധ മനസ്സിൽ നമ്മുടെ ചിന്ത, വിശ്വാസം, നാം പ്രവർത്തിക്കുന്ന രീതി ഒക്കെ ചില ശീലപ്പെടുത്തലുകൾക്ക് വിധേയമാണ്. ഈ ശീല പ്പെടലിൽ പല സ്വാധീനങ്ങളുണ്ടാകും. മറ്റുള്ളവർ നമ്മോട് പറഞ്ഞ കാര്യങ്ങൾ, നാം തന്നെ നമ്മോട് പറഞ്ഞ കാര്യങ്ങൾ, നമ്മുടെ നല്ലതും ചീത്തയുമായ മുഴുവൻ ജീവിതാനുഭവങ്ങളും ഒക്കെ അതിൽപ്പെടും. ചിലരുടെ ശീലങ്ങൾ അവരെ എളുപ്പ ത്തിൽ വിജയികളും സന്തോഷവാന്മാരും ആക്കുന്നതിന് ഉത കുന്നു. മറ്റു ചിലർക്കാകട്ടെ, മിക്കവാറും ഭൂരിപക്ഷം പേർക്കും, ജീവിതത്തെ ദുഷ്കരമാക്കും വിധത്തിലാവും ഇത്തരം ശീല പ്പെടലുകൾ സംഭവിക്കുക.

അപ്പോൾ മോശം വാർത്ത എന്താണെന്നുവച്ചാൽ, നാം നമ്മുടെ ശീലങ്ങളിൽ ബോധപൂർവ്വം ഇടപെട്ട് ക്രിയാത്മകമായ മാറ്റം വരുത്തിയില്ലായെങ്കിൽ നമ്മുടെ സാധ്യതകളൊക്കെയും തകരുകയും നമ്മുടെ ജീവിതം ഭൂതകാലത്ത് അനുഭവിച്ച ഭയ ത്തിന്റെയും അരക്ഷിതാവസ്ഥയുടെയും പരിമിതികളുടെയും പിടിയിൽ തുടരുകയും ചെയ്യും. നമുക്ക് സംഭവിച്ച പിഴവുകളിൽ തന്നെ കടിച്ചുതൂങ്ങുകയും തെറ്റുകളിൽ നമ്മെ കഠിനമായി കുറ്റ പ്പെടുത്തുകയും കുറ്റബോധത്തിന് സ്വയം കാരണമാവുകയും ഒന്നിനും കൊള്ളാത്തവനെന്നും സ്ഥിരം പരാജിതൻ എന്നും സ്വയം പഴിക്കുകയും ചെയ്ത് ശരാശരി ജീവിതത്തിന്റെ ചിട്ടവട്ട ങ്ങൾക്ക് വഴങ്ങിക്കൊടുക്കുന്നത് ഇനി നാം അവസാനിപ്പിക്കേ ണ്ടിയിരിക്കുന്നു.

നമ്മുടെ ശീലപ്പെടലുകൾ ഏതു സമയത്തും അഴിച്ചുപണി യാം എന്നതാണ് 'സദ്വാർത്ത.' നമുക്ക് ഇപ്പോഴുള്ള ഭയവും അരക്ഷിതബോധവും പ്രതിലോമ ശീലങ്ങളും, നമ്മെ ഒതുക്കി ക്കളയുന്ന, നമ്മുടെ സാധ്യതകളെ നശിപ്പിക്കുന്ന വിശ്വാസങ്ങളും പെരുമാറ്റങ്ങളും മറികടന്ന് നമ്മെത്തന്നെ അഴിച്ചു ചിട്ടപ്പെടു ത്താൻ നമുക്ക് കഴിയും. നാം തിരഞ്ഞെടുക്കുന്ന ഏതു മേഖല യിലും നാം ആഗ്രഹിക്കുന്നവിധം വിജയിക്കാൻ നമുക്ക് കഴിയും.

ആരാകാനാണ് ആഗ്രഹിക്കുന്നതെന്ന്, എന്താണ് നിങ്ങളുടെ ലക്ഷ്യമെന്ന്, അത് എപ്രകാരമാണ് നിങ്ങൾ പൂർത്തീകരിക്കാൻ ഉദ്ദേശിക്കുന്നതെന്ന് ആവർത്തിച്ച് പറഞ്ഞുറപ്പിച്ചുകൊണ്ട്, സ്ഥി രീകരണം ഉപയോഗിച്ച് നിങ്ങൾക്ക് നിങ്ങളെ, ചെയ്യുന്ന എല്ലാ

കാര്യത്തിലും ആത്മവിശ്വാസം പുലർത്തുന്നവനും എല്ലാറ്റിലും വിജയിക്കുന്നവനുമായി ചിട്ടപ്പെടുത്താൻ കഴിയും. തുടരെ ത്തുടരെയുള്ള ഉറപ്പിക്കലിലൂടെ നിങ്ങൾ പറയുന്നത് നിങ്ങ ളുടെ ഉപബോധമനസ്സ് വിശ്വസിക്കാൻ തുടങ്ങുകയും അചി രേണ അത് യഥാർത്ഥത്തിൽ സംഭവിക്കുകയും ചെയ്യും.

എഴുതി തയ്യാറാക്കിയ സ്ഥിരീകരണങ്ങൾ സ്ഥിരമായി ആവർത്തിച്ച് പഠിക്കുന്നത് നിങ്ങളെ പുതിയ ശീലങ്ങൾ തിര ഞ്ഞെടുക്കാനും നിങ്ങളുടെ നിക്ഷിപ്ത മനോഭാവവുമായി അടു ക്കാനും നിങ്ങളെ പ്രാപ്തമാക്കുന്നു. സ്ഥിരീകരണങ്ങൾ സ്ഥിര മായി ആവർത്തിക്കുന്നത് മനസ്സ് അത് സ്വീകരിക്കുന്നതിലേക്കും നിങ്ങളുടെ ചിന്തകളിലും വിശ്വാസങ്ങളിലും പെരുമാറ്റങ്ങളിലും വിജയത്തിനാവശ്യമായവിധം മാറ്റം സംഭവിക്കുന്നതിലേക്കും നിങ്ങളെ നയിക്കും. നിങ്ങൾ തന്നെ നിങ്ങളുടെ സ്ഥിരീകരണ ങ്ങൾ തിരഞ്ഞെടുക്കുകയും രൂപീകരിക്കുകയും ചെയ്യുന്നതി നാൽ വിജയിക്കുന്നതിനായി നിങ്ങൾ ആഗ്രഹിക്കുകയും ആവ ശ്യപ്പെടുകയും ചെയ്യുന്ന വിധത്തിലുള്ള ചിന്തകളും വിശ്വാസ ങ്ങളും പെരുമാറ്റങ്ങളും നിങ്ങൾക്ക് ഉറപ്പാക്കുകയും ചെയ്യാം.

നിങ്ങളുടെ സ്വന്തം സ്ഥിരീകരണങ്ങൾ രൂപീകരിക്കാൻ ലളിതമായ അഞ്ച് ചുവടുകൾ

നിങ്ങളുടെ ആദ്യ സ്ഥിരീകരണത്തിന്റെ സൃഷ്ടിക്കായി ഇതാ ലളിതമായ ചുവടുകൾ. പിന്നെ നിങ്ങൾക്ക് വിസ്മയപ്പുലരി സ്ഥിരീകരണത്തിനായി ഡൗൺലോഡ് ചെയ്യുന്നതിന് ഒരു ലിങ്കും.

ഒന്നാം ചുവട്: ശരിക്കും നിങ്ങൾക്ക് എന്താണ് വേണ്ടത്?

നിങ്ങളുടെ ജീവിതത്തിന്റെ എല്ലാ മേഖലകളിലും നിങ്ങൾ ആഗ്രഹിക്കുന്ന പത്തരമാറ്റ് വിജയത്തിനാവശ്യമായ നിലവാരം കണ്ടെത്തുന്നതിനും രൂപീകരിക്കുന്നതിനും നിലനിർത്തുന്ന തിനും അനിവാര്യമായ വിശ്വാസങ്ങളും മനോഭാവങ്ങളും കൊണ്ട് പൂരിതമായ മനസ്സും സ്വഭാവവും പെരുമാറ്റവും ചിട്ട പ്പെടുത്തുകയെന്നതാണ് എഴുതി തയ്യാറാക്കിയ സ്ഥിരീകരണ ത്തിന്റെ ഉദ്ദേശ്യം. അതിനാൽ നിങ്ങൾ ആഗ്രഹിക്കുന്ന ആദർശ ജീവിതം അതിന്റെ ഓരോ മേഖലകളിലും എപ്രകാരം ആയിരി ക്കണമെന്നാണ് നിങ്ങൾ ആഗ്രഹിക്കുന്നതെന്ന് നിങ്ങളുടെ

സ്ഥിരീകരണത്തിൽ ആദ്യം തന്നെ വ്യക്തമായി പ്രതിപാദിക്കേണ്ടതുണ്ട്.

ആരോഗ്യം/ശാരീരികക്ഷമത, മനോഭാവം, വൈകാരികത, സാമ്പത്തികം, വ്യക്തിബന്ധങ്ങൾ, ആത്മീയത തുടങ്ങി മെച്ചപ്പെടണമെന്ന് നിങ്ങൾ ഏറ്റവും കൂടുതൽ ആഗ്രഹിക്കുന്ന മേഖലകൾക്ക് ഊന്നൽ നല്കി നിങ്ങളുടെ സ്ഥിരീകരണങ്ങൾ തയ്യാറാക്കാം. നിങ്ങൾ യഥാർത്ഥത്തിൽ എന്താണ് ആഗ്രഹിക്കുന്നത് എന്ന്, നിങ്ങളുടെയും നിങ്ങളുടെ ജീവിതത്തിന്റെയും ഓരോ മേഖലകളെക്കുറിച്ചും നിങ്ങളുടെ കാഴ്ചപ്പാട് എന്തെന്ന് വ്യക്തമായി എഴുതിത്തന്നെ തയ്യാറാക്കിക്കൊണ്ട് തുടങ്ങുക.

രണ്ടാം ചുവട്: എന്തുകൊണ്ട് നിങ്ങൾ ഇത് ആഗ്രഹിക്കുന്നു

'എന്തുകൊണ്ട് എന്ന ചോദ്യത്തിൽ ജ്ഞാനം തുടങ്ങുന്നു' എന്ന് എന്റെ നല്ല സുഹൃത്ത്, റൈസിങ് സ്റ്റോക്ക് ഇൻകോർപ്പറേറ്റഡ് പ്രസിഡന്റ് ആദം സ്റ്റോക്ക് ഒരിക്കൽ പറഞ്ഞു: എല്ലാവരും സന്തോഷവും ആരോഗ്യവും വിജയവും കൊതിക്കുന്നു. എന്നാൽ ആഗ്രഹിക്കുന്നതുകൊണ്ടുമാത്രം എന്തെങ്കിലും കിട്ടണമെന്നില്ല. ഉയർച്ചയൊന്നും കാംക്ഷിക്കാതെ ഉള്ളതുകൊണ്ട് കഴിഞ്ഞുകൂടാനുള്ള പ്രലോഭനം അതിജീവിച്ച് ജീവിതത്തിൽ ആഗ്രഹിക്കുന്നതെല്ലാം നേടുന്ന ഏവരും 'എന്തുകൊണ്ട്' എന്ന ചോദ്യത്തിന്റെ അസാധാരണമായ ആകർഷണവലയത്താൽ നയിക്കപ്പെടുന്നവരാണ്. അവരുടെ നിസ്സാരമായ പ്രശ്നങ്ങളുടെയും അവർ അഭിമുഖീകരിക്കുന്ന അനിവാര്യമായ പ്രതിബന്ധങ്ങളുടെയും ആകെത്തുകയേക്കാൾ അതിശക്തമായ വ്യക്തമായ ലക്ഷ്യത്താൽ അവർ ജീവിതത്തെ നിർവചിക്കുന്നു. ആ ലക്ഷ്യത്തിൽ ഓരോ ദിവസവും ഉണർന്നെണീക്കുന്നു. ആ ലക്ഷ്യത്തിനായി പ്രയത്നിക്കുന്നു.

ഓരോ കാര്യവും അടിസ്ഥാനപരമായി 'എന്തുകൊണ്ട്' എന്ന് ആരായുക. നിങ്ങൾ ആഗ്രഹിക്കുന്ന എല്ലാ കാര്യങ്ങളും നിങ്ങൾക്ക് പ്രധാനമായി മാറും.

മൂന്നാം ചുവട്: ഇത് നേടുന്നതിനുവേണ്ടി നിങ്ങൾ ആരാകണം?

"ഇപ്പോഴാണ് റബർ റോഡിനെ കണ്ടുമുട്ടിയത്", എന്ന് (ഇപ്പോഴാണ് ടയർ റോഡിലിറങ്ങിയത് അഥവാ വണ്ടി ഓടി

ത്തുടങ്ങിയത്) എന്ന് എന്റെ ആദ്യപരിശീലകൻ ജെഫ് സൂയി പറയാറുണ്ട്. മറ്റൊരുവിധത്തിൽ പറഞ്ഞാൽ നിങ്ങൾ മെച്ചപ്പെട്ടെങ്കിലേ നിങ്ങളുടെ ജീവിതം മെച്ചപ്പെടൂ. അപ്പോഴേ വണ്ടി ഓടിത്തുടങ്ങൂ. ആയിരിക്കേണ്ടതും (നിങ്ങൾ എന്തായിരിക്കാൻ ആഗ്രഹിക്കുന്നുവോ അത്)ചെയ്യേണ്ടതും (എന്ത് ചെയ്യാൻ ആഗ്രഹിക്കുന്നുവോ അത്) നിങ്ങൾക്ക് വേണമെന്ന് നിങ്ങൾ ആഗ്രഹിക്കുന്നത് ലഭിക്കാനുള്ള മുന്നുപാധികളാണ്. നിങ്ങളുടെ ജീവിതം, ബിസിനസ്സ്, ആരോഗ്യം, ദാമ്പത്യം തുടങ്ങിയവ അടുത്ത തലത്തിലേക്കും അതിനപ്പുറത്തേക്കും എത്തിക്കാൻ ആരായിത്തീരാനാണോ നിങ്ങൾ സ്വയം സമർപ്പിക്കേണ്ടത്, അത് എപ്രകാരമുള്ള വ്യക്തിയെന്ന് വ്യക്തമായി തീരുമാനിക്കുക.

നാലാം ചുവട്: ഇതു നേടാൻ നിങ്ങൾ എന്തു ചെയ്യണം?

നിങ്ങളുടെ ആദർശത്തിലുള്ള ജീവിതത്തെക്കുറിച്ചുള്ള കാഴ്ചപ്പാട് യാഥാർത്ഥ്യമാകാൻ എന്തു നടപടികളാണ് നിങ്ങൾ സ്വീകരിക്കേണ്ടത്? നിങ്ങളുടെ ഭാരം കുറയ്ക്കണോ? “ആഴ്ചയിൽ അഞ്ചുദിവസം ജിമ്മിൽ പോകുമെന്ന് നൂറുശതമാനം ഞാൻ ഉറപ്പിക്കുന്നു. കുറഞ്ഞത് 20 മിനിറ്റെങ്കിലും ഞാൻ ട്രെഡ്മില്ലിൽ ഓടും,” എന്ന രീതിയിലുള്ള സ്ഥിരീകരണം സ്വീകരിക്കുക. നിങ്ങളൊരു വില്പന ജോലിക്കാരൻ (സെയിൽസ് പേഴ്സൺ) ആണെങ്കിൽ “എല്ലാ ദിവസവും രാവിലെ എട്ടിനും ഒൻപതിനുമിടയ്ക്ക് ഞാൻ കുറഞ്ഞത് മുപ്പത് ഫലപ്രദമായ ഫോൺകോളുകളെങ്കിലും ചെയ്യും” എന്നതുപോലുള്ള സ്ഥിരീകരണം തയ്യാറാക്കുക. നിങ്ങൾ ചെയ്യാൻ ഉദ്ദേശിക്കുന്ന കാര്യം എത്രമാത്രം കൃത്യമായി പറയാനാവുമോ അത്രയും നന്ന്. എത്ര കണ്ട് അടുപ്പിച്ച് ചെയ്യുമെന്നും എത്രതവണ ചെയ്യുമെന്നും എപ്പോൾ തുടങ്ങി എപ്പോൾ അവസാനിപ്പിക്കുമെന്നും ഉള്ള കാര്യങ്ങൾ ഉൾപ്പെടുത്താൻ മറക്കാതിരിക്കുക.

ചെറിയ രീതിയിൽ തുടങ്ങുകയാവും നന്ന്. ഇപ്പോൾ നിങ്ങൾ ജിമ്മിൽ പോകുന്നേ ഇല്ലെങ്കിൽ ആഴ്ചയിൽ അഞ്ചുദിവസം 20 മിനിറ്റ് വീതം ട്രെഡ്മില്ലിൽ എന്നത് എടുത്തുചാട്ടമാകും. എടുക്കാവുന്ന ചുവട് എടുക്കുകയാവും ഉചിതം. ചെറിയ ചുവടുകളിലെ ചെറിയ വിജയങ്ങൾ തരുന്ന സംതൃപ്തി വലിയ ചുവടുകളിലെ വലിയ പരാജയങ്ങൾ സമ്മാനിക്കുന്ന വലിയ നിരാശയേക്കാൾ എന്തുകൊണ്ടും മെച്ചമാണല്ലോ. നിങ്ങളുടെ ലക്ഷ്യം

നിങ്ങൾക്ക് നിർണയിക്കാം. ദിവസത്തെയോ ആഴ്ചയിലെയോ ലക്ഷ്യം എഴുതി തയ്യാറാക്കിക്കൊണ്ട് തുടങ്ങുക. അത് വർദ്ധിപ്പിക്കേണ്ടത് എപ്പോഴാണെന്നും തീരുമാനിക്കുക. ആഴ്ചയിൽ രണ്ടു ദിവസം 20 മിനിറ്റ് ജിമ്മിൽ എന്നത്, ഏതാനും ആഴ്ചകളിൽ വിജയകരമായി പൂർത്തിയാക്കിയശേഷം ആഴ്ചയിൽ മൂന്നുദിവസം 20 മിനിറ്റ് ജിമ്മിൽ എന്ന ലക്ഷ്യത്തിലേക്ക് കടക്കുക. അങ്ങനെ ലക്ഷ്യം വർദ്ധിപ്പിച്ച് മുന്നോട്ടുപോകുക.

അഞ്ചാം ചുവട്: പ്രചോദനം പകരുന്ന ഉദ്ധരണികളും തത്ത്വങ്ങളും കൂട്ടിച്ചേർക്കുക

ഞാനെപ്പോഴും എന്റെ സ്ഥിരീകരണ കുറിപ്പുകളിൽ ചേർക്കാൻ ഉദ്ധരണികളും തത്ത്വചിന്താശകലങ്ങളും കണ്ടെടുക്കാറുണ്ട്. ഉദാഹരണത്തിന് എന്റെയൊരു സ്ഥിരീകരണകുറിപ്പ് മാർഷൽ ഗോൾഡ്സ്മിത്തിന്റെ 'എന്തുകൊണ്ടാണോ നിങ്ങൾ ഇവിടെയായിരിക്കുന്നത് അതിനാൽ നിങ്ങൾ അവിടെയായിരിക്കുന്നില്ല' (What got you here won't get you there) എന്ന പുസ്തകത്തിലെ "ഏതൊരു മനുഷ്യനെയും താനാണ് ലോകത്തിലെ മികച്ച വ്യക്തി എന്ന് ബോധ്യപ്പെടുത്താൻ കഴിയുന്നതാണ് ലോകത്തെ സ്വാധീനിക്കുന്ന വ്യക്തികളുടെ കഴിവ്, ബിൽ ക്ലിന്റണെയും ഓപ്ര വിൻഫ്രെയെയും ബ്രൂസ് ഗുഡ്മാനെയും പോലുള്ളവർ തങ്ങളുടെ മേഖലയിൽ അജയ്യരാകുന്നതിന് കാരണം ആ കഴിവാണ്. ഞാനുമായി ബന്ധപ്പെടുന്ന എല്ലാവരിലേക്കും ഇതു പകരാൻ ഞാൻ ശ്രദ്ധിക്കാറുണ്ട്" എന്ന ഉദ്ധരണിയാണ്.

മറ്റൊരു സ്ഥിരീകരണം ഇപ്രകാരം വായിക്കാം, "ടിം ഫെറിന്റെ ഉപദേശം പിന്തുടരുക. കൂടുതൽ ഫലം കിട്ടുന്നതിന് ഓരോ അറുപതു മിനിട്ടിലും പ്രവൃത്തി മാറിക്കൊണ്ടിരിക്കുന്നതിനുപകരം, മൂന്നുമുതൽ അഞ്ചു മണിക്കൂർ വരെയോ അര ദിവസം തന്നെയോ ഒരു പ്രവൃത്തിയിലോ ഒരു പദ്ധതിയിലോ ശ്രദ്ധ കേന്ദ്രീകരിക്കുക."

"ഓ ഇതെനിക്ക് ഉപകാരപ്രദമാണല്ലോ" എന്ന് നിങ്ങൾക്ക് സ്വയം തോന്നുന്ന, നിങ്ങളെ പ്രചോദിപ്പിക്കുന്ന ഒരു ഉദ്ധരണിയോ, നിങ്ങൾക്ക് ശക്തിപകരുന്ന ഒരു തത്ത്വചിന്തയോ കർമ്മപദ്ധതിയോ എപ്പോൾ വേണമെങ്കിലും നിങ്ങളുടെ ശ്രദ്ധയിൽപ്പെടാം. അത് നിങ്ങളുടെ സ്ഥിരീകരണത്തിൽ ചേർക്കുക.

എല്ലാ ദിവസവും അത് ശ്രദ്ധിക്കുന്നതോടെ ആ ആത്മവിശ്വാസ മേകുന്ന തത്ത്വചിന്തയോ പ്രവർത്തനപദ്ധതിയോ നിങ്ങളുടെ ജീവിതത്തിന്റെയും ചിന്തയുടെയും ഭാഗമാകുകയും അത് നിങ്ങ ളുടെ പ്രവർത്തനഫലങ്ങളെയും ജീവിതനിലവാരത്തെയും മെച്ച പ്പെടുത്തുകയും ചെയ്യും.

സ്ഥിരീകരണത്തെക്കുറിച്ച് ചില അന്തിമചിന്തകൾ

- സ്ഥിരീകരണങ്ങൾ ഫലപ്രദമാകുന്നതിന്, അവ വായിക്കു മ്പോൾ പൂർണമായി ഉൾക്കൊണ്ട് തികഞ്ഞ ബോധ്യ ത്തോടെ വായിക്കേണ്ടത് വളരെ പ്രധാനമാണ്. നാമെഴുതി വച്ചിരിക്കുന്നതിന്റെ സാരം ഉൾക്കൊള്ളാതെ, യാന്ത്രികമായി വീണ്ടും വീണ്ടും ഉരുവിടുന്നത് ഒരു ഫലവും ചെയ്യില്ല. നിങ്ങളോടുതന്നെ നിങ്ങൾ നിർദ്ദേശിക്കുന്ന സ്ഥിരീകരണ ത്തിന്റെ അർത്ഥവും സാരവും ആഴത്തിൽ ആധികാരിക മായി നിങ്ങളുടെ ഉള്ളിൽ പതിയേണ്ടത് നിങ്ങളുടെ ഉത്തര വാദിത്തമാണ്. അതിനെ അതിന്റെ സ്വാരസ്യത്തിൽ തന്നെ ഉൾക്കൊള്ളുക. ഒരു സ്ഥിരീകരണം നിങ്ങളെ വല്ലാതെ ആവേശം കൊള്ളിക്കുന്നുവെങ്കിൽ വീടിനു മുകളിൽ കയറി നിന്ന് ആനന്ദനൃത്തം ചവിട്ടുന്നതിൽ ഒരു അപാകതയുമില്ല.
- സ്ഥിരീകരണം ഉറക്കെച്ചൊല്ലുമ്പോൾ ശരീരത്തെക്കൂടി അതിൽ പങ്കെടുപ്പിക്കുന്നത് പ്രയോജനപ്രദമായിരിക്കും. ഉദാഹരണത്തിന് എഴുന്നേറ്റ് നിന്ന് ഉറക്കെ ചൊല്ലുക, ഇടയ്ക്കിടെ ആഴത്തിൽ ശ്വാസമെടുക്കുക, മുഷ്ടിചുരുട്ടി ഉറപ്പിക്കുക, വ്യായാമമുറകൾ തന്നെ ചെയ്യുക എന്നിവയൊ ക്കെ പരീക്ഷിക്കാവുന്നതാണ്. സ്ഥിരീകരണത്തിൽ ശരീര ത്തെ കൂടി പങ്കാളിയാക്കുന്നത് മനസ്സും ശരീരവും ഒന്നായി പ്രവർത്തിക്കുമ്പോഴുണ്ടാകുന്ന ആധികാരികത അനുഭവ വേദ്യമാകാൻ അത്യുത്തമമാണ്.
- നിങ്ങളുടെ, സ്ഥിരീകരണകുറിപ്പ് 'അന്തിമ'മല്ലെന്ന് മറക്കാ തിരിക്കുക. നിങ്ങളെ എപ്പോഴും പുതുക്കിക്കൊണ്ടിരിക്കേ ണ്ടതുണ്ട്. പഠിക്കുന്നതിനും വളരുന്നതിനും രൂപപ്പെടുന്ന തിനും അനുസരിച്ച് സ്ഥിരീകരണവും മാറണം. നിങ്ങളുടെ ജീവിതത്തിലേക്ക് പുതിയൊരു ലക്ഷ്യത്തെ, പുതിയൊരു സ്വപ്നത്തെ, വ്യത്യസ്തമായൊരു ശീലത്തെ, അല്ലെങ്കിൽ വേറിട്ടൊരു ദർശനത്തെ ഉൾച്ചേർക്കാൻ ആഗ്രഹിക്കുന്നു

വെങ്കിൽ സ്ഥിരീകരണത്തിൽ അത് ചേർത്ത് പുതുക്കിയെഴുതുക. നിങ്ങൾ ഒരു ലക്ഷ്യം നേടിക്കഴിഞ്ഞാൽ, ഒരു ശീലത്തെ ജീവിതത്തിന്റെ ഭാഗമാക്കിക്കഴിഞ്ഞാൽ അതു വീണ്ടും ആവർത്തിക്കാൻ മെനക്കെടേണ്ടതില്ല, ഒഴിവാക്കുക.

- ഒടുവിലായി ഒട്ടും പ്രാധാന്യം കുറവല്ലാത്ത ഒരു കാര്യം - ദൈനംദിന സ്ഥിരീകരണങ്ങൾ വായിക്കുന്നതിൽ സ്ഥിരത പുലർത്തുക. വീഴ്ച വരുത്തരുത്. അത് ദിവസവും വായിക്കുകതന്നെ വേണം. ഇടയ്ക്കിടെ ചെയ്യുന്ന വ്യായാമങ്ങൾ പോലെയാണ് വല്ലപ്പോഴും ചെയ്യുന്ന സ്ഥിരീകരണങ്ങളും. ദൈനംദിനജീവിതത്തിന്റെ ഭാഗമാകുന്നത് വരെ അത് ഒരു ഗുണവും നിങ്ങൾക്ക് നല്കില്ല. 'വിസ്മയപ്പുലരി'യുടെ സാരവും അതുതന്നെ. 'ജീവനൗഷധ'ങ്ങളിൽ ഓരോന്നും നിങ്ങളുടെ ജീവിതത്തിലെ ശീലമാക്കുക. അവ നമ്മിൽ അനായാസമായി സംഭവിക്കട്ടെ.
- ഒരു കാര്യം കൂടി - ഈ പുസ്തകം- ഏതു പുസ്തകവും- വായിക്കുന്നതുതന്നെ, നിങ്ങൾക്കുള്ള ഒരു സ്ഥിരീകരണമാണ്. നിങ്ങൾ വായിക്കുന്ന എന്തും നിങ്ങളുടെ ചിന്തയെ സ്വാധീനിക്കും. പ്രചോദനാത്മകമായ, സ്വയം മികവിലെക്കെത്താൻ പ്രേരിപ്പിക്കുന്ന, പുസ്തകങ്ങളും ലേഖനങ്ങളും സ്ഥിരമായി വായിക്കുന്നത് വിജയം കൈവരിക്കാൻ സഹായിക്കും വിധമുള്ള ചിന്തകളും വിശ്വാസങ്ങളും നിങ്ങളുടെ മനസ്സിൽ കരുപ്പിടിപ്പിക്കാനുതകും.

www.TMMBook.Com സന്ദർശിക്കുക.

- സ്ഥിരീകരണങ്ങൾ രൂപീകരിക്കുന്നതിനും പൂർണതയുള്ളതാക്കുന്നതിനും...
- എന്റെ വ്യക്തിപരമായ സ്ഥിരീകരണങ്ങൾ കാണുന്നതിന്...
- ഭാരം കുറയ്ക്കൽ മുതൽ ബന്ധങ്ങൾ മെച്ചപ്പെടുന്നതിന്, ഊർജ്ജസ്വലത വർധിപ്പിക്കുന്നതിന്, ആത്മവിശ്വാസം അത്യുച്ചത്തിൽ എത്തിക്കുന്നതിന്, കൂടുതൽ പണം ഉണ്ടാക്കുന്നതിന്, **വിഷാദം** അകറ്റുന്നതിന് തുടങ്ങി എല്ലാറ്റിനും ഉതകുന്ന അത്യന്തം ഫലപ്രദമായ സ്ഥിരീകരണങ്ങൾ കാണുന്നതിനും ഡൗൺലോഡ് ചെയ്യുന്നതിനും.

ജീവനൗഷധം

(Life S.A.V.E.R.S)

ഭാവനാചിത്രണം

(V is for Visualization)

സാധാരണ മനുഷ്യർ സാധ്യമായതിൽ മാത്രം വിശ്വസി ക്കുന്നു. സാധ്യമായതും സാധ്യമായേക്കാവുന്നതും മാത്രമല്ല, അസാധ്യമായതുകൂടി അസാധാരണ മനുഷ്യർ മനസ്സിൽ കാണുന്നു. അസാധ്യമായതിനെ ഭാവന ചെയ്യു ന്നതിലൂടെ അവരതിനെ സാധ്യമാക്കുന്നതിലേക്കുള്ള ആദ്യചുവട് വയ്ക്കുന്നു.

– ചെറി കാർട്ടർ സ്കോട്ട്

നിങ്ങൾ എപ്രകാരമാണ്, എന്നതിനു പകരം നിങ്ങൾ എപ്രകാരം ആയിരിക്കാൻ ആഗ്രഹിക്കുന്നുവോ അപ്രകാരം നിങ്ങളെ കാണുക.

– റോബർട്ട് കോളിയർ

നിങ്ങളുടെ ജീവിതത്തിൽ നിങ്ങളാഗ്രഹിക്കുന്ന നിങ്ങൾ ലക്ഷ്യം വയ്ക്കുന്ന നിർദിഷ്ട ഫലങ്ങൾ ലഭിക്കുന്നതിനാവശ്യമായ പ്രവൃ ത്തിയോ പെരുമാറ്റമോ നിങ്ങളുടെ ഭാവനാശക്തി ഉപയോഗിച്ച് മുൻകൂറായി മനസ്സിൽ ചെയ്തുനോക്കി ആ പ്രവൃത്തിയെ അല്ലെ ങ്കിൽ പെരുമാറ്റത്തെ കുറ്റമറ്റതാക്കുകയും അതിന്റെ സദ്ഫലം നല്കുന്ന ചാരിതാർത്ഥ്യം മുൻപേർ ഭാവനയിൽ ആസ്വദിച്ച് പ്രചോദനം ഉൾക്കൊള്ളുകയും ചെയ്യുന്ന പ്രക്രിയയ്ക്കാണ് സർഗ്ഗാത്മകഭാവനാചിത്രണം (Creative visualisation) അഥവാ മാനസികമുന്നൊരുക്കം (Mental rehersal) എന്നു പറയുന്നത്.

നിങ്ങളുടെ ഭാവനാശക്തി ഉപയോഗിച്ച്, നിങ്ങൾ എങ്ങനെ പെരുമാറണമെന്നും പ്രവർത്തിക്കണമെന്നും അതിന്റെ ഫലം എന്തായിരിക്കുമെന്നും മനസ്സിൽ മുൻകൂട്ടി കാണുന്നതിനാണ് വിഷ്വലൈസേഷൻ (ഭാവനാചിത്രണം) എന്നു പറയുക. ക്രിയേ റ്റീവ് വിഷ്വലൈസേഷൻ (സർഗാത്മകചിത്രണം) അഥവാ മെന്റൽ റിഹേഴ്സൽ (മാനസിക മുന്നൊരുക്കം) എന്നും ഇതറിയ പ്പെടുന്നു. കായികതാരങ്ങൾ അവരുടെ പ്രകടനം മെച്ചപ്പെടു ത്തുന്നതിനായി ഇത് ഉപയോഗിക്കുന്നു. നിങ്ങൾ നേടാൻ അല്ലെ ങ്കിൽ കൈവരിക്കാൻ ആഗ്രഹിക്കുന്നതെന്തെന്ന് വ്യക്തവും കൃത്യവുമായി മനസ്സിൽ, ഭാവനയിൽ കാണുകയും അതു

നേടുന്നതിനും കൈവരിക്കുന്നതിനും എന്തു ചെയ്യണമോ അത് മനസ്സിൽ ഭാവനയിൽ ചെയ്തുനോക്കുകയും ചെയ്യുന്ന പ്രക്രിയ യാണ് ഭാവനാചിത്രണം.

പ്രശസ്തർ ഉൾപ്പെടെ വലിയ വിജയം കൈവരിച്ച പല വ്യക്തികളും അവരുടെ വിജയത്തിൽ നിർണായക പങ്കുവഹിച്ച ഭാവനാചിത്രണത്തിന്റെ വലിയ വക്താക്കളാണ്. ബിൽഗേറ്റ്സ്, ആർനോൾഡ് ഷ്വാറ്റ്സ്നെഗർ, ആന്തണി റോബിൻസ്, ടൈഗർ വുഡ്സ്, വിൽ സ്മിത്ത്, ജിം കാരി, തീർച്ചയായും ഒരേയൊരു ഓപ്ര വിൻഫ്രേ എന്നിവർ ഇക്കൂട്ടത്തിൽപ്പെടും (ജീവനൗഷധ ത്തിൽ എല്ലാം ഇല്ലെങ്കിലും മിക്കതും പരിശീലിക്കുന്ന ഓപ്ര വിൻഫ്രേ ലോകത്തിലെ ഏറ്റവും വിജയിച്ച സ്ത്രീയായതിൽ നിന്ന് ചിലത് പഠിക്കാനില്ലേ?)

എക്കാലത്തെയും വലിയ ഗോൾഫ് ചാമ്പ്യൻ ടൈഗർ വുഡ്സ്, ഓരോ കുഴിയിലേക്കും ഗോൾഫ് നിക്ഷേപിക്കുന്നത് ഭാവനാചിത്രണം ഉപയോഗിച്ച് മനസ്സിൽ മുൻകൂർ ചെയ്തു നോക്കുന്നത് പതിവാക്കിയിരുന്നു. "എന്റെ മനസ്സിൽ വ്യക്ത മായും കൃത്യമായും വരച്ചുനോക്കാതെ പരിശീലനസമയത്തു പോലും ഞാൻ ഒരു ഷോട്ട് എടുത്തിട്ടില്ല" എന്ന് ഗോൾഫിലെ മറ്റൊരു ലോകചാമ്പ്യൻ ജാക്ക് നിക്കോളാസ് വെളിപ്പെടുത്തുന്നു.

വെല്ലുവിളികൾ മറികടക്കാൻ ഭാവനാചിത്രണത്തെ ഉപയോ ഗപ്പെടുത്തിയതായി വിൽ സ്മിത്ത് പറയുന്നു. യഥാർത്ഥത്തിൽ വിജയിക്കും മുൻപുതന്നെ തന്റെ വിജയവർഷങ്ങൾ മനസ്സിൽ കണ്ടിരുന്നുവെന്നും അദ്ദേഹം വെളിപ്പെടുത്തുന്നു. 1987-ൽ ചെക്ക്ലീഫിൽ പത്ത് മില്യൻ ഡോളർ എന്ന് മുൻകൂട്ടി എഴുതിയ നടൻ ജിം കാരിയാണ് മറ്റൊരു പ്രശസ്തമായ ഉദാഹരണം. 1995-ലെ കൃതജ്ഞതാദിനത്തിന്റെ തീയതിവച്ച ചെക്കിൽ, 'അഭി നയത്തിനുള്ള പ്രതിഫലം' എന്നും രേഖപ്പെടുത്തിയിരുന്നു. പിന്നീട് വർഷങ്ങളോളം അദ്ദേഹമത് ഭാവനയിൽ കണ്ടു. 1994-ൽ ഡമ്പ് ആൻഡ് ഡമ്പറി(Dumb and Dumber)ലെ റോളിന് 10 ലക്ഷം ഡോളർ അദ്ദേഹം പ്രതിഫലം വാങ്ങി.

എന്താണ് നിങ്ങൾ ഭാവനയിൽ കാണുക?

മിക്ക ആൾക്കാരുടെയും മനസ്സ് ഭൂതകാലത്തിൽ കുടുങ്ങി ക്കിടക്കുന്നു. അവരുടെ മനസ്സിൽ കഴിഞ്ഞകാല പരാജയങ്ങളുടെ യും കണ്ണീരിന്റെയും ഓർമ്മച്ചിത്രങ്ങൾ മാത്രമേയുള്ളൂ. നിങ്ങ ളുടെ മനസ്സിൽ ദൃശ്യങ്ങൾ മെനഞ്ഞെടുക്കാൻ ഭാവനാചിത്രണം

നിങ്ങളെ സഹായിക്കുന്നു. ഭാവി വലിയൊരു പ്രചോദനമായി അത് നിങ്ങളിൽ ഉറപ്പിക്കുന്നു. നിങ്ങളെ ആകർഷിക്കുന്ന ആവേശഭരിതമാക്കുന്ന അതിരുകളില്ലാത്ത ഭാവി.

"ഞാൻ ഭാവനാചിത്രണത്തെ എപ്രകാരം ഉപയോഗിച്ചു എന്നതിന്റെ ചെറിയൊരു വിവരണം ഇവിടെ കൊടുക്കുന്നു. പിന്നെ നിങ്ങൾക്ക് സ്വന്തമായി ഭാവനാചിത്രണം രൂപപ്പെടുത്തുന്നതിന് മൂന്ന് ലളിതമായ ചുവടുകളും. മനസ്സിൽ ആവർത്തിച്ചുറപ്പിക്കേണ്ട കാര്യങ്ങൾ, അഥവാ സ്ഥിരീകരണങ്ങൾ വായിച്ച ശേഷം ഞാനെന്റെ സ്വീകരണമുറിയിലെ ഇരിപ്പിടത്തിൽ നേരെയിരുന്ന് കണ്ണുകളടച്ച് സാവകാശം ആഴത്തിൽ ഏതാനും തവണ ശ്വാസം എടുക്കുന്നു. അടുത്ത അഞ്ചു മിനിറ്റ് നേരത്തേക്ക് ഞാൻ ആ ദിവസം പൂർണതയിൽ ചെലവഴിക്കുന്നത്, എന്റെ എല്ലാ ദൗത്യങ്ങളും അനായാസമായി ആത്മവിശ്വാസത്തോടെ ആസ്വദിച്ച് നിറവേറ്റുന്നത് മനസ്സിൽ കാണുന്നു.

ഉദാഹരണത്തിന് ഈ പുസ്തകം എഴുതിക്കൊണ്ടിരുന്ന കാലത്ത് (അതിന് വർഷങ്ങൾ വേണ്ടിവന്നു) എഴുത്തിലെ അനായാസത, സർഗസൃഷ്ടിയിലെ ആസ്വാദ്യത, സമ്മർദ്ദവും ഭയവും എഴുത്തുകാരന്റെ തടസ്സവും ഇല്ലാതുള്ള എഴുത്ത് ഒക്കെ മുൻകൂട്ടി ഭാവനയിൽ കണ്ടു. പിന്നെ എഴുതി പൂർത്തിയാക്കി പുറത്തിറങ്ങിയ പുസ്തകം ആളുകൾ വായിക്കുന്നതും ഇഷ്ടപ്പെടുന്നതും അതേക്കുറിച്ച് കൂട്ടുകാരോട് പറയുന്നതും ഭാവനയിൽ കണ്ടു. ആസ്വാദ്യകരമായി, ഭയമോ സമ്മർദ്ദമോ ഇല്ലാതെ എഴുതുന്നത് മനസ്സിൽ കാണാൻ തുടങ്ങിയതോടെ വച്ചു താമസിപ്പിക്കൽ ഒഴിവാക്കി എഴുത്തിലേക്ക് കടക്കാൻ എനിക്ക് അളവറ്റ പ്രചോദനം ലഭിച്ചു.

വിസ്മയപ്പുലരിയിലെ ഭാവനാചിത്രണത്തിന് മൂന്ന് ലളിതമായ ചുവടുകൾ

നിങ്ങളുടെ ലക്ഷ്യത്തെക്കുറിച്ചും ജീവിതത്തിന്റെ അടുത്ത പടിയിലേക്ക് ഉയരുന്നതിന് നിങ്ങൾ ആരായിത്തീരണം എന്നതിനെക്കുറിച്ചും ചിന്തിക്കുകയും ഉറപ്പിക്കുകയും ചെയ്യുന്ന സ്ഥിരീകരണങ്ങൾ വായിച്ചതിനു തൊട്ടുപിന്നാലെ ഭാവനാചിത്രണത്തിലേക്ക് കടക്കുന്നതാവും നിങ്ങളുടെ സ്ഥിരീകരണത്തിന് അനുയോജ്യമായ വിധത്തിൽ ജീവിക്കാൻ ഏറ്റവും ഉപകാരപ്പെടുക.

ഒന്നാം ചുവട് - തയ്യാറെടുപ്പ്

ഭാവനാചിത്രണ സമയത്ത് ചിലർ പശ്ചാത്തലത്തിൽ വാദ്യ സംഗീതം ഇഷ്ടപ്പെടുന്നു. പരീക്ഷിക്കാൻ താത്പര്യമുണ്ടെങ്കിൽ ശബ്ദം താഴ്ത്തിവയ്ക്കുക.

നിവർന്ന്, സൗകര്യപ്രദമായ രീതിയിൽ ഇരിക്കുക. കസേരയിലോ, കോസടിയിലോ, തറയിലോ എവിടെ വേണമെങ്കിലും ആവാം.

ആഴത്തിൽ ശ്വാസം എടുക്കുക.

കണ്ണുകൾ അടയ്ക്കുക. മനസ്സ് ശൂന്യമാക്കുക. മനസ്സിൽ ചിത്രമെഴുതാൻ തയ്യാറാവുക.

രണ്ടാം ചുവട്: നിങ്ങൾ ശരിക്കും ആഗ്രഹിക്കുന്നത് ഭാവനയിൽ രൂപപ്പെടുത്തുക

ഭാവനാചിത്രണം പലർക്കും അത്രകണ്ട് സുഖപ്രദമല്ല. പലരും അതിനെ ഭയപ്പെടുകയും ചെയ്യുന്നു. ചിലരുടെ മനസ്സാവട്ടെ അതിനെ എതിർക്കുകയും ചെയ്യുന്നു. ഇനിയും ചിലർ ചെയ്ത് വിജയിച്ചുകഴിയുമ്പോൾ മറ്റുള്ളവരെ പിന്നിലാക്കിയല്ലോയെന്നോർത്ത് കുറ്റബോധം അനുഭവിക്കുന്നു.

ഭാവനാചിത്രണത്തിൽ തടസ്സം അനുഭവപ്പെടുന്ന ആർക്കും, മരിയാനാ വില്യംസൺ രചിച്ച സ്നേഹത്തിലേക്ക് മടക്കം (Return To Love) എന്ന പുസ്തകത്തിലെ പ്രശസ്തമായ ഉദ്ധരണി പ്രചോദനമാകും.

"നാം കുറവുള്ളവരാണ് എന്നതല്ല നമ്മുടെ യഥാർത്ഥ ഭയം. അളക്കാവുന്നതിനുമപ്പുറം കഴിവുകൾ നമുക്കുള്ളിലുണ്ട് എന്നതാണ് നമ്മുടെ ഭയം. നമ്മെ ഏറ്റവുമധികം ഭയപ്പെടുത്തുന്നത്, നമ്മുടെ ഇരുട്ടല്ല, പ്രകാശമാണ്. നാം സമർത്ഥരാണോ, വശ്യരാണോ, കഴിവുള്ളവരാണോ, അതിഗംഭീരരാണോ എന്നൊക്കെ നാം നമ്മോടുതന്നെ ചോദിക്കുന്നു. യഥാർത്ഥത്തിൽ നിങ്ങൾ എന്താണ് അല്ലാത്തത്? നിങ്ങൾ ദൈവത്തിന്റെ സന്തതിയാണ്. നിങ്ങളുടെ 'കുഞ്ഞുകളികൾ' ലോകത്തിന് ഒന്നും നേടിക്കൊടുക്കില്ല. നിങ്ങളെ ആശ്രയിച്ചു നിൽക്കുന്നവർക്ക് അരക്ഷിതബോധം ഉളവാക്കുംവിധം സ്വയം ഉൾവലിയുന്നതിൽ മേന്മയൊന്നുമില്ല. കുട്ടികളെപ്പോലെ വെട്ടിത്തിളങ്ങാൻ ഉദ്ദേശിക്കപ്പെട്ടവർ തന്നെയാണ് നാമോരോരുത്തരും. നമ്മുടെ ഉള്ളിലുള്ള ദൈവമഹത്വം

വെളിപ്പെടുത്തുകയാണ് നമ്മുടെ ജന്മനിയോഗം. ഇത് നമ്മിൽ ചിലരിൽ മാത്രമല്ല, എല്ലാവരിലും ഉള്ളതത്രേ. നമ്മിലെ പ്രകാശത്തെ മറനീക്കി കാണിക്കുന്നതിലൂടെ മറ്റുള്ളവർക്കും നാം അബോധാത്മകമായി അതിന് പ്രചോദനമേകുന്നു. ഭയത്തിൽ നിന്ന് മോചിതരായ നമ്മുടെ സാന്നിധ്യം മറ്റുള്ളവരെ ഭയത്തിൽ നിന്ന് മോചിപ്പിക്കുന്നു."

നാം നമ്മുടെ കഴിവിന്റെ പരമാവധിയിൽ ജീവിക്കുക എന്നതാണ്, നമ്മെ സ്നേഹിക്കുന്നവർക്കായി നമുക്ക് നൽകാൻ കഴിയുന്ന വലിയ സമ്മാനം. നിങ്ങൾ നിങ്ങളുടെ കഴിവിന്റെ പൂർണതയിൽ ജീവിക്കുന്നത് എപ്രകാരമായിരിക്കും? നിങ്ങൾ യഥാർത്ഥത്തിൽ എന്താവാനാണ് ആഗ്രഹിക്കുക? യുക്തിയെക്കുറിച്ചും പരിമിതികളെക്കുറിച്ചും പ്രായോഗികതയെക്കുറിച്ചും ഒക്കെ മറന്നേക്കുക. നിങ്ങൾ ആഗ്രഹിക്കുന്നതെന്തും നിങ്ങൾക്ക് നേടണമെങ്കിൽ, ആഗ്രഹിക്കുന്നതെന്തും ചെയ്യണമെങ്കിൽ, ആഗ്രഹിക്കുന്നതെന്തും ആകണമെങ്കിൽ, നിങ്ങൾക്ക് എന്തുണ്ടായിരിക്കണം? നിങ്ങൾ എന്തുചെയ്യണം? നിങ്ങൾ ആരായിത്തീരണം?

നിങ്ങളുടെ പ്രധാന ലക്ഷ്യത്തെ, ആഴത്തിലുള്ള ആഗ്രഹങ്ങളെ, അങ്ങനെ ആയിരുന്നെങ്കിൽ അതെന്റെ ജീവിതത്തെ മാറ്റിമറിച്ചേനെ എന്നു വിചാരിക്കുന്ന, അത്യധികം ആവേശഭരിതമാക്കുന്ന സ്വപ്നങ്ങളെ, ഭാവനയിൽ കാണുക. നിങ്ങളുടെ കാഴ്ചയുടെ ഓരോ അംശത്തെയും കാണുക, അറിയുക, കേൾക്കുക, സ്പർശിക്കുക, രുചിക്കുക, മണക്കുക. നിങ്ങളുടെ എല്ലാ ഇന്ദ്രിയങ്ങളും ഉപയോഗിച്ച് ആ ഭാവനയെ ഉൾക്കൊള്ളുക. നിങ്ങളുടെ ഭാവനാചിത്രത്തെ എത്രമാത്രം സ്പഷ്ടവും കൃത്യവുമാക്കാമോ അത് യാഥാർത്ഥ്യമാക്കാൻ നിങ്ങൾ അത്രയ്ക്കത്രയ്ക്ക് കഠിനാധ്വാനം ചെയ്യും.

ഇനി ഭാവിയിലേക്ക് കുതിക്കുക. ആഗ്രഹിച്ചതെല്ലാം നേടിയ നിങ്ങളെ ഭാവനയിൽ കാണുക. നിങ്ങളുടെ സമീപഭാവിയെ, അന്നത്തെ ദിവസത്തിന്റെ അന്ത്യത്തെ, ഭാവനയിൽ കാണാം. അതല്ലായെങ്കിൽ, ഈ പുസ്തകം എഴുതുമ്പോൾ, ആളുകൾ അത് വായിക്കുന്നതും ഇഷ്ടപ്പെടുന്നതും കൂട്ടുകാർക്ക് ശുപാർശ ചെയ്യുന്നതും ഞാൻ ഭാവനയിൽ കണ്ടതുപോലെ അല്പം അകന്ന ഭാവിയെയും ഭാവനയിൽ സൃഷ്ടിക്കാം. നിങ്ങൾ പൂർത്തിയാക്കാൻ ആഗ്രഹിച്ചത് പൂർത്തികരിക്കപ്പെടുന്നതു കാണാനുള്ള ആഗ്രഹം, ആ പൂർത്തീകരണം നല്കുന്ന സാഫ

ല്യത്തിന്റെ അനുഭവം നിങ്ങളെ നിങ്ങളുടെ ലക്ഷ്യത്തിലേക്കു നയിക്കുന്ന പ്രചോദനമാകും.

മൂന്നാം ചുവട്: നിങ്ങൾ ആരാവാണം? എന്താവണം?

നിങ്ങൾ എന്താഗ്രഹിക്കുന്നു എന്നതിനെക്കുറിച്ച് മനസ്സിൽ വ്യക്തമായ ചിത്രം രൂപപ്പെടുത്തിക്കഴിഞ്ഞാൽ, നിങ്ങളുടെ കാഴ്ചപ്പാട് കൈവരിക്കാൻ തക്ക വ്യക്തിയായി ജീവിക്കുന്നത് ഭാവനയിൽ കാണുക. ഓരോ ദിവസവും നിങ്ങൾ ഏർപ്പെടേണ്ട പ്രവൃത്തികൾ (വ്യായാമം, പഠനം, ജോലി, എഴുത്ത്, ഫോൺ കോളുകൾ, ഇ-മെയിലുകൾ) കാണുക. ആ പ്രവൃത്തികൾ ഉറപ്പായും നിങ്ങൾ ആസ്വദിച്ച് ചെയ്യുന്നതായി കാണുക. ട്രെഡ്മില്ലിൽ ഓടുമ്പോൾ ആസ്വദിച്ച് ചിരിക്കുന്നതായി കാണുക. ഓരോ പ്രവൃത്തിയും നിങ്ങളിൽ ആത്മാഭിമാനം വർധിപ്പിക്കുന്നത് അനുഭവിക്കുക. ആ ഫോൺകോളുകൾ ചെയ്യുമ്പോൾ, ആ റിപ്പോർട്ടിന്മേൽ ആവശ്യമായ നടപടികൾ എടുക്കുമ്പോൾ, ഏറെക്കാലമായി മാറ്റിവച്ചിരിക്കുന്ന ആ പദ്ധതി പൊടിതട്ടിയെടുക്കാനുള്ള നടപടികൾ സ്വീകരിക്കുമ്പോൾ നിങ്ങൾ ആത്മവിശ്വാസത്തോടെ, സ്ഥിരോത്സാഹത്തോടെ ഏർപ്പെട്ടിരിക്കുന്നതായി ദ്യോതിപ്പിക്കും വിധം മുഖത്ത് നിശ്ചയദാർഢ്യം പ്രതിഫലിപ്പിക്കുക. നിങ്ങളുടെ പ്രസാദാത്മകമായ പെരുമാറ്റവും പ്രത്യാശാഭരിതമായ കാഴ്ചപ്പാടും നിങ്ങളുടെ സഹപ്രവർത്തകരിലും ഉപഭോക്താക്കളിലും കുടുംബത്തിലും കൂട്ടുകാരിലും പങ്കാളിയിലുമുണ്ടാക്കുന്ന പ്രതികരണം ഭാവനയിൽ കാണുക.

ഭാവനാചിത്രണത്തിൽ ചില അധികചിന്തകൾ

എല്ലാ പ്രഭാതങ്ങളിലും നിങ്ങളുടെ സ്ഥിരീകരണക്കുറിപ്പുകൾ വായിച്ചുറപ്പിക്കുന്നതിനു പിന്നാലെ അവ ഭാവനയിൽ കാണുക കൂടി ചെയ്യുന്നത് നിങ്ങളുടെ ഉപബോധമനസ്സിനെ വിജയം കൊയ്യാൻ ഉത്സുകമാകുംവിധം ദൃഢമായി പരുവപ്പെടുത്തും. നിങ്ങൾ നിങ്ങളുടെ ലക്ഷ്യത്തിനനുസരിച്ച് ജീവിക്കാനും ലക്ഷ്യം സാക്ഷാത്കരിക്കാനും തുടങ്ങും.

നിങ്ങളുടെ ലക്ഷ്യത്തെ നിങ്ങളുടെ ജീവിതത്തിലേക്ക് ആകർഷിക്കുന്ന കാന്തമായി ഭാവനാചിത്രണത്തെ കാണുക. ഈ ആകർഷണനിയമത്തിൽ നിങ്ങൾ വിശ്വസിച്ചാലും ഇല്ലെങ്കിലും, ഭാവനാചിത്രണം പ്രായോഗികമാണ് എന്നത് ഫലപ്രാപ്തിയി

ലൂടെ തെളിഞ്ഞിട്ടുണ്ട്. നിങ്ങൾ ആഗ്രഹിക്കുന്നത് നിങ്ങൾ ഭാവനയിൽ കാണുമ്പോൾ നിങ്ങളുടെ വികാരങ്ങൾ ഉണരുകയും അത് നിങ്ങളുടെ ഉത്സാഹത്തെ ഉണർത്തുകയും നിങ്ങളെ ലക്ഷ്യത്തിലേക്ക് നയിക്കുകയും ചെയ്യും. എത്ര വ്യക്തമായും സ്പഷ്ടമായും നിങ്ങൾ നിങ്ങളുടെ ലക്ഷ്യം ഭാവനയിൽ കാണുന്നോ, ആ ലക്ഷ്യം തെറ്റുമ്പോഴുള്ള അനുഭവം എത്ര തീവ്രമായി നിങ്ങൾ ഭാവനയിൽ അനുഭവിക്കുന്നോ അത് യഥാർത്ഥത്തിൽ കരസ്ഥമാക്കുന്നതിനുള്ള സാധ്യത അത്രമേൽ വർധിച്ചിരിക്കും.

നിങ്ങൾ നിങ്ങളുടെ ലക്ഷ്യം ദിവസവും മനസ്സിൽ കാണുന്നതോടെ നിങ്ങളുടെ ചിന്തകളും വികാരങ്ങളും ആ ലക്ഷ്യത്തിന് അനുസൃതമായിത്തീരും. ലക്ഷ്യം സ്ഥിരമായി എടുക്കുന്നതിന് ആവശ്യമായ പ്രചോദനം നിലനിർത്താൻ അതുമൂലം അനായാസം സാധിക്കും. വച്ചുതാമസിപ്പിക്കൽ പോലുള്ള ശീലക്കേടുകൾ മറികടക്കാനുള്ള ശക്തമായ ഉപാധിയാണ് ഭാവനാചിത്രണം.

തുടക്കത്തിൽ ഭാവനാചിത്രണത്തിനായി അഞ്ചുമിനിറ്റ് മാറ്റിവയ്ക്കാനാണ് ഞാൻ ശുപാർശ ചെയ്തത്. അതേസമയം ആറുമിനിറ്റിൽ വിസ്മയപ്പുലരി എന്ന അടുത്ത അധ്യായത്തിൽ ഒരു ദിവസം ഒരൊറ്റ മിനിട്ട് മാറ്റിവെച്ച് ഭാവനാചിത്രണം പരമാവധി പ്രയോജനപ്പെടുത്തേണ്ടതെങ്ങനെയെന്ന് ഞാൻ നിങ്ങളെ പഠിപ്പിക്കും.

വിഷൻ ബോർഡ് രൂപീകരിക്കുക (ആവശ്യമെന്ന് തോന്നുന്നെങ്കിൽ മാത്രം)

'ദ സീക്രട്ട്' എന്ന ഏറെ പ്രശംസ പിടിച്ചുപറ്റിയ പുസ്തകവും അതിനെ ആധാരമാക്കി എടുത്ത ചലച്ചിത്രവും വിഷൻ ബോർഡ് ഏറെ ജനകീയമാക്കി. നിങ്ങൾ എന്ത് ആഗ്രഹിക്കുന്നു, ആരാകാൻ ആഗ്രഹിക്കുന്നു എന്തു ചെയ്യാൻ ആഗ്രഹിക്കുന്നു, എവിടെ ജീവിക്കാൻ ആഗ്രഹിക്കുന്നു എന്നതിനെക്കുറിച്ചുള്ള ബിംബങ്ങൾ പതിപ്പിക്കാനുള്ള വെറുമൊരു പോസ്റ്റർ ബോർഡ് അതാണ് വിഷൻ ബോർഡ്.

തനിച്ചോ, കൂട്ടുകാർക്കൊപ്പമോ പങ്കാളിക്കൊപ്പമോ കുട്ടികളുമായി ചേർന്നോ ചെയ്യാവുന്ന ഒരു വിനോദം അത്രയേയുള്ളൂ വിഷൻ ബോർഡ് രൂപീകരണം. ഭാവനാചിത്രണ സമയത്ത് നിങ്ങൾക്ക് ശ്രദ്ധ കേന്ദ്രീകരിക്കാൻ മൂർത്തമായ ഒരു മാധ്യമം അത് നിങ്ങൾക്ക് നല്കുന്നു. ഇക്കാര്യത്തിൽ വിശദമായ മാർഗ്ഗ

നിർദേശം ആവശ്യമെങ്കിൽ ക്രിസ്റ്റീൻ കെയ്നിന്റെ 'എങ്ങനെ വിഷൻ ബോർഡ് രൂപീകരിക്കും' എന്ന ബ്ലോഗിനെയോ, 'വിഷൻ ബോർഡ് രൂപീകരണത്തിന് ഒരു സമ്പൂർണസഹായി' എന്ന സൗജന്യ ഇ-ബുക്കിനെയോ ആശ്രയിക്കാം. christineKane.com എന്ന വെബ്സൈറ്റിൽ അത് ലഭ്യമാണ്.

വിഷൻ ബോർഡ് എളുപ്പത്തിൽ തയ്യാറാക്കാമെങ്കിലും പ്രവൃത്തികൂടാതെ ജീവിതത്തിൽ ഒന്നും സാധ്യമല്ലെന്ന് മറക്കാതിരിക്കുക. 'വിഷൻ ബോർഡ് സ്വപ്നം കാണാനും ആക്ഷൻ ബോർഡ് അതു നേടാനുമെന്ന നീൽ ഫാർബറുടെ വാക്കുകളോട് ഞാൻ പൂർണമായും യോജിക്കുന്നു. എല്ലാ ദിവസവും നിങ്ങളുടെ വിഷൻബോർഡിലേക്ക് നോക്കിയിരിക്കുന്നത് നിങ്ങളുടെ പ്രചോദനം വർധിപ്പിക്കാനും ലക്ഷ്യത്തിൽ ഉറച്ചുനിൽക്കാനും സഹായിക്കുമെങ്കിലും ആവശ്യമായ പ്രവർത്തനത്തിലൂടെ മാത്രമേ അത് യഥാർത്ഥത്തിൽ ഫലപ്രാപ്തിയിലെത്തൂ എന്ന് ഓർക്കുക.

ജീവനൗഷധം
(Life S.A.V.E.R.S.)

വ്യായാമം
(E is for Exercise)

വ്യായാമത്തിന് നിങ്ങൾ സമയം കണ്ടെത്തിയില്ലെങ്കിൽ, അസുഖത്തിന് നിങ്ങൾ സമയം മാറ്റിവെക്കേണ്ടിവരും.
– റോബിൻ ശർമ്മ

ഏറെപ്പേരും ആകെ ചെയ്യുന്ന വ്യായാമം, അനുമാനങ്ങളിലേക്ക് എടുത്തുചാടലും, കൂട്ടുകാരെ ഇടിച്ചുതാഴ്ത്തലും, ഉത്തരവാദിത്തങ്ങൾ മാറ്റിവയ്ക്കലും, സ്വന്തം ഭാവി തുലാസിൽ ആക്കലും മാത്രമാണ്.
– അജ്ഞാതൻ

രാവിലത്തെ വ്യായാമം നിങ്ങളുടെ ദൈനംദിനജീവിതത്തിന്റെ മുഖ്യഭാഗമായിരിക്കട്ടെ. ഏതാനും നിമിഷനേരത്തെ വ്യായാമം പോലും നിങ്ങളുടെ ഉന്മേഷം വർധിപ്പിക്കുകയും ആരോഗ്യം മെച്ചപ്പെടുത്തുകയും ആത്മവിശ്വാസം ഉയർത്തുകയും വൈകാരികപക്വതയിലേക്ക് വളർത്തുകയും വ്യക്തമായി ചിന്തിക്കുന്നതിനും തുടർച്ചയായി ഏകാഗ്രത പുലർത്തുന്നതും പ്രാപ്തമാക്കുകയും ചെയ്യുന്നു. അറുപതു സെക്കന്റ് നേരത്തേ വ്യായാമം കൊണ്ട് എങ്ങനെ ശരീരവും മനസ്സും സജ്ജമാക്കാമെന്ന് അടുത്ത അധ്യായത്തിൽ ഞാൻ നിങ്ങൾക്ക് കാണിച്ചുതരും.

വ്യക്തിത്വവികസന വിദഗ്ദ്ധനും സ്വയാർജിത കോടീശ്വര സംരംഭകനുമായ ഏബെൽ പേഗനെ ബെസ്റ്റ് സെല്ലറുകളുടെ എഴുത്തുകാരൻ ആന്തണി റോബിൻസ് അഭിമുഖം ചെയ്യുന്ന കണ്ണുതുറപ്പിക്കുന്ന ഒരു വീഡിയോ അടുത്തിടെ ഞാൻ കാണുകയുണ്ടായി. "വിജയത്തിലേക്കുള്ള നിങ്ങളുടെ ആദ്യതാക്കോലേതെന്ന്" ആന്തണി റോബിൻസിന്റെ ചോദ്യത്തിന്, "എല്ലാ പ്രഭാതങ്ങളും വ്യക്തിപരമായി വിജയിക്കുന്നതിന് ഉതകുന്ന ഒരു ശീലത്തോടെ തുടങ്ങുക" എന്ന ഏബെന്റെ മറുപടി എന്നെ ഏറെ പ്രചോദിപ്പിച്ചു. ശേഷം അദ്ദേഹം പ്രഭാതവ്യായാമത്തിന്റെ പ്രാധാന്യം എടുത്തു പറഞ്ഞു.

പ്രഭാതവ്യായാമം നിങ്ങളുടെ ഹൃദയമിടിപ്പ് വർധിപ്പിക്കുന്നു. രക്തചംക്രമണം കൂട്ടുന്നു. ശ്വാസകോശങ്ങളിൽ ഓക്സിജൻ നിറയ്ക്കുന്നു ഏബെൻ പറയുന്നു. “ദിവസത്തിന്റെ ഒടുവിലോ മധ്യത്തിലോ വ്യായാമം ചെയ്തതുകൊണ്ട് അത്ര കാര്യമില്ല. ആ സമയങ്ങളിലാണ് വ്യായാമം ചെയ്യാൻ നിങ്ങൾ കൂടുതൽ ഇഷ്ടപ്പെടുന്നതെങ്കിൽ പുലർച്ചെ പത്തിരുപത് മിനിറ്റുനേരം കൈകാലുകൾ ഉപയോഗിച്ചുള്ള ജംപിങ് ജാക്ക് അതല്ലെങ്കിൽ ‘എയ്റോബിക്സ്’ എങ്കിലും ചെയ്തിരിക്കണം” എന്നും അദ്ദേഹം തുടരുന്നു.

പ്രഭാതവ്യായാമത്തിന്റെ പ്രയോജനങ്ങൾ അവഗണിക്കാനാവാത്തവിധം വളരെയാണ്. നിങ്ങളെ ഉണർത്തി മനസ്സ് ജാഗ്രതയിലേക്ക് ഉയർത്തുന്നതു മുതൽ ദിവസം മുഴുവൻ ഉന്മേഷം നിലനിർത്തുന്നതുവരെ വിവിധ മാർഗ്ഗങ്ങളിലൂടെ പുലർച്ചെയുള്ള വ്യായാമം നിങ്ങളുടെ ജീവിതത്തെ ഗുണപരമാക്കുന്നു. ജിമ്മിൽ പോകണമോ നടക്കണമോ ഓടണമോ എന്നൊക്കെ നിങ്ങൾക്കു തന്നെ തീരുമാനിക്കാം. എങ്കിലും ഞാൻ ചില ശുപാർശകൾ മുന്നോട്ടുവയ്ക്കട്ടെ. ഇനിയങ്ങോട്ടുള്ള ജീവിതത്തിൽ ഒരൊറ്റ വ്യായാമമാണ് ഉദ്ദേശിക്കുന്നതെങ്കിൽ, തീർച്ചയായും ഞാൻ യോഗ തിരഞ്ഞെടുക്കും. ‘വിസ്മയപ്പുലരി’ രൂപപ്പെടുത്തി തൊട്ടുപിന്നാലെ ഞാൻ യോഗ പരിശീലിക്കുന്നതിനു തുടങ്ങി. അതിനുശേഷം തുടർച്ചയായി യോഗ ചെയ്യുന്നു. യോഗ ഇഷ്ടപ്പെടുന്നു. അതൊരു പരിപൂർണ വ്യായാമമാണ്. കൈകാലുകൾക്ക്, ഹൃദയത്തിന്, ശ്വാസകോശങ്ങൾക്ക് തുടങ്ങി ശരീരത്തിലെ എല്ലാ അവയവങ്ങളെയും അത് ഉന്മേഷഭരിതമാക്കുന്നു. അതിനൊപ്പം അതു ധ്യാനത്തിന്റെ ഗുണവും ചെയ്യുന്നു.

ഒരേയൊരു... ദഷമ

എന്റെ സുഹൃത്ത് ദഷമയെ പരാമർശിക്കാതെ എനിക്ക് യോഗയെക്കുറിച്ച് പറയാനാവില്ല. ലോകത്തിലെ ഏറ്റവും പ്രമുഖ യോഗപരിശീലകയായ ദഷമയെ അവളുടെ ഒരു ശിഷ്യയാണ് എനിക്ക് പരിചയപ്പെടുത്തിയത്. ഞാൻ പരിചയപ്പെട്ടിട്ടുള്ളവരിൽ ഏറ്റവും ആധികാരികതയുള്ള, ആത്മീയതയും പ്രായോഗികതയും സമന്വയിപ്പിച്ച യോഗ ഗുരുവാണ് ദഷമ. യോഗയുടെ പ്രയോജനങ്ങളെക്കുറിച്ച് അവളുടെ കാഴ്ചപ്പാട് പങ്കുവയ്ക്കാൻ ഞാൻ ആവശ്യപ്പെട്ടു.

ദക്ഷമ

ജീവിതത്തിന്റെ ശാരീരികവും മാനസികവും വൈകാരികവും ആത്മീയവുമായ ഘടകങ്ങളെ സമഗ്രമായി പുനരുജ്ജീവിപ്പിക്കുന്ന ബഹുമുഖ ശാസ്ത്രമാണ് യോഗ. ഈ പുസ്തകത്തിനായി യോഗയെക്കുറിച്ച് ഒരു ചെറുകുറിപ്പ് ഹാൽ ആവശ്യപ്പെട്ടപ്പോൾ അത് 'വിസ്മയപ്പുലരി'ക്ക് അനുയോജ്യമായിരിക്കണമെന്ന് എനിക്കുതോന്നി. നിങ്ങളുടെ ജീവിതത്തിൽ 'വിസ്മയപ്പുലരി' സൃഷ്ടിക്കാൻ പര്യാപ്തമാണ് യോഗ എന്ന് എനിക്കെന്റെ വ്യക്തിപരമായ അനുഭവത്തിൽനിന്ന് അറിയാം. എന്റെ തന്നെ അനുഭവത്തിൽനിന്നും ഞാൻ പഠിപ്പിച്ച ലോകമെമ്പാടുമുള്ള മറ്റനേകരുടെ സാക്ഷ്യത്തിൽനിന്നും എനിക്കത് വ്യക്തമാണ്.

യോഗ പല രീതിയിൽ ചെയ്യാം. മൗനധ്യാനം, പ്രാണായാമം, ആസനങ്ങൾ എന്നിവ ജീവിതത്തിന്റെ സമസ്ത മേഖലകളെയും പരിഗണിക്കുകയും പരിപോഷിപ്പിക്കുകയും ചെയ്യുന്നു. നിങ്ങളുടെ പ്രശ്നങ്ങൾ പരിഹരിക്കുന്നതിനും നിങ്ങളെ സന്തുലിതാവസ്ഥയിൽ എത്തിക്കുന്നതിനും ഏതുരീതി തിരഞ്ഞെടുക്കണം എന്നതാണ് പ്രധാനം.

കൃത്യമായ യോഗാപരിശീലനം പല വഴികളിലൂടെ നിങ്ങളുടെ ജീവിതത്തെ പരിപോഷിപ്പിക്കും. താളം തെറ്റിക്കിടന്നവയെ സൗഖ്യമാക്കാൻ യോഗയ്ക്ക് കഴിയും. രക്തചംക്രമണവും ഊർജ്ജചംക്രമണവും സുഗമമാക്കാൻയോഗയ്ക്ക് കഴിയും. ശരീരദ്രവങ്ങളുടെ ചലനത്തിന് പുതിയ മാർഗ്ഗം വെട്ടിത്തുറക്കാൻ യോഗയ്ക്ക് കഴിയും. നിങ്ങളുടെ ശരീരത്തിന് ചെവികൊടുക്കുക. നിങ്ങൾക്ക് വേണ്ടതെന്ന് തോന്നുന്ന പുതിയ രീതികൾ പരീക്ഷിക്കുക. കൂടുതൽ അറിയുന്നതിന് pranashama.com എന്ന എന്റെ വെബ്സൈറ്റിൽ യോഗനിർദ്ദേശങ്ങളടങ്ങിയ വീഡിയോകൾ കാണുക.

ആശിസ്സുകളും സ്നേഹവും ദക്ഷമാ.

വ്യായാമത്തെക്കുറിച്ച് ചില അധികചിന്തകൾ

ആരോഗ്യവും ഉന്മേഷവും നിലനിർത്താൻ ദിനേന വ്യായാമം ചെയ്യണമെന്ന് നിങ്ങൾക്കറിയാം. അതൊരു വാർത്തയല്ല ആർക്കും. എന്നാൽ എന്തുകൊണ്ട് വ്യായാമം ചെയ്യുന്നില്ല

എന്നതിന് എളുപ്പത്തിൽ ഒഴികഴിവ് കണ്ടെത്താം. 'സമയമില്ല' എന്നതും 'ക്ഷീണമാണ്' എന്നതും അവയിൽ പ്രധാനപ്പെട്ട രണ്ടു കാരണങ്ങളാണ്. ഒഴികഴിവുകൾക്ക് അതിരില്ല. നിങ്ങളുടെ ഭാവനാശക്തിക്ക് അനുസരിച്ച് ഒഴികഴിവുകളുടെ എണ്ണവും കൂടും.

വ്യായാമത്തെ വിസ്മയപ്പുലരിയുമായി കൂട്ടിയോജിപ്പിക്കുന്നതിന്റെ സാംഗത്യം അവിടെയാണ്. ദിവസത്തിന്റെ തിരക്കുകൾ നിങ്ങളെ കൂട്ടിക്കൊണ്ടുപോകുംമുമ്പ്, നിങ്ങൾ ക്ഷീണിക്കും മുൻപ്, പുതിയ ഒഴികഴിവുകളെത്തുംമുൻപ് അത് സംഭവിക്കുന്നു. എല്ലാ ഒഴികഴിവുകളും ഒഴിവാക്കി വ്യായാമം പതിവാക്കാനുള്ള ഉറപ്പുള്ള ഉപായമാണ് വിസ്മയപ്പുലരി. (വ്യായാമംപോലെ ഗുണപരമായ ശീലങ്ങൾ ജീവിതത്തിൽ നടപ്പാക്കുന്നതിനുള്ള എളുപ്പവഴി അധ്യായം ഒൻപത് - അസഹ്യമായതിൽനിന്ന് ഒഴിവാക്കാനേ പറ്റാത്തതിലേക്ക് - നിങ്ങളുടെ ജീവിതത്തെ രൂപപ്പെടുത്തുന്ന പുതിയ ശീലങ്ങൾ (30 ദിവസത്തിനകം) പഠിച്ചെടുക്കാനൊരു രഹസ്യവഴി - നിങ്ങൾക്ക് വായിക്കാം. അത് വരും വർഷത്തിൽ നിങ്ങളുടെ ജീവിതത്തിന്റെ ഗുണമേന്മ വർധിപ്പിക്കും.

നിയമപരമായ മുന്നറിയിപ്പ്

പറയാതെ തന്നെ നിങ്ങൾക്കറിയാം, ഏതെങ്കിലും വിധത്തിലുള്ള രോഗങ്ങളോ, ശാരീരികവേദനകളോ, അസൗകര്യങ്ങളോ, വെല്ലുവിളിയോ നേരിടുന്നവർ വ്യായാമം തിരഞ്ഞെടുക്കും മുൻപ് ഡോക്ടറുടെ ഉപദേശം തേടേണ്ടതാണ്. നിങ്ങളുടെ ശരീരത്തിന്റെ പ്രത്യേകതകൾക്കനുസരിച്ച് വ്യായാമരീതികൾ മാറ്റുന്നതിനോ വ്യായാമത്തിൽനിന്ന് വിട്ടുനിൽക്കുന്നതിനോ അതു വഴി നിങ്ങൾക്ക് സാധിക്കും.

ജീവനൗഷധം
(Life S.A.V.E.R.S.)

വായന
(R is for Reading)

വായിക്കാൻ അറിയാത്ത ഒരാളെക്കാൾ ഒട്ടും മെച്ചമല്ല
വായിക്കാത്ത ഒരാൾ.
– മാർക്ക് ട്വയിൻ

വ്യായാമം ശരീരത്തിന് എന്നതുപോലെയും പ്രാർത്ഥന
ആത്മാവിന് എന്നതുപോലെയുമാണ് വായന മനസ്സിന്.
നാം, നാം വായിക്കുന്ന പുസ്തകമായിത്തീരുന്നു.
– മാത്യു കെല്ലി

ജീവനൗഷധത്തിലെ അഞ്ചാം പരിശീലനമായ വായന, ജീവിതത്തിന്റെ എല്ലാ മേഖലകളെയും പരിവർത്തിപ്പിക്കുന്ന അതിവേഗവഴിയാണ്. ജീവിതത്തിന്റെ ഏതു മേഖലകളിലും പത്തരമാറ്റ് വിജയം കൈവരിക്കുന്നതിന് ഉതകുന്ന അറിവും ആശയങ്ങളും തന്ത്രങ്ങളും നേടുന്നതിനുള്ള എളുപ്പമാർഗ്ഗം ഒന്നേയുള്ളൂ, വായന.

വിദഗ്ദ്ധരിൽനിന്ന് പഠിക്കുക എന്നതാണ് അതിന്റെ രഹസ്യം. നിങ്ങൾ ആഗ്രഹിക്കുന്നത് അതോടകം നേടിയവരിൽനിന്ന് അതിനുള്ള വഴി അറിയുക. സമയം പാഴാക്കാതിരിക്കുക. നിങ്ങൾ ആഗ്രഹിക്കുന്നതെല്ലാം നേടാനുള്ള എളുപ്പവഴി അത് അതിനോടകം നേടിയവരെ മാതൃകയാക്കുക എന്നതാണ്. എല്ലാ വിഷയങ്ങളെക്കുറിച്ചും എണ്ണമറ്റ പുസ്തകങ്ങൾ ലഭ്യമാണെന്നിരിക്കെ ദിവസേന കുറച്ചുസമയം വായനയ്ക്കായി നീക്കിവെച്ചാൽ നിങ്ങൾക്ക് കരസ്ഥമാക്കാൻ പറ്റാത്ത അറിവുകൾ ഒന്നുമുണ്ടാകില്ല.

"ഞാനീ സ്വയംസഹായപുസ്തകങ്ങളൊന്നും വായിക്കാറില്ല" എന്നൊരാൾ ഈയിടെ പറയുന്നതും കേട്ടു. അവയൊക്കെ ഏതോ അറപ്പുളവാക്കുന്ന വസ്തു എന്നപോലെ. പാവം. അയാളുടെ അഹങ്കാരമോ, അറിവില്ലായ്മോ എന്ന് എനി

ക്കറിയില്ല. അതുവഴി, അതിസമർത്ഥരുടെ, അത്യപൂർവ്വവിജയം കൈവരിച്ച പ്രഗല്ഭരുടെ, പക്കൽനിന്നുള്ള അതിരില്ലാത്ത അറിവിന്റെ, പരിധികളില്ലാത്ത വളർച്ചയും ജീവിതവിജയവും വാഗ്ദാനം ചെയ്യുന്ന അതിഗംഭീര ആശയങ്ങളുടെ, അക്ഷയ ഖനിയാണ് അവർക്ക് നഷ്ടമാകുന്നത്. സ്ഥിരബുദ്ധിയുള്ള ആരെ ങ്കിലും അതു വേണ്ടെന്നുവയ്ക്കുമോ?

നിങ്ങൾ ജീവിതത്തിൽ എന്തെല്ലാം ആഗ്രഹിക്കുന്നുവോ അതൊക്കെ കൈവരിക്കുന്നതിന് സഹായിക്കുന്ന എണ്ണമറ്റ പുസ്തകങ്ങൾ ഇന്ന് വിപണിയിൽ ലഭ്യമാണ്. സമ്പന്നനാ കണോ? ധനികൻ? കോടീശ്വരൻ? സാമ്പത്തികവിജയത്തിന്റെ കൊടുമുടികളിലെത്തിയവർ രചിച്ച, അതെങ്ങനെയെന്ന് നിങ്ങളെ പഠിപ്പിക്കുന്ന പുസ്തകങ്ങൾ ധാരാളം. എന്റെ ഇഷ്ടപുസ്തക ങ്ങളിൽ ഏതാനും ചിലത് ഇതാ:

- കോടീശ്വരനിലേക്കുള്ള അതിവേഗപാത

  എം. ജെ. ഡിമാർക്കോ
  (The Millionaire Fastlane by M J De Marco)
- ചിന്തിക്കുക സമ്പന്നതയിലേക്ക് വളരുക
  നെപ്പോളിയൻ ഹിൽ (Think and Grow Rich by Napoleon Hill)
- കോടീശ്വരമനസ്സിന്റെ രഹസ്യങ്ങൾ - ടി ഹാർവ് എക്കർ (Secrets of the Millionaire Mind by T. Harv Eker)
- സമഗ്ര ധനനവീകരണം ഡാവേ രാംസേ (Total Money Makeover by Dave Ramsey)

ഗംഭീരമായ, സ്നേഹപൂർണമായ, പിന്തുണ നല്കുന്ന പ്രണയോഷ്മളമായ ഒരു ബന്ധം കെട്ടിപ്പടുക്കണോ? കൃത്യമായി എന്തു ചെയ്യണമെന്ന് വിവരിക്കുന്ന, ഒരു പതിറ്റാണ്ട് വായിച്ചാൽ തീരാത്തത്ര പുസ്തകങ്ങളുണ്ട് ഈ വിഷയത്തിൽ. ഇതാ ഏതാനും എണ്ണം-

- അഞ്ച് പ്രണയഭാഷകൾ - ഗാരി ഡി ചാപ്മാൻ (The Five Love Languages by Gary D Chapman)
- ആത്മപങ്കാളി അനുഭവം - ജോ ഡൺ (The Soul mate Experience by Jo Dunn)

- ദാമ്പത്യം ഫലപ്രദമാക്കാൻ ഏഴു തത്വങ്ങൾ - ജോൺ എം. ഗോട്ട്മാൻ, നാൻ സിൽവർ (The Seven Principles For Making a Marriage work by John M Gottman and Nan Silver).

ബന്ധങ്ങൾ മെച്ചപ്പെടുത്തണമെങ്കിൽ, ആത്മവിശ്വാസം വർദ്ധിപ്പിക്കണമെങ്കിൽ, ആശയവിനിമയത്തിനും വശീകരണത്തിനുമുള്ള കഴിവ് വർധിപ്പിക്കണമെങ്കിൽ, സമ്പന്നനാകുന്നത് എങ്ങനെയെന്ന് പഠിക്കണമെങ്കിൽ, നിങ്ങളുടെ ജീവിതത്തിന്റെ ഏതു മേഖലയെയും മെച്ചപ്പെടുത്തണമെങ്കിൽ അടുത്തുള്ള പുസ്തകക്കടയിലേക്ക് അല്ലെങ്കിൽ ഞാൻ ചെയ്തതുപോലെ Amazon.com-ലേക്ക് ചെല്ലുക, നിങ്ങളുടെ ജീവിതത്തിന്റെ എല്ലാ മേഖലകളെയും അതിവിശിഷ്ടമാക്കുന്നതിനുള്ള വിദ്യകൾ പറഞ്ഞുതരുന്ന അസംഖ്യം പുസ്തകങ്ങൾ അവിടെ നിങ്ങൾക്ക് കാണാം. ചെലവു ചുരുക്കണമെന്നുള്ളവർക്ക് അടുത്തുള്ള ഗ്രന്ഥശാലയെ ആശ്രയിക്കാം. അല്ലെങ്കിൽ എന്റെ ഇഷ്ട വെബ് സൈറ്റുകളിൽ ഒന്നായ www.paperbackswap.com-ൽ തിരയാം.

എനിക്കേറ്റവും ഇഷ്ടപ്പെട്ട വ്യക്തിത്വവികസന പുസ്തകങ്ങളുടെ പൂർണപട്ടിക - എന്റെ വിജയത്തിനും ആനന്ദത്തിനും അതിഗംഭീര സംഭാവന ചെയ്തവ ഉൾപ്പെടെ www.TMM Book. Com-ൽ റെക്കമെൻഡഡ് റീഡിങ്ങിൽ നിങ്ങൾക്കു ലഭിക്കും.

എന്തുമാത്രം വായിക്കണം?

ദിവസം പത്തു പേജ് വായിക്കണമെന്നാണ് ഞാൻ ശുപാർശ ചെയ്യുക. (തുടക്കമെന്ന നിലയിൽ വായനയുടെ രസം ഇതുവരെ അറിയാൻ കഴിഞ്ഞില്ലെങ്കിൽ അഞ്ചായാലും മതി). ഒരു ദിവസം പത്തുപുറം വായിക്കുന്നതുകൊണ്ട് നിങ്ങൾക്ക് ഒരു നഷ്ടവും സംഭവിക്കില്ല. പക്ഷേ, അത് പുതിയൊരു നിങ്ങളെ സൃഷ്ടിക്കും. അതിനാകെ പത്തോ പതിനഞ്ചോ, സാവകാശമാണ് വായിക്കുന്നതെങ്കിൽ പതിനഞ്ചോ മുപ്പതോ മിനിട്ടാണെടുക്കുക.

ദിവസം പത്തുപേജെന്നാൽ വർഷം 3650 പേജ്. 200 പേജു വരുന്ന ഏതാണ്ട് പതിനെട്ട് പുസ്തകങ്ങൾ. പന്ത്രണ്ടുമാസത്തിനുള്ളിൽ പതിനെട്ട് 'സ്വയം സഹായഗ്രന്ഥങ്ങൾ' വായിക്കുന്ന നിങ്ങൾ തീർച്ചയായും അറിവും കഴിവും ആത്മവിശ്വാസവുമുള്ള ആളായി മാറും, സംശയമില്ല.

വായനയെക്കുറിച്ച് ചില അധികചിന്തകൾ

- ഫലം മനസ്സിൽവച്ച് തുടങ്ങുക. ഓരോ ദിവസവും വായന തുടങ്ങുംമുൻപ് എന്തുകൊണ്ട് ഈ പുസ്തകം വായിക്കുന്നു, ഇതു വായിക്കുന്നതിൽനിന്ന് നിങ്ങൾ എന്തു പ്രതീക്ഷിക്കുന്നു, എന്ന് സ്വയം ആരായുക. അതിന്റെ മറുപടി മനസ്സിൽ കരുതുക. ഈ പുസ്തകം വായിക്കുന്നതിൽനിന്ന് എന്തു പ്രതീക്ഷിക്കുന്നു എന്ന് സ്വയം ചോദിച്ചുകൊണ്ട് അത് ഇപ്പോഴേ പരിശീലിക്കുക. ഇത് പൂർത്തിയാക്കുമെന്ന് നിങ്ങൾ ഉറപ്പിച്ചിട്ടുണ്ടോ? അതിലൊക്കെ ഉപരിയായി നിങ്ങൾ പഠിച്ചത് നടപ്പാക്കുമെന്ന്, മുപ്പതുദിവസംകൊണ്ട് ജീവിതത്തെ മാറ്റിമറിക്കാനുള്ള വിസ്മയപ്പുലരിയുടെ വെല്ലുവിളി ഏറ്റെടുത്ത് നടപ്പാക്കുമെന്ന്, നിങ്ങൾ ഉറപ്പിച്ചിട്ടുണ്ടോ? എന്ന് പരിശോധിക്കുക.
- പല വിസ്മയപ്പുലരി പരിശീലകരും തങ്ങളുടെ വായനാസമയം തങ്ങളുടെ മതഗ്രന്ഥങ്ങൾ, ബൈബിൾ, തോറ തുടങ്ങിയവ വായിക്കാൻ ഉപയോഗിക്കുന്നു.
- ഈ പുസ്തകത്തിന്റെ പേജുകളിൽ നിങ്ങൾക്കിഷ്ടപ്പെട്ട ഭാഗങ്ങളുടെ അടിയിൽ നിങ്ങൾക്ക് വരയ്ക്കാം, വട്ടമിടാം, മാർക്ക് ചെയ്യാം, പേജുകൾ മടക്കിവയ്ക്കാം എന്ന എന്റെ ഉപദേശം നിങ്ങൾ പ്രാവർത്തികമാക്കുന്നുണ്ടെന്ന് കരുതുന്നു. ഞാൻ വായിച്ച എല്ലാ പുസ്തകങ്ങളിൽനിന്നും കിട്ടാവുന്നതിന്റെ പരമാവധി ചോർത്തിയെടുക്കുന്നതിനായി വീണ്ടും വായിക്കണമെന്ന് എനിക്കു തോന്നുന്ന ഭാഗത്തിന്റെ അടിയിൽ വരക്കുന്നതിനും അതെന്തുകൊണ്ട് അടിയിൽ വരച്ചു എന്ന് മാർജിനിൽ എഴുതുന്നതിനും (തീർച്ചയായും ലൈബ്രറികളിലെ പുസ്തകമല്ലെങ്കിൽ) ഞാൻ മടിക്കാറില്ല. പുസ്തകം വീണ്ടും കമ്പോടുകമ്പ് വായിക്കാതെതന്നെ ഏതു സമയത്തും എനിക്കാവശ്യമായ പ്രധാന പാഠങ്ങളും ആശയങ്ങളും കണ്ടെടുക്കുന്നതിന് അതെന്നെ സഹായിക്കുന്നു.
- മികച്ച വ്യക്തിത്വവികാസഗ്രന്ഥങ്ങൾ ആവർത്തിച്ചുവായിക്കാൻ ഞാൻ ശുപാർശ ചെയ്യുന്നു. ഒരു പുസ്തകം ഒരാവർത്തി വായിച്ച് മുഴുവനായി ഗ്രഹിക്കുക മിക്കവാറും സാധ്യമല്ല. ഏതൊരു മേഖലയിലും പ്രാവീണ്യം കൈവരി

ക്കുന്നതിന് ആവർത്തിച്ച് പഠിക്കേണ്ടതുണ്ട്. ആശയങ്ങളും പദ്ധതികളും തന്ത്രങ്ങളും വീണ്ടും വീണ്ടും പഠിച്ച് അവ ഉപബോധമനസ്സിൽ ഉറപ്പിക്കേണ്ടതുണ്ട്. കരാട്ടെയുടെ ഒരു ചുവട് ഒരിക്കലൊന്ന് ചെയ്തുനോക്കി, എല്ലാമായി എന്നു വിചാരിക്കുന്നത് ഭോഷ്കാണ്. ആ ചുവട് ഗുരുവിൽ നിന്ന് പഠിച്ച്, പരിശീലിച്ച്, വീണ്ടും ഗുരുവിനടുക്കൽ നിന്ന് പിഴവ് തീർത്ത് അത് പലതവണ ആവർത്തിച്ചാവർത്തിച്ച് പരിശീലിക്കുമ്പോഴേ ആ അടവിൽ നിങ്ങൾക്ക് കൈയ്യടക്കം സിദ്ധിക്കൂ. നിങ്ങളുടെ ജീവിതനിലവാരം വർദ്ധിപ്പിക്കുന്നതിനുള്ള അടവുകളുടെ കാര്യത്തിലും ഇതുതന്നെ സ്ഥിതി. നിങ്ങളുടെ ജീവിതത്തെ മെച്ചപ്പെടുത്തുന്നതിനുള്ള വഴികളുണ്ടെന്ന് നിങ്ങൾ വായിച്ചറിഞ്ഞ പുസ്തകം. വീണ്ടും വായിക്കുന്നത് അതിൽ പ്രാവണ്യം നേടുന്നതിനു മുൻപ് പുതിയൊരു പുസ്തകം വായിക്കുന്നതിനേക്കാൾ ഏറെ ഗുണം ചെയ്യും. എന്റെ ജീവിതത്തിലെ ഏതെങ്കിലും കോണിൽ പ്രയോജനപ്രദമെന്ന് ആദ്യവായനയിൽ കണ്ട ഏതു പുസ്തകവും (ഇല്ലെങ്കിൽ അതിലെ പ്രധാനപ്പെട്ട ഭാഗങ്ങളെങ്കിലും) ഞാൻ ഉടനെതന്നെ വീണ്ടും വായിക്കും. വീണ്ടും വായിക്കേണ്ട പുസ്തകം വായിക്കാൻ എന്റെ പുസ്തക അലമാരയിൽ പ്രത്യേകമൊരു ഭാഗം തന്നെയുണ്ട്. 'ചിന്തിക്കുക സമ്പന്നതയിലേക്ക് വളരുക' (Think and Grow Rich) പോലുള്ള പുസ്തകങ്ങൾ കുറഞ്ഞത് മൂന്നാവർത്തിയെങ്കിലും പൂർണമായി ഞാൻ വായിച്ചിട്ടുണ്ട്. വർഷം മുഴുവൻ എടുത്തുനോക്കാനായി ഞാനത് മാറ്റിവയ്ക്കുകയും ചെയ്തിരിക്കുന്നു. വീണ്ടും വായന 'അച്ചടക്കം' ആവശ്യപ്പെടുന്നു. കാരണം ആദ്യവായന അല്പമൊക്കെ വിനോദദായകമാണ്. ഏതു പുസ്തരമായിരുന്നാലും ആവർത്തനം മുഷിപ്പിക്കുന്നതും മടുപ്പിക്കുന്നതുമാണ്. (അതുകൊണ്ടത്രേ അധികം പേരും അധികം കാര്യങ്ങളിലും ആശാന്മാർ ആകാത്തത്). അതുകൊണ്ട് തന്നെയാണ് നാം അതു ചെയ്യേണ്ടതും. ഉയർന്ന തലത്തിലുള്ള ആത്മശിക്ഷണം ഉറപ്പുവരുത്തുന്നതിന് അത് അത്രകണ്ട് ആവശ്യമാണ്. ഈ പുസ്തകത്തിൽ നിന്ന് തന്നെ എന്തുകൊണ്ട് ആ ശീലം തുടങ്ങിക്കൂടാ. നിങ്ങളുടെ ശിക്ഷണം കൂടുതൽ ആഴത്തിലുള്ളതാക്കുന്നതിനും വിസ്മയപ്പുലരിയിൽ ആധിപത്യം നേടുന്നതിനും ഒരു തവണ വായിച്ച് പൂർത്തിയാക്കിയ ഉടനെ വായിക്കുമെന്ന് പ്രതിജ്ഞ ചെയ്യുക.

ജീവനൗഷധം

(Life S.A.V.E.R.S.)

എഴുത്ത്

(S is for Scribing)

എഴുതുന്നത് എന്തുമായിക്കൊള്ളട്ടെ, പത്തുപൈസ മുടക്കാതെ കിട്ടുന്ന സാന്ത്വനചികിത്സയാണ് എഴുത്ത്.

– ഡയാനാ റാബ്

ആശയങ്ങൾ ഏതു നേരത്തും എവിടെവച്ചു വേണ മെങ്കിലും വരാം. മനസ്സിൽ കുറിക്കുന്നവ പക്ഷേ, വളരെ വേഗം മാഞ്ഞുപോകും.

– റോൾഫ് സ്മിത്ത്

ജീവനൗഷധത്തിലെ അവസാന ഔഷധക്കൂട്ടാണ് എഴുത്ത്. സ്ക്രൈബിങ് (Scribing) എന്നാൽ റൈറ്റിങ് (Writing) തന്നെ. ലൈഫ് സേവേഴ്സ് (Life S.A.V.E.R.S.)ൽ അവസാനം 'എസ്' ആകയാൽ 'എസിൽ' തുടങ്ങുന്ന ഒരു വാക്ക് എനിക്കുവേണ്ടിയിരുന്നു. 'ശബ്ദകോശ'ത്തിന് നന്ദി.

ഡയറിയെഴുത്ത് (Journaling)

എഴുത്തിൽ എനിക്ക് ഡയറിയെഴുത്താണ് ഇഷ്ടം. 'വിസ്മയപ്പുലരി'യിൽ അഞ്ചുപത്ത് മിനിറ്റ് ഞാൻ ഡയറിയെഴുത്തിനായി ചെലവഴിക്കുന്നു. തലയിൽ കെട്ടിനിൽക്കുന്ന ചിന്തകൾ കടലാസിലേക്ക് പകർത്തുമ്പോൾ, അന്യഥാ വെളിപ്പെടില്ലാതിരുന്ന ഉൾക്കാഴ്ചകൾ ലഭിക്കുന്നു. 'വിസ്മയപ്പുലരി'യിലെ എഴുത്ത് നിങ്ങളുടെ ഉൾക്കാഴ്ചകളെ, ആശയങ്ങളെ, വഴിത്തിരിവുകളെ, ബോധ്യങ്ങളെ, വിജയങ്ങളെ, പഠിച്ച പാഠങ്ങളെ, ഒപ്പം അവസരങ്ങളെ, വ്യക്തിവികാസത്തെ, ഒക്കെ രേഖപ്പെടുത്താൻ നിങ്ങളെ പ്രാപ്തമാക്കുന്നു.

ഡയറിയെഴുത്തുകൊണ്ടുള്ള വലിയ പ്രയോജനങ്ങൾ വർഷങ്ങളായി അറിയാമെങ്കിലും പലതവണ ശ്രമിച്ച്, എന്റെ ശീലത്തിന്റെ ഭാഗമല്ലായ്കയാൽ പാതിവഴിയിൽ എനിക്കത് ഉപേക്ഷിക്കേണ്ടി വന്നു. ഞാനെന്റെ കിടയ്ക്കക്കരികിൽത്തന്നെ ഒരു ഡയറി സൂക്ഷിച്ചിരുന്നു. എന്നാൽ രാത്രി വൈകി വീട്ടിലെത്തുന്ന

ഞാൻ മിക്കപ്പോഴും ക്ഷീണമെന്ന കാരണം പറഞ്ഞ് അത് കൈ കൊണ്ടു തൊട്ടില്ല. എന്റെ ഡയറിയുടെ താളുകളേറെയും ശൂന്യ മായിക്കിടന്നു. എഴുതാത്ത ഏറെ ഡയറികൾ എന്റെ ഷെൽഫിൽ കിടപ്പുണ്ടെങ്കിലും എല്ലാ വർഷവും വിലകൂടിയ ഒരെണ്ണം ഞാൻ വാങ്ങുന്നു, മുടക്കിയ പണത്തോടുള്ള താല്പര്യത്താലെങ്കിലും ഞാൻ എന്തെങ്കിലും എഴുതിയാലോ എന്നു കരുതി. പക്ഷേ, ആ തന്ത്രവും ഒരിക്കലും ഫലിച്ചില്ല. വർഷംതോറും ഷെൽഫിൽ വിലകൂടിയ, എഴുതാത്ത, ഡയറികളുടെ എണ്ണം കൂടിവന്നത ല്ലാതെ മറ്റൊന്നും സംഭവിച്ചില്ല.

'വിസ്മയപ്പുലരി'ക്ക് മുൻപായിരുന്നു അത്. 'വിസ്മയപ്പുലരി' ആദ്യദിവസം മുതൽ എല്ലാദിവസവും എനിക്ക് ഡയറി എഴു താൻ സമയവും അതിന്റെ രീതിയും അനുവദിച്ചു തന്നു. അന്നു മുതൽ അതെന്റെ പ്രിയപ്പെട്ട ശീലവുമായി. ഇന്നെന്റെ ജീവിത ത്തിൽ എന്നെ ഏറ്റവുമധികം സന്തോഷിപ്പിക്കുകയും തൃപ്തി പ്പെടുത്തുകയും ചെയ്യുന്ന പ്രവൃത്തികളിലൊന്ന് ഡയറിയെഴു ത്താണെന്ന് എനിക്ക് ഉറപ്പിച്ചു പറയാൻ പറ്റും. എന്റെ ചിന്തകളെ ബോധപൂർവ്വം രൂപപ്പെടുത്തുന്നതിനും അവയെ അക്ഷരങ്ങ ളിലേക്ക് പകർത്തുന്നതിനും മാത്രമല്ല, ആദ്യാവസാനം പ്രത്യേ കിച്ച് വർഷാവസാനം എന്റെ ഡയറി ആവർത്തിച്ച് വായിച്ച് എന്റെ ചിന്തകളെയും കാഴ്ചപ്പാടിനെയും സമഗ്രമായി വിലയിരുത്തു ന്നതിനും അതെന്നെ സഹായിക്കുന്നു. നിങ്ങളുടെ ഡയറിയുടെ പഴയ താളുകളിലൂടെ കടന്നുപോകുന്നതും അവയെ അവ ലോകനം ചെയ്യുന്നതും എത്രമാത്രം സൃഷ്ടിപരമായ പ്രവർ ത്തനമാണെന്ന് അനുഭവത്തിലൂടെ മാത്രമേ അറിയാൻ കഴിയൂ. അനുഭവത്തിലൂടെ ഞാനത് പഠിച്ചു.

എന്റെ ആദ്യ അവലോകനം

ഞാൻ 'വിസ്മയപ്പുലരി' ചെയ്തു തുടങ്ങിയ, ഡയറി എഴുതി തുടങ്ങിയ വർഷം ഡിസംബർ 31-ന് ഡയറിയുടെ ആദ്യപേജിൽ ആദ്യമായെഴുതിയത് ഞാൻ വായിച്ചു തുടങ്ങി. താളുകൾ ഓരോ ന്നായി മറിക്കവേ ഒരു വർഷത്തെ എന്റെ ജീവിതം കൺമുന്നിൽ വന്നത് ഞാൻ കണ്ടു. ഓരോ ദിവസത്തെയും എന്റെ മനോഭാവം വീണ്ടും എനിക്ക് അനുഭവവേദ്യമായി. ഒരു വർഷംകൊണ്ട് ഞാൻ എത്രമാത്രം വളർന്നുവെന്ന നവ്യമായ കാഴ്ചപ്പാട് എനിക്കു കൈവന്നു. ഞാനെന്റെ പ്രവർത്തനങ്ങളെ, പദ്ധതികളെ, വളർ

ച്ചയെ പുനഃപരിശോധിച്ചു. കഴിഞ്ഞ പന്ത്രണ്ടു മാസംകൊണ്ട് എനിക്കെന്തെല്ലാം കൈവരിക്കാൻ കഴിഞ്ഞുവെന്ന് പുതിയൊരു വീക്ഷണകോണിൽ വിലയിരുത്തി. അതിലൊക്കെ ഉപരിയായി ഞാൻ പഠിച്ച പാഠങ്ങൾ ഞാൻ തിരികെ പിടിച്ചു. അതിൽ പലതും പിന്നീട് ഞാൻ മറന്നിരിക്കയായിരുന്നു.

ആത്മസംതൃപ്തി 2.0: അഗാധമായൊരു ആത്മസംതൃപ്തി ഞാനനുഭവിച്ചു. അതുവരെ അനുഭവിക്കാത്തത്ര തീവ്രതയിൽ. അതും ഒരേസമയം രണ്ടുതലങ്ങളിൽ, ഭാവിയിലേക്കുള്ള എന്റെ ആദ്യത്തെ മടക്കം എന്ന് ഇന്ന് ഞാനതിനെ വിശേഷിപ്പിക്കുന്നു. ഡയറിയുടെ പഴയ താളുകളിലൂടെ കടന്നുപോകവേ ഓരോ ദിവസത്തെയും എന്റെ നേട്ടങ്ങൾ അതിനു കാരണമായ അനുഭവങ്ങൾ ആളുകൾ, പാഠങ്ങൾ എന്റെ മനസ്സിൽ പുനർജനിച്ചു. അതെനിക്ക് ആ നിമിഷങ്ങളിൽ തന്ന ആത്മസംതൃപ്തി ഞാൻ വീണ്ടും നുകർന്നു. ഭൂതകാലത്തിലെ ആ ആത്മസംതൃപ്തി ഭാവികാലത്തിലിരുന്ന് ഞാൻ നുണഞ്ഞു. അതിനൊപ്പം അവിടം മുതൽ ഏതൊക്കെ വഴികൾ താണ്ടി ഞാനിന്ന് എവിടെയെത്തിയിരിക്കുന്നു എന്നത് എനിക്ക് വർത്തമാനകാലത്തിന്റെ ഈ നിമിഷത്തിന്റെ ആത്മസംതൃപ്തി പകർന്നു നല്കി. അങ്ങനെ ഡയറിയുടെ ആവർത്തനവായന എനിക്ക് ഇരട്ടസംതൃപ്തിക്ക് (2.0) കളമൊരുക്കി. അതൊരു ഗംഭീര അനുഭവമായിരുന്നു. അൽപ്പം അയുക്തികമെന്നു തോന്നാമെങ്കിലും.

വളർച്ചയിലെ വേഗത – പിന്നെ ഞാൻ ഏറ്റവും വിലയേറിയ വിലയിരുത്തൽ പ്രക്രിയ ആരംഭിച്ചു. ഒരു കടലാസിന്റെ നടുവിൽ ഒരു വര വരച്ചു. മുകളിൽ രണ്ടു തലക്കെട്ടുകൾ എഴുതി.

പഠിച്ച പാഠങ്ങൾ, പുതിയ പദ്ധതികൾ

ഡയറി വായിച്ചുപോകവേ, എണ്ണമറ്റ പുതിയ പാഠങ്ങൾ എന്റെ കൺമുന്നിൽ ഉയർന്നുവന്നു. *പഠിച്ച പാഠങ്ങൾ* പുനരവലോകനം ചെയ്യുകവഴി അവ *പുതിയ പദ്ധതികളിൽ* എങ്ങനെ പ്രായോഗികമാക്കാമെന്ന വഴി തെളിഞ്ഞു.

ദൈനംദിന ഡയറിയെഴുത്തിന് പ്രയോജനങ്ങൾ പലതാണ്. ഞാനിപ്പോൾ ചൂണ്ടിക്കാണിച്ചവ കൂടാതെ എനിക്കേറെ പ്രിയങ്കരങ്ങളായ ചില പ്രയോജനങ്ങൾ ഇനിപ്പറയുന്നു.

- **വ്യക്തത നേടൽ:** എഴുതുന്നതിനായി നാം കാര്യങ്ങളെ വ്യക്തമായി മനസ്സിലാക്കാൻ നിർബന്ധിതമാകുന്നു. എഴുത്ത്

കുടുതൽ വ്യക്തത നിങ്ങൾക്ക് തരുന്നു. അത് പ്രശ്നപരിഹാരങ്ങൾക്ക് സഹായകമാകുന്നു.

- **ആശയങ്ങൾ കണ്ടെത്തൽ:** പുതിയ ആശയങ്ങൾ കണ്ടെത്തുന്നതിനും ആശയങ്ങളെ വികസിപ്പിക്കുന്നതിനും എഴുത്ത് ഉപകരിക്കുന്നു. ആശയങ്ങൾ നഷ്ടപ്പെടാതെ, ഭാവിയിലെ ആവശ്യത്തിലേക്ക് സൂക്ഷിച്ചുവയ്ക്കാനും എഴുത്തിലൂടെ കഴിയുന്നു.
- **പാഠങ്ങളുടെ പുനരവലോകനം:** നിങ്ങൾ പഠിച്ച പാഠങ്ങൾ പുനരവലോകനം ചെയ്യാൻ ഡയറിയെഴുത്ത് നിങ്ങളെ പ്രാപ്തമാക്കുന്നു.
- **പുരോഗതി വിലയിരുത്തൽ:** ഒരു വർഷത്തെ ഡയറി വായിച്ച് നിങ്ങളിൽ ഒരു വർഷം കൊണ്ടുണ്ടായ വളർച്ച കാണുന്നത് ഗംഭീര അനുഭവമായിരിക്കും. നിങ്ങളെ ശാക്തീകരിക്കുന്ന, നിങ്ങളിൽ ആത്മവിശ്വാസം വളർത്തുന്ന അത്യാവശ്യമായ അനുഭവമാണത്. മറ്റൊരു തരത്തിൽ അത് ലഭ്യമല്ല.

അന്തരം പുറത്തുകൊണ്ടുവരുന്നു: വേദനാകരമോ ഗുണകരമോ?

സാധ്യമായതിനും സാധിച്ചതിനും ഇടയിലെ അന്തരം അവസാനിപ്പിക്കുന്നതിൽ ജീവനൗഷധത്തിന്റെ പങ്ക് ഈ അധ്യായത്തിന്റെ ആദ്യം നാം ചർച്ച ചെയ്തിരുന്നു. ഈ അന്തരത്തിൽ അകപ്പെട്ട് കുരുങ്ങിപ്പോയവരാണ് മനുഷ്യരിലേറെയും. ജീവിതത്തിൽ നാം ആരാണ് എന്നതിനും ആരാവാൻ ആഗ്രഹിക്കുന്നു എന്നതിനും ഇടയിലെ അന്തരത്തിൽ നാം ശ്രദ്ധിക്കുന്നു. നാം കൈവരിച്ചതിനും കൈവരിക്കാൻ ആഗ്രഹിക്കുന്നതിനും ഇടയിലുള്ള അന്തരത്തിലും, നാം ആരാണ് എന്നതിനും ആരായിത്തീരാൻ ആഗ്രഹിക്കുന്നു എന്നതിനും ഇടയിലുള്ള *അന്തരത്തിലും* മനസ്സുടക്കി പരിതപിച്ചു കഴിയുന്നു നമ്മളിലേറെപ്പേരും.

ഈ അന്തരത്തിൽ തന്നെ ശ്രദ്ധ കേന്ദ്രീകരിക്കുന്നത് നമ്മുടെ ആത്മവിശ്വാസത്തിനും നമ്മെക്കുറിച്ചുള്ള നമ്മുടെ ധാരണയ്ക്കും കോട്ടം വരുത്തുന്നു. വേണ്ടതൊന്നും നമുക്കില്ലെന്നും വേണ്ടതൊന്നും നാം നേടിയിട്ടില്ലെന്നും നമ്മെക്കൊണ്ട് ഒന്നിനും കൊള്ളില്ലെന്നുമുള്ള ഖേദത്തിന് അത് വഴിവെക്കുന്നു.

ഏറെ നേട്ടങ്ങൾ കൈവരിച്ചവരാണ് ഇക്കാര്യത്തിൽ ഏറ്റവും മോശമായി പെരുമാറുക. ഒന്നുകിൽ അവർ അവരുടെ നേട്ട ങ്ങളെ കുറച്ചുകാണുന്നു അല്ലെങ്കിൽ അവയെ പർവതീകരി ക്കുന്നു. ഓരോ പിഴവുകൾക്കും അപൂർണതകൾക്കും അവർ സ്വയം കുറ്റപ്പെടുത്തുന്നു. ചെയ്യുന്ന ഒരു കാര്യത്തിലും അവർ സംതൃപ്തി അനുഭവിക്കുന്നില്ല.

അതേസമയം വലിയ നേട്ടങ്ങൾ നേടിയവർക്ക് അതിനുള്ള പ്രചോദനം ലഭിച്ചത് അത്തരത്തിലുള്ള ഈ അമിത ഉത്കണ്ഠ യാണെന്നതാണ് വിരോധാഭാസം. വലിയ നേട്ടങ്ങൾ കരസ്ഥ മാക്കിയവർ അങ്ങനെ ആയിരിക്കാൻ കാരണം പ്രത്യക്ഷത്തിൽ പ്രതിലോമകരമെന്ന് തോന്നാവുന്ന ഈ സ്വഭാവവിശേഷം കൊണ്ടാണ്. ഈ അന്തരം നികത്താനുള്ള അവരുടെ അടങ്ങാത്ത ത്വര അതിഗംഭീരപ്രകടനത്തിലേക്കുള്ള ഇന്ധനമായി മാറുന്നു. നേട്ടങ്ങളിലേക്ക് അത് അവരെ സ്ഥിരമായി നയിക്കുന്നു. കുറ വെന്ന അതൃപ്തിയുടെ അകമ്പടിയില്ലാതെ, ഞാനെന്റെ സാധ്യ തകൾ പൂർണമായി വിനിയോഗിക്കുമെന്ന, പ്രതിജ്ഞാബദ്ധ മായ, ആവേശകരമായ, പ്രസാദാത്മകവും കർമ്മോത്സുകവു മായ, നിലപാടിൽ നിന്നുകൊണ്ട് അന്തരത്തെ കാണുന്നത് ആരോഗ്യകരവും ഫലപ്രദവുമാണ്. ദൗർഭാഗ്യകരമെന്നു പറ യട്ടെ, ഇതുപക്ഷേ അപൂർവ്വമായി മാത്രമേ സംഭവിക്കുന്നുള്ളു. സാധാരണക്കാർ, ശരാശരി ഉയർന്ന നേട്ടം കൈവരിച്ചവർ പോലും, അവരുടെ അന്തരത്തെ അതൃപ്തിയോടെ കാണുന്ന തിൽ ശ്രദ്ധകേന്ദ്രീകരിക്കുന്നു.

അങ്ങേയറ്റം നേട്ടം കൈവരിച്ചവർ – ജീവിതത്തിന്റെ എല്ലാ മേഖലകളിലും പത്തരമാറ്റ് വിജയം കൈവരിക്കുന്നതിൽ ശ്രദ്ധാ ലുക്കളും സമചിത്തരുമായവർ – അവർ നേടിയതിൽ അത്യധികം ആത്മസംതൃപ്തി പുലർത്തുന്നു. അവർ നേടിയതെന്തെന്ന് സ്വയം ബോധ്യമുള്ളവരായിരിക്കുന്നു. ജീവിതത്തിൽ എവിടെ യായിരിക്കുന്നോ അവിടെ സമാധാനവും ശാന്തിയും അനുഭവി ക്കുന്നു. ഇപ്പോൾ എനിക്ക് ചെയ്യാൻ കഴിയുന്നത് 'ഏറ്റവും' നന്നായി ഞാൻ ചെയ്യുന്നു. 'എന്നാൽ' എനിക്ക് ഇനിയും കൂടു തൽ നന്നായി ചെയ്യാൻ കഴിയും എന്ന ഇരട്ട ആത്മവിശ്വാസ മാണവർ പ്രകടമാക്കുക. ഈ സമചിത്തത, അതൃപ്തി ഒഴിവാ ക്കുന്നു. അതേസമയം ഓരോ മേഖലയിലും അവർ ചെയ്യു ന്നതും അവർക്ക് ചെയ്യാൻ കഴിയുന്നതിനുമിടയിലെ അന്തരം നികത്താൻ നിരന്തരം ശ്രമിക്കുകയും ചെയ്യുന്നു.

സാധാരണഗതിയിൽ ഒരു ദിവസത്തിനല്ല, ആഴ്ചയ്ക്കും മാസത്തിനും വർഷത്തിനും ഒടുവിൽ നമ്മൾ ഈ 'അന്തര'ത്തിൽ തന്നെയായാൽ, നമ്മെക്കുറിച്ചും നമുക്കുണ്ടായ പുരോഗതിയെക്കുറിച്ചും കൃത്യമായ വിലയിരുത്തൽ സാധ്യമാവില്ല. ഉദാഹരണത്തിന് പത്ത് കാര്യങ്ങൾ ചെയ്യേണ്ടിയിരുന്ന ഒരു ദിവസം ആറ് കാര്യങ്ങൾ ചെയ്താൽ കൂടി നിങ്ങൾ ഏറെ അതൃപ്തനായിരിക്കും.

ഏറെപ്പേരും ഡസൻകണക്കിന്, നൂറുകണക്കിനുപോലും, കാര്യങ്ങൾ ശരിയായി ചെയ്യുന്നു. ചില്ലറ പിഴവുകൾ മാത്രമേ അവർക്ക് സംഭവിക്കാറുള്ളൂ. എന്നാൽ ഏതു കാര്യമായിരിക്കും അവർ ഓർമ്മിക്കുക? ഏതു കാര്യമായിരിക്കും വീണ്ടും വീണ്ടും മനസ്സിലിട്ട് പെരുക്കി സ്വയം കുറ്റപ്പെടുത്തിക്കൊണ്ടിരിക്കുക? ശരിയായി ചെയ്ത 100 കാര്യങ്ങൾ നിങ്ങൾക്ക് എന്തുകൊണ്ട് ഓർക്കാൻ കഴിയുന്നില്ല? അങ്ങനെ ചെയ്താൽ തീർച്ചയായും അത് ആനന്ദകരമായിരിക്കില്ലേ?

എഴുത്തിന് ഇക്കാര്യത്തിൽ ചിലത് ചെയ്യാനുണ്ട്. എന്തൊക്കെ പൂർത്തീകരിച്ചു, എന്തൊക്കെ നിങ്ങൾ തൃപ്തമായി ചെയ്തു, നാളെ നിങ്ങൾക്ക് എന്തൊക്കെ പൂർത്തീകരിക്കേണ്ടതുണ്ട് എന്ന് അറിയുന്നതിന് എല്ലാ ദിവസവും കൃത്യമായി, ആലോചിച്ച് (ഒരു മിനിറ്റുകൊണ്ട് തിടുക്കത്തിൽ എന്തെങ്കിലും എഴുതി എന്ന് വരുത്തുന്നതല്ല) ഡയറി എഴുതുന്നത് ഏറെ സഹായിക്കും. അങ്ങനെ ഓരോ ദിവസത്തെയും നിങ്ങളുടെ പ്രവർത്തനങ്ങളെ നിങ്ങൾ ആസ്വദിക്കും. നിങ്ങൾക്കുണ്ടായ പുരോഗതി നിങ്ങളെ തൃപ്തിപ്പെടുത്തും. മുന്നേറാനുള്ള വ്യക്തത നിങ്ങൾക്ക് ലഭിക്കും.

ഫലപ്രദമായി ഡയറി എഴുതാൻ

ഡയറി എഴുത്ത് തുടങ്ങാൻ, എഴുതുന്നുണ്ടെങ്കിൽ നിങ്ങളുടെ എഴുത്തു രീതി മെച്ചപ്പെടുത്താൻ ഇതാ ലളിതമായ മൂന്നു ചുവടുകൾ.

1. എന്തിൽ എഴുതണമെന്ന് - പരമ്പരാഗത രീതിയിൽ ഡയറിയിലോ ബുക്കിലോ അതോ ഡിജിറ്റൽ ഫോർമാറ്റിലോ - തീരുമാനിക്കുക.

പരമ്പരാഗത രീതിയിൽ, ഡയറിയിലോ ബുക്കിലോ പേനയുപയോഗിച്ച് എഴുതണമോ, അതോ കംപ്യൂട്ടറിലോ ഫോണിലെയോ ടാബിലെയോ ആപ്പിലോ രേഖപ്പെടുത്തണമോ എന്ന്

ആദ്യം തീരുമാനിക്കുക. രണ്ടു രീതികൾക്കും അതിന്റേതായ ഗുണങ്ങളും ദോഷങ്ങളുമുണ്ട്. നിങ്ങളുടെ വ്യക്തിപരമായ രീതികൾ പരിഗണിച്ച് തീരുമാനം എടുക്കേണ്ടത് നിങ്ങളാണ്. കൈകൊണ്ട് എഴുതണമോ ടൈപ്പ് ചെയ്യണമോ? സാധാരണ നിങ്ങൾ ഏതു രീതിയെയാണ് ആശ്രയിക്കുന്നത് എന്നതിന്റെ അടിസ്ഥാനത്തിൽ എളുപ്പത്തിൽ തീരുമാനിക്കാവുന്ന കാര്യമാണത്.

2. ഒരു ഡയറി സംഘടിപ്പിക്കുക.

പരമ്പരാഗത രീതിയിൽ എഴുതാൻ തീരുമാനിച്ചുവെങ്കിൽ ഒരു ഡയറി സംഘടിപ്പിക്കുക. വാങ്ങാൻ കിട്ടുന്ന ഡയറിയോ ബുക്കോ ഒരു സ്പൈറൽ നോട്ട് ബുക്കോ എന്തുമാകാം. ജീവിതകാലം മുഴുവൻ സൂക്ഷിക്കേണ്ട, ഇടയ്ക്കിടയ്ക്ക് എടുത്തു നോക്കേണ്ട, ഒന്നാകയാൽ മനോഹരമായ ഒരു ഡയറി തന്നെയല്ലേ നല്ലത്. വരയിട്ട, തീയതി കുറിച്ച, ഒരു ഡയറി കൈവശപ്പെടുത്തിയാൽ നിങ്ങൾക്ക് 365 ദിവസവും അത് ഉപയോഗിക്കാം, എഴുത്തിനായി മറ്റെന്തിനെയും ആശ്രയിക്കേണ്ട. തീയതി കുറിച്ച ഒരു ഡയറി എന്നെ എഴുതാൻ നിർബന്ധിതമാക്കുന്നു. ഒന്നോ രണ്ടോ ദിവസം എഴുതാതിരുന്നാൽ ശൂന്യമായ താളുകൾ എന്നെ അസ്വസ്ഥമാക്കുന്നു. ആ ദിവസങ്ങളിലേക്ക് മനസ്സുകൊണ്ട് പിന്നോട്ടുപോയി അന്നെഴുതേണ്ടിയിരുന്നത് കണ്ടെത്തി ആ ശൂന്യത ഞാൻ നികത്തുന്നു. തീയതിയിട്ട ഡയറികൾ ഏതു സമയത്തും പിറകോട്ടുപോയി ഏതു ദിവസത്തെയും അവലോകനം ചെയ്യുന്നതിനും എന്റെ ആദ്യഡയറി അവലോകനത്തിൽ പറഞ്ഞ പ്രയോജനങ്ങൾ അനുഭവിക്കുന്നിനും സഹായിക്കുന്നു.

ഡിജിറ്റൽ പ്ലാറ്റ്ഫോമാണ് നിങ്ങൾ ഉദ്ദേശിക്കുന്നതെങ്കിൽ അതിനും പല മാർഗ്ഗങ്ങൾ ലഭ്യമാണ്. www.FiveMinuteJournal.com-ൽ ലഭ്യമായ ഫൈവ് മിനിറ്റ് ജേണൽ ആണ് എനിക്ക് ഏറ്റവും ഇഷ്ടമായ ആപ്പ്. അത് ഏറെ പ്രശസ്തവുമാണ്. അതിൽ നിങ്ങളെ ശരിയായി എഴുതാൻ പ്രേരിപ്പിക്കുന്ന ചോദ്യങ്ങളുമുണ്ട്. 'ഞാൻ എന്തുകൊണ്ട് തൃപ്തി അനുഭവിക്കുന്നു?, 'ഇന്നത്തെ ദിവസം എന്തുകൊണ്ട് നന്നായി?' തുടങ്ങിയ ചോദ്യങ്ങൾ നിങ്ങളെ പ്രചോദിപ്പിക്കും. ശരിക്കും അഞ്ച് മിനിറ്റിൽ താഴെയേ അതിനുവേണ്ടി ചെലവഴിക്കേണ്ടി വരികയുള്ളൂ. ഒരു 'വൈകുന്നേരം' കൂടി അതിൽ നൽകിയിട്ടുള്ളത് നിങ്ങൾക്ക് അന്നത്തെ ദിവസത്തെ വിലയിരുത്താൻ ഉതകും. ഓർമ്മകൾ ദൃശ്യങ്ങളായി സൂക്ഷിക്കാൻ ഫോട്ടോകൾ അപ്ലോഡ് ചെയ്യുകയും ആവാം.

ഇതൊക്കെയും നിങ്ങളുടെ വ്യക്തിപരമായ തീരുമാനമാണെന്ന് വീണ്ടും പറഞ്ഞുകൊള്ളട്ടെ. 'ഗൂഗിളിൽ' ഓൺലൈൻ ജേണൽ എന്നോ ആപ്പ് സ്റ്റോറിൽ ജേണൽ എന്നോ അടിച്ചുകൊടുത്താൽ നിങ്ങൾക്ക് മുന്നിൽ ധാരാളം സാധ്യതകൾ തെളിഞ്ഞുകിട്ടും.

3. എന്ത് എഴുതണമെന്ന് തീരുമാനിക്കുക

നിങ്ങൾക്ക് എഴുതാൻ നിങ്ങളുടെ ജീവിതത്തിൽ ഒരുപാട് കാര്യങ്ങളുണ്ട്. ഡയറി എഴുത്തിന് നിരവധി രീതികളുമുണ്ട്. നിങ്ങളുടെ ലക്ഷ്യങ്ങൾ, പദ്ധതികൾ, സ്വപ്നങ്ങൾ, കുടുംബങ്ങൾ, ഭാവി പദ്ധതികൾ, നിങ്ങൾ പഠിച്ച പാഠങ്ങൾ, എന്തും നിങ്ങൾക്ക് എഴുതിവയ്ക്കാം. ഡയറി എഴുത്തിൽ ഞാൻ വളരെ കൃത്യത പാലിക്കുന്നു. അതിന് കൃത്യമായ ഒരു രീതിയുമുണ്ട്. എന്തുകൊണ്ട് ഞാൻ കൃതജ്ഞതാ ഭരിതനായിരിക്കണം, എന്തൊക്കെ കാര്യങ്ങൾ ഞാൻ ചെയ്തുതീർക്കേണ്ടതുണ്ട്, ഏത് മേഖലയിലാണ് ഞാൻ ഇനിയും മെച്ചപ്പെടേണ്ടത്, അതിന് എന്തൊക്കെ നടപടികളാണ് സ്വീകരിക്കേണ്ടത് എന്നു തുടങ്ങി ആ ദിവസത്തിന്റെ ചെറിയൊരു മുൻകൂർ കാര്യപരിപാടിവരെ വൈവിധ്യമാർന്നതാണ് എന്റെ എഴുത്ത്.

വിസ്മയപ്പുലരി ഡയറക്ടറിയുടെ സൗജന്യമാതൃക ലഭിക്കുന്നതിന് www.TMMBook ൽ തെരയുക.

നിങ്ങൾ ഒരു പുസ്തകമെഴുതാൻ ആഗ്രഹിക്കുന്നുവോ?

എൺപത്തിരണ്ട് ശതമാനം അമേരിക്കക്കാരും പുസ്തകമെഴുതാൻ ആഗ്രഹിക്കുന്നുവെന്ന് ഒരു സർവ്വേ പറയുന്നു. എന്താണ് അവർക്ക് മുന്നിലുള്ള തടസ്സം? നിങ്ങൾ ഊഹിച്ചു കാണും, അവർക്ക് സമയമില്ല. നിങ്ങൾക്ക് ഒരു പുസ്തകം എഴുതാൻ ആഗ്രഹമുണ്ടെങ്കിൽ അതിനായി നിങ്ങൾക്ക് 'വിസ്മയപ്പുലരി' സമയം മാറ്റിവയ്ക്കാം. സത്യത്തിൽ ഞാനിതിപ്പോൾ എഴുതുന്നത് രാവിലെ 6.00-നാണ്. എന്റെ 'വിസ്മയപ്പുലരി'ക്ക് ഇടയിൽ.

ലോകത്തിന് തനിക്ക് നൽകാനുള്ള തന്റേതു മാത്രമായ മൂല്യങ്ങൾ ഉൾക്കൊള്ളുന്ന, ഒരു പുസ്തകം, ഏതൊരാളുടെയും ഉള്ളിലുണ്ടെന്നാണ് ഞാൻ കരുതുക. തങ്ങളുടെ ആദ്യപുസ്തകം എങ്ങനെ എഴുതിത്തുടങ്ങണമെന്നും (അല്ലെങ്കിൽ പൂർത്തിയാക്കണമെന്നും) എങ്ങനെ ഒരു ബെസ്റ്റ് സെല്ലർ എഴുതണമെന്നും

(അതാണതിലെ ഏറ്റവും എളുപ്പമുള്ള ഭാഗം) അതിലുപരി ഒരു പ്രസ്ഥാനത്തെ സൃഷ്ടിക്കുന്ന പുസ്തകം എങ്ങനെ എഴുതണമെന്നും എന്റെ സ്വകാര്യകക്ഷികൾക്ക് അടുത്തിടെ ഞാൻ പരിശീലനം നൽകിത്തുടങ്ങിയിരിക്കുന്നു.

ആളുകളുടെ കഥ കേൾക്കാനും അവരെന്തുകൊണ്ട് എഴുതാൻ ഏറെ കൊതിക്കുന്നുവെന്ന് അറിയാനും എനിക്ക് എന്നും ആവേശമാണ്.

ജീവനൗഷധത്തെ നിങ്ങളുടേതാക്കുക

നിങ്ങളുടെ ജീവിതരീതിക്ക് യോജിക്കുംവിധം 'വിസ്മയപ്പുലരി'യുടെ എല്ലാ വശങ്ങളെയും നിങ്ങളുടേതാക്കാൻ, *നിങ്ങളുടെ വിസ്മയപ്പുലരി നിങ്ങളുടെ താല്പര്യങ്ങൾക്കനുസരിച്ച് രൂപപ്പെടുത്തുക* എന്ന എട്ടാം അധ്യായത്തിൽ നിങ്ങൾ പഠിക്കും. ഇപ്പോൾ ജീവനൗഷധത്തെ നിങ്ങളുടെ രീതിയിൽ ആക്കുന്നതിനുള്ള ഏതാനും ആശയങ്ങൾ പങ്കുവയ്ക്കാം. ഇപ്പോഴത്തെ നിങ്ങളുടെ പ്രഭാതപതിവുകൾ വിസ്മയപ്പുലരിക്കായി ഒരു 20-30 മിനിറ്റ് മാറ്റിവയ്ക്കാനേ അനുവദിക്കുന്നുള്ളൂ എന്നു കരുതാം. ആഴ്ചയറുതികളിൽ അൽപ്പസമയം കൂടുതലായി നിങ്ങൾക്ക് ലഭിക്കുമെന്നും.

'ജീവനൗഷധം' പൂർണമായി ഉപയോഗപ്പെടുത്തി അറുപതു മിനിട്ടു നീളുന്ന വിസ്മയപ്പുലരിയുടെ പൊതുവായൊരു മാതൃക ഇനി കൊടുക്കുന്നു.

വിസ്മയപ്പുലരി (60 മിനിറ്റ്)

മാതൃകാ സമയപ്പട്ടിക

ജീവനൗഷധം പൂർണമായി ഉപയോഗപ്പെടുത്തിക്കൊണ്ട്

- മൗനം (5 മിനിറ്റ്)
- സ്ഥിരീകരണം (5 മിനിറ്റ്)
- ഭാവനാചിത്രണം (5 മിനിറ്റ്)
- വ്യായാമം (20 മിനിറ്റ്)
- വായന (20 മിനിറ്റ്)
- എഴുത്ത് (5 മിനിറ്റ്)

ആകെ സമയം: 60 മിനിറ്റ്

ജീവനൗഷധം ഏതു ക്രമത്തിൽ പരിശീലിക്കണമെന്നതും നിങ്ങളുടെ മുൻഗണനകൾ അനുസരിച്ച് നിങ്ങൾക്കുതന്നെ തീരുമാനിക്കാം. ചിലർ വ്യായാമം ആദ്യം ചെയ്യാൻ ഇഷ്ടപ്പെടുന്നു. അതവരുടെ രക്തചംക്രമണത്തെ ത്വരിതപ്പെടുത്തുകയും അവർക്ക് ഉന്മേഷം നൽകുകയും ചെയ്യുന്നു. ഉറക്കത്തിൽ നിന്ന് പൂർണമായി ഉണരുന്നതിന് അതവരെ സഹായിക്കുന്നു. എന്നാൽ നിങ്ങളുടെ 'വിസ്മയപ്പുലരി' വിയർപ്പ് പൂണ്ടതാകാൻ ഇഷ്ടപ്പെടുന്നില്ലെങ്കിൽ നിങ്ങൾക്ക് വ്യായാമം അവസാനമാക്കാം. ശാന്തമായ മൗനത്തിന്റെ ഇടവേളയിൽ തുടങ്ങാനാണ് വ്യക്തിപരമായി ഞാൻ ഇഷ്ടപ്പെടുക. അതുവഴി ഞാൻ സാവകാശം ഉണർവിലേക്ക് പ്രവേശിക്കുന്നു. എന്റെ മനസ്സ് ശുദ്ധമാകുന്നു. ഏകാഗ്രമാകുന്നു. വ്യായാമം ഞാൻ അവസാനത്തേക്ക് മാറ്റിവയ്ക്കുന്നു. അതുകഴിഞ്ഞാലുടൻ എനിക്ക് ഒരു കുളി പാസാക്കാനും മറ്റ് ദിനചര്യകളിലേക്ക് കടക്കാനും അത് അവസരം ഒരുക്കുന്നു. ഇതുപക്ഷേ, നിങ്ങളുടെ വിസ്മയപ്പുലരിയാണ്, എന്റെയല്ല. അതിനാൽ വ്യത്യസ്ത ക്രമങ്ങൾ പരീക്ഷിച്ച് നിങ്ങൾക്ക് ചേർന്നതെന്ന് തോന്നുന്നത് തെരഞ്ഞെടുക്കുക.

ജീവനൗഷധത്തിൽ ചില അധിക ചിന്തകൾ

എന്തും അനായാസമാകുന്നതിനു മുൻപ് കഠിനമാണ്. എല്ലാ പുതിയ പരീക്ഷണങ്ങളും സൗകര്യപ്രദമാകുന്നതിന് മുൻപ് നമ്മെ ബുദ്ധിമുട്ടിപ്പിക്കും. ജീവനൗഷധം എത്രകണ്ട് പരിശീലിക്കുന്നോ അത്രകണ്ട് അത് സ്വാഭാവികവും സാധാരണവുമായി നിങ്ങൾക്ക് അനുഭവപ്പെടും. എന്റെ ആദ്യ ധ്യാനം എന്റെ അവസാനത്തേതാകേണ്ടതായിരുന്നു. എന്റെ മനസ്സ് ഒരു കാറിന്റെ എഞ്ചിൻപോലെ ഇരമ്പിക്കൊണ്ടിരുന്നു. എന്റെ ചിന്തകൾ പമ്പരംപോലെ കറങ്ങിക്കൊണ്ടിരുന്നു. ഇന്ന് ഞാൻ ധ്യാനം ഇഷ്ടപ്പെടുന്നു. ഞാനതിൽ ആശാനാണെന്നൊന്നും അവകാശപ്പെടുന്നില്ല. പക്ഷേ, ഞാനതിൽ മുഴുകുന്നു. അതുപോലെ ആദ്യമായി യോഗ ചെയ്തപ്പോൾ എനിക്കാകെ അപരിചിതത്വമാണ് അനുഭവപ്പെട്ടത്. എന്റെ ശരീരം ഒട്ടും വഴങ്ങുന്നതായിരുന്നില്ല. ഒരു ആസനവും എനിക്ക് ശരിയായി ചെയ്യാനാവുമായിരുന്നില്ല. എല്ലാം എനിക്ക് അരോചകമായി തോന്നി. എനിക്ക് ശ്വാസംമുട്ടി. ഇന്ന് പക്ഷേ, യോഗ എനിക്കെന്റെ പ്രിയപ്പെട്ട വ്യായാമമാണ്. അതിൽ ഉറച്ചതിൽ ഞാനേറെ തൃപ്തനാണ്.

ജീവനൗഷധം ഇപ്പോൾ തന്നെ 'സേവിച്ചു' തുടങ്ങാൻ ഞാൻ നിങ്ങളെ ക്ഷണിക്കുന്നു. അതുവഴി പത്താം അധ്യായത്തിലെ, "മുപ്പതുദിവസംകൊണ്ട് ജീവിതത്തെ മാറ്റിമറിക്കുമെന്ന വിസ്മയ പ്പുലരിയുടെ വെല്ലുവിളി" എറ്റെടുക്കുംമുൻപ് നിങ്ങൾക്ക് ജീവ നൗഷധത്തിലെ ഓരോ ചുവടും പരിചിതമാകും. അത് നിങ്ങളു മായി ഇണങ്ങും. ഇപ്പോഴും സമയമാണ് പ്രശ്നമെങ്കിൽ സാര മില്ല, ഞാൻ നിങ്ങളെ സഹായിക്കാം. വിസ്മയപ്പുലരി പൂർണ മായി, ജീവനൗഷധത്തിന്റെ ആറ് കൂട്ടുകളുടെയും പ്രയോജനം അതിന്റെ തികവിൽ ലഭിക്കുംവിധം, ദിവസം ആറ് മിനിറ്റു കൊണ്ട് ചെയ്യാവുന്നതെങ്ങനെയെന്ന് അടുത്ത അധ്യായത്തിൽ ഞാൻ നിങ്ങളെ പഠിപ്പിക്കും.

അധ്യായം ഏഴ്

ആറ് മിനിറ്റ് വിസ്മയപ്പുലരി

(ആറ് മിനിറ്റിൽ അസൽഫലങ്ങൾ)

നാമെല്ലാം സന്തോഷം ആഗ്രഹിക്കുന്നു. നമ്മെ സന്തോഷിപ്പിക്കുന്ന കാര്യങ്ങൾ എന്തെന്ന് നമുക്കറിയുകയും ചെയ്യാം. ആ കാര്യങ്ങൾ പക്ഷേ നാം ചെയ്യുന്നില്ല. എന്തുകൊണ്ട്? നാം തിരക്കിലാണ്. എന്തിന്റെ തിരക്ക്? സന്തോഷം കണ്ടെത്താനുള്ള പരിശ്രമത്തിന്റെ തിരക്ക്.

– മാത്യു കെല്ലി

നേരത്തേ എണീക്കാൻ എനിക്ക് തീരെ സമയമില്ല.

– അജ്ഞാതൻ

നിങ്ങൾ തിരക്കിലാണല്ലേ? അത്ഭുതമായിരിക്കുന്നു. ഞാൻ വിചാരിച്ചു എനിക്ക് മാത്രമേ തിരക്കുള്ളുവെന്ന്.

'വിസ്മയപ്പുലരി'യെക്കുറിച്ച് ചോദിക്കാൻ സാധ്യതയുള്ള പൊതുവായ ചോദ്യം ഒരു പക്ഷേ, "അതിനെത്ര സമയം വേണ്ടി വരും?" എന്നതാവും. നമ്മുടെ വ്യക്തിത്വവികസനത്തിലെ അപര്യാപ്തതയാണ് ജീവിതത്തിന്റെ എല്ലാ മേഖലകളിലെയും വിജയത്തിന് വിലങ്ങുതടിയായി നിൽക്കുന്നതെന്ന തിരിച്ചറിവ് ലഭിച്ചനാൾ മുതൽ എന്റെ മുന്നിലുള്ള പ്രധാന വെല്ലുവിളി അതിന് സമയം കണ്ടെത്തുക എന്നതായിരുന്നു.

'വിസ്മയപ്പുലരി' വികസിപ്പിച്ച് പങ്കുവയ്ക്കാൻ തുടങ്ങിയപ്പോൾ നമ്മിൽ ഏറെ തിരക്കുള്ളവർക്കുകൂടി ഉപകാരപ്രദമാകും വിധം അത് കുറഞ്ഞ സമയത്തിനുള്ളിൽ എങ്ങനെ സാധ്യമാക്കാം എന്നായി എന്റെ ചിന്ത. ഏറെ തിരക്കുള്ള, സമയത്തിന്റെ ഞെരുക്കം അനുഭവപ്പെടുന്ന, ദിവസങ്ങൾക്കുവേണ്ടിയും, ഒന്നും അധികമായി ചെയ്യാനാവാത്തവിധം വളരെയധികം കടമകളാൽ വീർപ്പുമുട്ടുന്ന ആളുകൾക്കുവേണ്ടിയും ഞാൻ വികസിപ്പിച്ചെടുത്തതാണ് ആറ് മിനിറ്റ് 'വിസ്മയപ്പുലരി.'

സമയത്തിന് കാര്യമായ ഞെരുക്കം അനുഭവപ്പെടുന്നുവെങ്കിൽ കൂടി, നാം ആഗ്രഹിക്കുന്ന വിജയവും ആനന്ദവും കൈയ്യാളാൻ പ്രാപ്തനായ മനുഷ്യൻ ആയിത്തീരുന്നതിനായി ഒരു ആറു മിനിറ്റ് മാറ്റിവയ്ക്കുന്നത് അധികപ്പാറ്റാവില്ല എന്നു മാത്രമല്ല അത്യാവശ്യം കൂടിയാണെന്ന് ഞാൻ കരുതുന്നു. ആ ആറു മിനിറ്റ് എത്രമാത്രം ആധികാരികമെന്ന് (തീർച്ചയായും ജീവിതത്തെ മാറ്റിമറിക്കുന്നതും) അടുത്ത ഏതാനും മിനിറ്റുകൾക്കുള്ളിൽ വായിച്ചറിയുമ്പോൾ നിങ്ങൾ തീർച്ചയായും അത്ഭുതപ്പെടുമെന്ന് എനിക്കുറപ്പാണ്.

ഓരോ ദിവസത്തിന്റെയും ആദ്യ ആറുമിനിറ്റ് ഇപ്രകാരം ആരംഭിക്കുന്നതിനെക്കുറിച്ച് ചിന്തിക്കുക...

ആദ്യ മിനിറ്റ്...

ശാന്തമായി, വലിയൊരു കോട്ടുവായൊക്കെയിട്ട്, കൈകാലുകളൊക്കെയൊന്ന് നീട്ടിച്ചുരുക്കി, ചുണ്ടിലൊരു ചിരിയുളവായി രാവിലെ എണീക്കുന്നതിനെക്കുറിച്ച് ആലോചിക്കുക. നിങ്ങളുടെ തിരക്കുപിടിച്ച ദിവസത്തിലേക്ക് ആഘോഷമായി എടുത്തുചാടുന്നതിനുപകരം, ഒരു മിനിറ്റൊന്ന് ബോധപൂർവ്വം ശാന്തമായി 'മൗന'ത്തിൽ ഇരിക്കുക. വളരെ ശാന്തമായി സമാധാനമായി ഇരിക്കുക. ആഴത്തിൽ സാവകാശം ശ്വസിക്കുക. ആ നിമിഷത്തിന്റെ അതിരറ്റ ആസ്വാദ്യതയ്ക്ക് വേണമെങ്കിൽ പ്രാർത്ഥനയാൽ ഒരു നന്ദി പറയാം. അതല്ലെങ്കിൽ അന്നത്തെ നിങ്ങളുടെ ജീവിതയാത്രയ്ക്ക് ഒരു മാർഗ്ഗനിർദ്ദേശത്തിനായി പ്രാർത്ഥിക്കാം. അതുമല്ലെങ്കിൽ ആ ആദ്യമിനിറ്റ് ധ്യാനത്തിനായി മാറ്റിവയ്ക്കാം. മൗനത്തിലായിരിക്കുമ്പോൾ നിങ്ങൾ പൂർണമായും ഈ നിമിഷത്തിൽ ഹാജരായിരിക്കുന്നു. നിങ്ങൾ പൂർണമായും ഇപ്പോൾ ഇവിടെ ആയിരിക്കുന്നു. മനസ്സ് ശാന്തമാക്കുക, ശരീരത്തെ അയച്ചുവിടുക, എല്ലാ സമ്മർദ്ദങ്ങളെയും അലിഞ്ഞില്ലാതാകാൻ അനുവദിക്കുക. അഗാധമായൊരു ശാന്തി നിങ്ങൾക്ക് അനുഭവവേദ്യമാകും. ലക്ഷ്യബോധവും ദിശാബോധവും കൈവരും.

രണ്ടാം മിനിറ്റ്...

നിങ്ങളുടെ ദൈനംദിന സ്ഥിരീകരണങ്ങൾ പുറത്തെടുക്കുക. നിങ്ങളുടെ മുന്നിലുള്ള അനന്തസാധ്യതകളെയും നിങ്ങളുടെ ഏറ്റവും പ്രധാന മുൻഗണനയെയും നിങ്ങളെ ഓർമ്മിപ്പിക്കുന്ന

സ്ഥിരീകരണങ്ങൾ ഓരോന്നായി, ആദ്യാവസാനം ഉറക്കെ വായിച്ച് ഉറപ്പിക്കുക. നിങ്ങൾക്ക് ഏറ്റവും പ്രധാനമായതിൽ ശ്രദ്ധകേന്ദ്രീകരിക്കുന്തോറും നിങ്ങളുടെ ആന്തരിക പ്രചോദനം വർദ്ധിച്ചുവരും. നിങ്ങൾ യഥാർത്ഥത്തിൽ എത്ര കഴിവുള്ളവരാണെന്ന ഓർമ്മപ്പെടുത്തലുകൾ നിങ്ങളുടെ ആത്മവിശ്വാസം വർദ്ധിപ്പിക്കും. നിങ്ങൾ ഏതുകാര്യത്തിനായി പ്രതിബദ്ധമായിരിക്കുന്നു, നിങ്ങളുടെ ലക്ഷ്യം എന്ത്, നിങ്ങളുടെ ഉദ്ദേശ്യങ്ങൾ എന്ത് എന്നിവയിലേക്ക് നിങ്ങൾ ദൃഷ്ടി പായിക്കുമ്പോൾ, നിങ്ങൾ യഥാർത്ഥത്തിൽ ആഗ്രഹിക്കുന്ന, അർഹിക്കുന്ന, സാധ്യമെന്ന് നിങ്ങൾക്ക് ഇപ്പോൾ അറിയാവുന്ന ജീവിതം ജീവിക്കുന്നതിനാവശ്യമായ പ്രവർത്തനത്തിനുവേണ്ട ഊർജ്ജം നിങ്ങൾ സംഭരിക്കും.

മൂന്നാം മിനിറ്റ്...

നിങ്ങൾ കണ്ണുകളടയ്ക്കുന്നു. അല്ലെങ്കിൽ നിങ്ങളുടെ വിഷൻ ബോർഡിൽ നോക്കുന്നു. നിങ്ങളാഗ്രഹിക്കുന്ന നിങ്ങളെ നിങ്ങൾ ഭാവനയിൽ കാണുന്നു. ലക്ഷ്യം നേടിയ നിങ്ങളെ നിങ്ങൾ ഭാവനയിൽ കാണുന്നു. അപ്പോൾ നിങ്ങൾ എങ്ങനെ കാണപ്പെടും എന്ന് കാണുന്നു. ആ നിമിഷം നിങ്ങൾ എങ്ങനെ അനുഭവിക്കുന്നു എന്ന് അനുഭവിക്കുന്നു. ആ ദിവസം നന്നായി പോകുന്നത് ഭാവനയിൽ കാണുന്നു. ആ ദിവസം നന്നായി ജോലി ചെയ്യുന്നത് ഭാവനയിൽ കാണുന്നു. ജോലി ആസ്വദിക്കുന്നത് ഭാവനയിൽ കാണുന്നു. കുടുംബത്തോടൊപ്പം വേണ്ടപ്പെട്ടവരോടൊപ്പം ആഹ്ലാദിക്കുന്നത് ഭാവനയിൽ കാണുന്നു. ചിരിക്കുന്നതും കളിക്കുന്നതും ഉല്ലസിക്കുന്നതും ഭാവനയിൽ കാണുന്നു. ആ ദിവസം കൈവരിക്കാൻ ആഗ്രഹിച്ചതെല്ലാം അനായാസം കൈവരിക്കുന്നത് ഭാവനയിൽ കാണുന്നു.

അതെങ്ങനെ കാണപ്പെടുമെന്ന് നിങ്ങൾ ഭാവനയിൽ കാണുന്നു. അതെങ്ങനെ അനുഭവപ്പെടുമെന്ന് ഭാവനയിൽ അനുഭവിക്കുന്നു. നിങ്ങളാൽ സൃഷ്ടിക്കപ്പെടുന്ന സന്തോഷത്തിന്റെ അനുഭവം നിങ്ങൾ ഭാവനയിൽ അനുഭവിക്കുന്നു.

നാലാം മിനിറ്റ്...

ആ ദിവസം എന്തിനാൽ നിങ്ങൾക്ക് സംതൃപ്തിയും ആത്മാഭിമാനവും അനുഭവപ്പെടുന്നുവെന്നും അന്ന് നിങ്ങൾ എന്ത് കൈ

വരിക്കാൻ ഉദ്ദേശിക്കുന്നുവെന്നും ഒറ്റ മിനിട്ടിൽ എഴുതുക. അതു വഴി നിങ്ങളുടെ മനസ്സിനെ നിങ്ങൾ ശാക്തീകരിക്കുകയും പ്രചോദിപ്പിക്കുകയും നിങ്ങളുടെ ആത്മവിശ്വാസം ഉണർത്തുകയും ചെയ്യുന്നു.

അഞ്ചാം മിനിറ്റ്...

ഇനി നിങ്ങളുടെ സ്വയം സഹായപുസ്തകമെടുക്കുക. ഒന്നോ രണ്ടോ പേജ് വായിക്കാൻ ഒരു മിനിറ്റ് മാറ്റിവയ്ക്കുക. അത്ഭുതം സൃഷ്ടിക്കുന്ന 60 സെക്കന്റ്. നിങ്ങളുടെ പ്രവർത്തന ഫലത്തെയോ വ്യക്തിബന്ധങ്ങളെയോ മെച്ചപ്പെടുത്താവുന്ന നിങ്ങളുടെ ദൈനംദിന ജീവിതവുമായി കോർത്തിണക്കാവുന്ന ഒരു ആശയം നിങ്ങൾക്ക് ഇപ്പോൾ ലഭിച്ചേക്കാം. നന്നായി ചിന്തിക്കാൻ, നന്നായി തോന്നാൻ, നന്നായി ജീവിക്കാൻ നിങ്ങൾക്കു പ്രയോജനപ്പെട്ടേക്കാവുന്ന പുതിയ ഒന്ന് നിങ്ങൾ കണ്ടെത്തിയേക്കാം.

ആറാം മിനിറ്റ്...

ഒടുവിൽ എണീറ്റ് ഒരു മിനിറ്റ് നേരത്തേക്ക് നിങ്ങൾ നിങ്ങളുടെ ശരീരത്തിന് വ്യായാമം നൽകുന്നു. ഒന്നുകിൽ മുറിയിൽ ത്തന്നെ ഒന്ന് ഓടാം അല്ലെങ്കിൽ ചാടാം. അതുമല്ലെങ്കിൽ പുഷ് അപ്പോ സിറ്റ്അപ്പോ എടുക്കാം. എന്തായിരുന്നാലും അത് ഹൃദയമിടിപ്പ് കൂട്ടണം, ഊർജ്ജം ഉൽപ്പാദിപ്പിക്കണം, നിങ്ങളുടെ ജാഗ്രതയും ശ്രദ്ധയും വർദ്ധിപ്പിക്കണം.

ഓരോ ദിവസത്തിന്റെയും ആദ്യ ആറു മിനിറ്റ് ഇങ്ങനെ ചെലവഴിക്കുന്നതിനെക്കുറിച്ച് നിങ്ങൾ ഇപ്പോൾ എന്തു കരുതുന്നു. നിങ്ങളുടെ ദിവസത്തിന്റെ, നിങ്ങളുടെ ജീവിതത്തിന്റെ ഗുണമേന്മ അത് വർദ്ധിപ്പിക്കുമോ?

എല്ലാ ദിവസവും നിങ്ങളുടെ 'വിസ്മയപ്പുലരി' ആറു മിനിറ്റിൽ ഒതുക്കണമെന്ന് ഞാൻ പറയില്ല. എന്നാൽ സമയത്തിന് ഞെരുക്കം അനുഭവപ്പെടുന്ന ദിവസങ്ങളിൽ ആറ് മിനിറ്റ് 'വിസ്മയപ്പുലരി' നിങ്ങളുടെ വ്യക്തിത്വവികസനം ത്വരിതപ്പെടുത്താനുതകുന്ന ആധികാരിക തന്ത്രം തന്നെയാണ്.

അധ്യായം എട്ട്

നിങ്ങളുടെ വിസ്മയപ്പുലരി നിങ്ങളുടെ താൽപര്യങ്ങൾക്കനുസരിച്ച് രൂപപ്പെടുത്തുക

നിങ്ങളുടെ ജീവിതശൈലിക്ക് ഇണങ്ങുംവിധമാക്കി വിസ്മയപ്പുലരിയെ നിങ്ങളുടെ വലിയ സ്വപ്നങ്ങളും ലക്ഷ്യങ്ങളും നേടാൻ ഉപയുക്തമാക്കുക.

'വിസ്മയപ്പുലരി' അത്ഭുതകരമാണ്. അത് എന്റെ ജീവിതത്തിന് പുതിയൊരു വ്യക്തതയും കൃത്യതയും ഊർജസ്വലതയും പകർന്നു തന്നു. പ്രത്യേകത എന്താണെന്നാൽ ഓരോ വ്യക്തിക്കും തന്റെ ലക്ഷ്യങ്ങൾക്കും ജീവിതരീതിക്കും അനുസരിച്ച് വ്യത്യസ്ത ചിട്ടകൾ വിസ്മയപ്പുലരിയിൽ തിരഞ്ഞെടുക്കാം എന്നതാണ്. ബിസിനസ് ഉടമയും ഒരു വയസ്സുള്ള കുഞ്ഞിന്റെ അമ്മയുമായ എനിക്ക് അത് പ്രാർത്ഥനയ്ക്കും, എന്റെ ലക്ഷ്യങ്ങളിലും സ്വപ്നങ്ങളിലും കൃത്യത രൂപപ്പെടുത്തുന്നതിനും വ്യായാമത്തിനും സമ്മർദ്ദം ഒഴിവാക്കുന്നതിനുമുള്ള സമയമാണ്. എന്റെ ജീവിതത്തിലെ വ്യക്തികൾക്കും സംഭവങ്ങൾക്കും അനുഗ്രഹങ്ങൾക്കും നന്ദി പറയാനുള്ള അവസരം കൂടിയാണ് എനിക്കത്. നമുക്കെല്ലാം ആഴ്ചയിൽ 168 മണിക്കൂറുകളുണ്ട്. അതിനാൽ 'വിസ്മയപ്പുലരി' പ്രയോഗിച്ചു തുടങ്ങുക. നിങ്ങളുടെ ജീവിതത്തിൽ ഉണ്ടെന്ന് നിങ്ങൾ ഇതുവരെ അറിഞ്ഞിട്ടില്ലാത്ത അത്ഭുതങ്ങൾ നിങ്ങൾ കണ്ടുതുടങ്ങും.

– കേറ്റി ഹീനി, ഉടമ,
ഹെഡ്ജ് ഹോഗ് ഗ്രൂപ്പ് (സെന്റ് ലൂയിസ്, എംഒ)

നിങ്ങളുടെ 'വിസ്മയപ്പുലരി'യിൽ നിങ്ങളുടെ വ്യക്തിത്വ വികസനം ത്വരിതപ്പെടുത്തുന്നതിന് ജീവനൗഷധം എങ്ങനെ

പ്രയോജനപ്പെടുത്താമെന്ന് നാം ഇതോടകം കണ്ടു. എങ്കിൽത്തന്നെയും 'വിസ്മയപ്പുലരി' നൂറുശതമാനവും ഓരോരുർത്തർക്കും അവനവന്റേതായ രീതിയിൽ ഉപയോഗിക്കാൻ പാകത്തിലുള്ളതാണ് എന്നതാണ് വാസ്തവം. ഉണർന്നെണീക്കുന്ന സമയം മുതൽ നിങ്ങളുടെ 'വിസ്മയപ്പുലരി'യുടെ മുഴുവൻ സമയവും, നിങ്ങൾ ചെയ്യേണ്ട കാര്യങ്ങൾക്കും അതിനോരോന്നിനും എടുക്കാവുന്ന സമയദൈർഘ്യത്തിനും അതിന്റെ ക്രമത്തിനുമൊന്നും ഒരുതരത്തിലുമുള്ള നിബന്ധനകളുമില്ല. നിങ്ങളുടെ ജീവിതരീതിക്ക് ഇണങ്ങുംവിധം നിങ്ങളുടെ ഏറ്റവും പ്രധാനപ്പെട്ട ലക്ഷ്യങ്ങൾ എത്രയും പെട്ടെന്ന് നേടാൻ ഉതകും വിധം 'വിസ്മയപ്പുലരി'യെ നിങ്ങളുടേതാക്കുക.

ഇവിടെ ഇതിനെല്ലാമൊപ്പം, പ്രഭാതങ്ങളിൽ എപ്പോൾ (എന്ത്) ഭക്ഷിക്കണം, നിങ്ങളുടെ പ്രധാന ലക്ഷ്യങ്ങളും സ്വപ്നങ്ങളുമായി വിസ്മയപ്പുലരിയെ എപ്രകാരം ബന്ധിപ്പിക്കണം, വാരാന്ത്യങ്ങളിൽ എന്തുചെയ്യണം, വച്ചുതാമസിപ്പിക്കലുകൾ ഒഴിവാക്കാൻ എന്തു ചെയ്യണം തുടങ്ങി ചില കാര്യങ്ങൾകൂടി പ്രതിപാദിക്കാൻ ഞാൻ ഉദ്ദേശിക്കുന്നു.

ഉണരുമ്പോൾ സമയം തുടങ്ങുന്നു

കേൾക്കുമ്പോൾ ഇതത്ര ശരിയായി തോന്നില്ല. പക്ഷേ, എന്നെ വിശ്വസിക്കുക. 'വിസ്മയപ്പുലരി' പ്രഭാതത്തിൽ തന്നെ ചെയ്യണമെന്നില്ല.

ഏ?

നേരത്തേ എണീക്കുന്നതിന് തീർച്ചയായും പ്രയോജനങ്ങളുണ്ട്. സംശയമില്ല. പക്ഷേ, ചിലരുടെ ജീവിതസാഹചര്യങ്ങൾ അതിനവരെ അനുവദിക്കുന്നില്ല. രാത്രി ഷിഫ്റ്റുകളിൽ ജോലി ചെയ്യുന്നവർക്ക് ഒൻപതു മണിക്ക് ഉറങ്ങുന്നവരെപ്പോലെ പുലർച്ചെ എണീക്കുക അസാധ്യമാണ്. ആഅത്തരം വ്യത്യസ്ത സമയക്രമങ്ങളുള്ളവർക്കും അവർ സാധാരണ ഉണർന്നെണീക്കുന്നതിൽ നിന്ന് കുറച്ച് നേരത്തേ (അര മണിക്കൂർ മുതൽ ഒരു മണിക്കൂർ വരെ) എണീറ്റ് വിസ്മയപ്പുലരിയുടെ പ്രയോജനം നേടാൻ കഴിയും. അതുവഴി സ്വയം വളരുന്നതിനും തങ്ങളുടെ ജീവിതത്തെ പരിവർത്തിപ്പിക്കുന്നതിനും അവർക്ക് കഴിയും.

എപ്പോൾ, എന്ത് കഴിക്കണം?
(പ്രഭാതങ്ങളിൽ) എന്തിന് കഴിക്കണം?

എന്റെയീ 'വിസ്മയപ്പുലരി'യിൽ, ഞാൻ എപ്പോഴാണ് ഭക്ഷണം കഴിക്കുക എന്നാവും ഇപ്പോൾ നിങ്ങൾ അമ്പരക്കുക. ഞാനത് പറയാം. ഈ വിസ്മയപ്പുലരികളിൽ എപ്പോൾ കഴിക്കുന്നു എന്നതിനേക്കാൾ നിർണ്ണായകമാണ് എന്തു കഴിക്കുന്നു എന്നത്. അതിനേക്കാൾ പ്രധാനമാണ് എന്തിന് കഴിക്കുന്നു എന്നതും.

എപ്പോൾ കഴിക്കണം

ഭക്ഷണം ദഹിപ്പിക്കുക എന്നത് ശരീരത്തിൽ നിന്ന് ഏറ്റവുമധികം ഊർജ്ജം ഊറ്റിയെടുക്കുന്ന പ്രക്രിയയാണെന്ന് മറക്കാതിരിക്കുക. ഭക്ഷണം എത്ര വലുതാണോ, എത്രകണ്ട് ഭക്ഷണം നിങ്ങൾ ശരീരത്തിന് അധികമായി നൽകിയോ, അത്ര ക്ഷീണം നിങ്ങൾക്ക് അനുഭവപ്പെടും. അതു മനസ്സിൽവച്ച്, 'വിസ്മയപ്പുലരി'ക്കുശേഷം ഭക്ഷണം ഞാൻ ശുപാർശ ചെയ്യുന്നു. അത് ജീവനൗഷധത്തിന് ആവശ്യമായ ശ്രദ്ധയും ജാഗ്രതയും നൽകുന്നു. രക്തം നിങ്ങളുടെ തലച്ചോറിലേക്ക് ഒഴുകുന്നു, കാരണം ഭക്ഷണം ദഹിപ്പിക്കാൻ അതിന് വയറ്റിലേക്ക് ഒഴുകേണ്ടി വരുന്നില്ല.

ഇനി എണീക്കുമ്പോഴേ എന്തെങ്കിലും കഴിച്ചേ മതിയാകുക എന്നുണ്ടെങ്കിൽ പഴങ്ങൾപോലെ പെട്ടെന്ന് ദഹിക്കുന്ന എന്തെങ്കിലും തെരഞ്ഞെടുക്കുക.

എന്തിന് കഴിക്കണം

നിങ്ങൾ എന്തിന് ഭക്ഷണം കഴിക്കണം എന്ന് ഇനി നമുക്കൊന്ന് ചിന്തിക്കാം. പലചരക്ക് കടയിൽനിന്ന് ഭക്ഷണത്തിനുള്ള സാധനങ്ങൾ വാങ്ങുമ്പോൾ, റസ്റ്റോറന്റിൽ ഭക്ഷണം ഓർഡർ ചെയ്യുമ്പോൾ, നിങ്ങളുടെ ശരീരത്തിന് നൽകേണ്ട ഭക്ഷണത്തിന് എന്ത് അളവുകോലാണ് നിങ്ങൾ നിശ്ചയിക്കുക? രുചിയെ മാത്രം അടിസ്ഥാനമാക്കിയായിരിക്കുമോ നിങ്ങളുടെ തെരഞ്ഞെടുപ്പ്? അതോ ഗുണമോ? ആരോഗ്യം? ഊർജ്ജം? ഭക്ഷണക്രമത്തിലെ നിയന്ത്രണങ്ങളാവുമോ നിങ്ങളുടെ തെരഞ്ഞെടുപ്പിന്റെ അടിസ്ഥാനം?

ഏറെപ്പേരും ഭക്ഷണം കഴിക്കുന്നത് രുചിക്കുവേണ്ടിയാണ്. അതിലുപരിയായി നമുക്കിഷ്ടപ്പെട്ട രുചികരമായ ഭക്ഷണത്തോടുള്ള വൈകാരിക അഭിനിവേശംകൊണ്ടാണ്.

'നിങ്ങളെന്തിന് ആ ഐസ്ക്രീം കഴിക്കുന്നു?' അല്ലെങ്കിൽ 'നിങ്ങളെന്തിന് ആ കോള കുടിക്കുന്നു?' അതുമല്ലെങ്കിൽ 'നിങ്ങൾ എന്തിന് ആ കോഴി വാങ്ങുന്നു?' എന്ന് ചോദിച്ചാൽ 'എനിക്ക് ഐസ്ക്രീം ഭയങ്കര ഇഷ്ടമാണ്' 'കോള എന്റെ പ്രിയപ്പെട്ട പാനീയമാണ്' 'കോഴിയില്ലാതെ എനിക്ക് ഭക്ഷണമേ ഇല്ല' എന്നൊക്കെയാവും പലരുടെയും മറുപടി. ഭക്ഷണത്തിന്റെ രുചിയോടുള്ള വൈകാരികമായ താൽപര്യത്തെ അടിസ്ഥാനമാക്കിയാണ് ഈ മറുപടികൾ ഓരോന്നും എന്ന് മനസ്സിലാക്കാം. അതവരുടെ ആരോഗ്യത്തിന് എത്ര ഗുണകരമാണ്, അതിൽ നിന്ന് അവർക്കെത്ര ഊർജ്ജം ലഭിക്കുന്നു എന്നതൊന്നും അവരുടെ പരിഗണനയിൽ ഇല്ല.

നമുക്ക് കൂടുതൽ ഊർജ്ജം ആവശ്യമുണ്ടെങ്കിൽ (എല്ലാവർക്കും അത് ആവശ്യമുണ്ട്), നമുക്ക് നമ്മുടെ ജീവിതം ആരോഗ്യപൂർണവും രോഗമുക്തവും ആകണമെങ്കിൽ (എല്ലാവർക്കും അതുവേണം) നാമിപ്പോൾ ഭക്ഷിക്കുന്ന ഭക്ഷണം അതിനനുസരിച്ചാണോ എന്ന് നാം പരിശോധിക്കേണ്ടതുണ്ട്. നാം കഴിക്കുന്ന ഭക്ഷണം നമ്മുടെ ആരോഗ്യത്തിന് ഉതകുന്നതാണോ? നമുക്ക് ആവശ്യമായ ഊർജ്ജം അതിൽ നിന്ന് ലഭിക്കുന്നുണ്ടോ? ആരോഗ്യത്തെയും ഊർജത്തെയും മറന്ന് രുചികരമായ ഭക്ഷണത്തിന് പിന്നാലെ ഒരു കാരണവശാലും പോകരുതെന്ന് ഞാൻ നിങ്ങളോട് അഭ്യർത്ഥിക്കുന്നു. രണ്ടും ഒരുപോലെ പരിഗണിക്കാമെന്നാണ് ഞാൻ പറയുക. ഊർജ്ജസ്വലമായി പ്രവർത്തിക്കുന്നതിനും ദീർഘകാലം ആരോഗ്യത്തോടെ ജീവിക്കുന്നതിനും ആവശ്യമായ അളവറ്റ ഊർജ്ജം ലഭിക്കുന്നതിന് ആരോഗ്യവും നിലനിൽക്കുന്ന ഊർജ്ജവും പ്രദാനം ചെയ്യുന്നതിനൊപ്പം രുചികരവുമായ ഭക്ഷണം നമുക്ക് തെരഞ്ഞെടുക്കാം.

എന്ത് ഭക്ഷിക്കണം

എന്ത് കഴിക്കണം എന്ന് ആലോചിക്കുന്നതിനു മുൻപ് ഒരു മിനിട്ട് എന്ത് കുടിക്കണം എന്ന് നമുക്കൊന്ന് ചിന്തിക്കണം? 'മയക്കം വിട്ടുണരാനുള്ള അഞ്ച് ചുവടു'കളിൽ നാലാമതായി പുലരിയിൽ ഉണർന്നെണീറ്റ ഉടനെ ഒരു മുഴുഗ്ലാസ് വെള്ളം

കുടിക്കുന്നതിനെക്കുറിച്ച് പറഞ്ഞത് ഓർക്കുമല്ലോ. ഒരു രാത്രിയുടെ ഉറക്കത്തിന്റെ വരൾച്ചയും ക്ഷീണവും അതകറ്റും. പിന്നെ ഞാൻ സാധാരണ എന്റെ 'വിസ്മയപ്പുലരി' ഒരു കപ്പ് കാപ്പിയിൽ ആരംഭിക്കും. വിസ്മയപ്പുലരിയെ ബാധിക്കാതെ അതുണ്ടാക്കുന്നതിന് 15 മിനിറ്റ് നേരത്തേ ഞാൻ എണീക്കും.

ഭക്ഷണത്തെ സംബന്ധിച്ചാണെങ്കിൽ പഴവർഗ്ഗങ്ങളും പച്ചക്കറികളും പോലുള്ള 'ജൈവ'ഭക്ഷണം കൂടുതൽ അടങ്ങിയ ഭക്ഷണക്രമം കൂടുതൽ ഊർജ്ജം ലഭിക്കുന്നതിനും മാനസിക ശ്രദ്ധയും വൈകാരിക പക്വതയും കൈവരിക്കുന്നതിനും ഏറെ ഉതകുമെന്ന് തെളിയിക്കപ്പെട്ടിട്ടുണ്ട്. അതിനാൽ നമ്മുടെ ശരീരത്തിന് ആവശ്യമായ എല്ലാം ചേർത്ത് ഒരൊറ്റ വലിയ ഗ്ലാസിൽ ഞാൻ വിസ്മയപ്പുലരി ഗംഭീരഭക്ഷണം ഒരുക്കിയിരിക്കുന്നു. പൂർണമായ പ്രോട്ടീൻ (ആവശ്യമായ എല്ലാ അമിനോ ആസിഡുകളും) പ്രായത്തെ ചെറുക്കുന്ന ആന്റി ഓക്സിഡന്റ്, ആവശ്യമായ ഫാറ്റി ആസിഡുകൾ (രോഗപ്രതിരോധശേഷിയും ഹൃദയാരോഗ്യവും തലച്ചോറിന്റെ ശക്തിയും കൂടുന്നതിന്) ഒപ്പം ധാരാളം വൈറ്റമിനുകളും ധാതുക്കളും എന്നാണ് ഞാൻ ഉദ്ദേശിച്ചത്. ദിവസത്തിന്റെ തുടക്കത്തിന് അത്രയും ധാരാളം.

നിലനിൽക്കുന്ന ഊർജ്ജം നൽകുന്നു എന്ന് മാത്രമല്ല, വിസ്മയപ്പുലരി ഭക്ഷണം രുചികരവുമാണ്. നിങ്ങളുടെ ദൈനംദിന ജീവിതത്തിൽ അത് അത്ഭുതം സൃഷ്ടിക്കും. www.TMMMBook.com-ൽ അതിന്റെ പാചകക്കുറിപ്പ് നിങ്ങൾക്ക് സൗജന്യമായി ലഭിക്കും.

നിങ്ങൾ എന്തു ഭക്ഷിക്കുന്നുവോ അതാണ് നിങ്ങൾ എന്നൊരു പഴമൊഴിയുണ്ട്. നിങ്ങളുടെ ശരീരത്തെ പരിപാലിക്കുക, അത് നിങ്ങളെ കാത്തുപരിപാലിക്കും. ഉന്മേഷവും വ്യക്തതയും ഉടനെ നിങ്ങൾക്ക് പകർന്ന് കിട്ടും.

വിസ്മയപ്പുലരിയെ നിങ്ങളുടെ സ്വപ്നങ്ങൾക്കും ലക്ഷ്യങ്ങൾക്കും അനുപൂരകമാക്കുക

അടിയന്തിര ലക്ഷ്യത്തിലേക്കും ഏറെ പ്രസക്തമായ സ്വപ്നങ്ങളിലേക്കും ശ്രദ്ധകേന്ദ്രീകരിക്കുന്നതിനാണ് വിസ്മയപ്പുലരി പഠിതാക്കളും ഉന്നതവിജയം കൈവരിച്ചവരും തങ്ങളുടെ ദൈനംദിനപരിശീലനം പ്രധാനമായും ഉപയോഗിക്കുക. ഒരു ബിസിനസ് ആരംഭിക്കുക, അല്ലെങ്കിൽ ഒരു പുസ്തകം എഴുതുക

തുടങ്ങിയ കാര്യങ്ങൾ മാറ്റിവയ്ക്കുകയോ സമയം കണ്ടെത്താൻ കഴിയാതിരിക്കുകയോ ചെയ്യുന്ന ചിലരെ സംബന്ധിച്ചിടത്തോളം ഇത് പ്രത്യേകം പ്രസ്താവ്യമാണ്. നിങ്ങളുടെ ലക്ഷ്യത്തിൽ ശ്രദ്ധ ഉറപ്പിച്ചുനിർത്തുന്നതിനും നിങ്ങളുടെ സ്വപ്നത്തിലേക്കുള്ള പുരോഗതി ത്വരിതപ്പെടുത്തുന്നതിനും ജീവനൗഷധം ഏറ്റവും അനുയോജ്യമാണ്.

ഉദാഹരണത്തിന് നിങ്ങൾ നിങ്ങളുടെ '*സ്ഥിരീകരണങ്ങൾ*'. (Affirmations) രൂപപ്പെടുത്തുമ്പോൾ അത് നിങ്ങളുടെ ലക്ഷ്യങ്ങൾക്കും സ്വപ്നങ്ങൾക്കും അനുരൂപമാണെന്ന് ഉറപ്പുവരുത്തുക. ആ ലക്ഷ്യങ്ങളെ, സ്വപ്നങ്ങളെ, കൈവരിക്കുന്നതിന് എപ്രകാരം ചിന്തിക്കണമെന്നതിനും എന്തിൽ വിശ്വസിക്കണമെന്നതിനും എന്തു ചെയ്യണമെന്നതിനും വ്യക്തത വരുത്തുക. അത് നിങ്ങളുടെ ലക്ഷ്യത്തെയും സ്വപ്നത്തെയും അചഞ്ചലമായി പിന്തുടരുമെന്ന നിങ്ങളുടെ പ്രതിജ്ഞാബദ്ധത ഉറപ്പുവരുത്തും. ദിവസവും നിങ്ങളുടെ സ്ഥിരീകരണങ്ങൾ വായിക്കുന്നത് നിങ്ങൾ ഏറ്റവും മുൻഗണനന നൽകുന്ന കാര്യത്തിൽ ഉറച്ചുനിൽക്കുന്നതിനും അവ കൈവരിക്കുന്നതിനും നടപടികൾ കൃത്യമായി സ്വീകരിക്കുന്നതിനും നിങ്ങൾക്ക് പ്രചോദനമാകും.

നിങ്ങളുടെ പ്രഭാത ഭാവനാചിത്രണ സമയത്ത്, നിങ്ങളുടെ ലക്ഷ്യം കൈവരിക്കുന്ന പ്രക്രിയ അനായാസം ഭാവനയിൽ കാണുക (ഈ പുസ്തകം എഴുതുമ്പോൾ ഞാൻ ചെയ്തതുപോലെ). ഒരിക്കൽ ആ ലക്ഷ്യം നേടുമ്പോൾ നിങ്ങൾ അനുഭവിക്കുന്ന ചാരിതാർത്ഥ്യം ഭാവനയിൽ അനുഭവിക്കുക. നിങ്ങളുടെ എല്ലാ ഇന്ദ്രിയങ്ങളെയും, കാഴ്ച, സ്പർശം, രുചി, കേൾവി, ഗന്ധം പോലും, അതിൽ ഉൾപ്പെടുത്തുക. നിങ്ങളുടെ ഭാവനയിൽ കാണുന്ന ചിത്രത്തിന് എത്രകണ്ട് വ്യക്തതയുണ്ടോ, നിങ്ങളുടെ ലക്ഷ്യം നേടുന്നതിനാവശ്യമായ നടപടികൾ സ്വീകരിക്കുന്നതിന് അത്രകണ്ട് പ്രചോദനവും നിശ്ചയദാർഢ്യവും നിങ്ങൾക്കുണ്ടാകും.

വച്ചുതാമസിപ്പിക്കൽ ഒഴിവാക്കാൻ ഏറ്റവും കഠിനം ആദ്യം

വച്ചുതാമസിപ്പിക്കൽ ഒഴിവാക്കി നിങ്ങളുടെ ഉൽപാദനക്ഷമത പരമാവധിയാക്കാനുള്ള ഏറ്റവും ഫലപ്രദമായ തന്ത്രം നിങ്ങളുടെ ഏറ്റവും കഠിനമായ, അൽപ്പംപോലും ആസ്വദനീയ

മല്ലാത്തതുമായ യത്നം രാവിലെ ആദ്യംതന്നെ തീർപ്പാക്കൂ എന്നതാണ്.

'ആ തവളയെ തിന്നുക' (Eat that Frog) എന്ന ബെസ്റ്റ്സെല്ലറിന്റെ രചയിതാവും ഉൽപ്പാദനക്ഷമതയിൽ വിദഗ്ധനുമായ ബ്രയാൻ ട്രേസി, രാവിലെ വേണ്ടതുപോലെ ചെയ്യുന്ന കാര്യങ്ങൾ നമ്മുടെ മനസ്സിന് എപ്രകാരം ഏറെ പ്രോത്സാഹനമാകുന്നുവെന്നും അതു നമ്മുടെ ജീവിതത്തെ എത്രമാത്രം ഉയരങ്ങളിലേക്ക് നയിക്കുമെന്നും വ്യക്തമായി കാണിച്ചു തരുന്നുണ്ട്. കഠിനമായ കാര്യം (തവളയെ തിന്നൽ) ആദ്യം ചെയ്ത് നമ്മുടെ വഴിയിൽനിന്ന് തടസ്സം തുടക്കത്തിലേ ഒഴിവാക്കുന്നത്, ദിവസത്തിന്റെ ബാക്കി ആവേശമുറ്റതാക്കാനും ഉൽപ്പാദനക്ഷമമാക്കാനും ഏറെ സഹായിക്കുന്നു.

വ്യക്തമായ ഉദ്ദേശ്യത്തോടെ രാവിലെ എണീക്കുന്നതുമൂലം ലഭിക്കുന്ന അധികസമയം വ്യക്തിത്വവികസനത്തിനായി ഉപയോഗിക്കുക - വെളുപ്പിനെ എണീക്കുക എന്നതു മാത്രമല്ല വിസ്മയപ്പുലരികൊണ്ട് ഉദ്ദേശിക്കുക. അതിലധികമായി രാവിലെ എന്തൊക്കെ പ്രവൃത്തികൾ നിങ്ങൾ ചെയ്യേണ്ടതുണ്ട് എന്നു കൂടിയാണ്. കാരണം രാവിലെ നിങ്ങൾ തിരഞ്ഞെടുക്കുന്ന പ്രവൃത്തികൾ നിങ്ങളെ കർമ്മോന്മുഖരാക്കുകയും അതുവഴി നിങ്ങളുടെ ആന്തരികജീവിതത്തെ(നിങ്ങളെത്തന്നെ)യും നിങ്ങളുടെ ബാഹ്യജീവിതത്തെ(നിങ്ങളുടെ ജീവിതത്തെ)യും മെച്ചപ്പെടുത്തുകയും ചെയ്യുന്നു.

നിങ്ങളുടെ ജീവിതശൈലിക്ക് അനുയോജ്യമാവണ്ണം 'വിസ്മയപ്പുലരി'യെ എങ്ങനെ ക്രമീകരിക്കാമെന്നതു സംബന്ധിച്ച ഏതാനും ആശയങ്ങളും തന്ത്രങ്ങളും ഈ ചെറിയ അധ്യായത്തിൽ ഞാൻ നിങ്ങൾക്ക് നൽകാം. അതുവഴി അത് നിങ്ങളുടെ ജീവിതത്തിന്റെ മൂല്യം വർദ്ധിപ്പിക്കുകയും നിങ്ങളുടെ ഏറ്റവും പ്രധാനപ്പെട്ട ലക്ഷ്യങ്ങൾ കൈവരിക്കുന്നതിന് നിങ്ങളെ സഹായിക്കുകയും ചെയ്യും. വ്യവസായസംരംഭകർ മുതൽ വീട്ടമ്മമാരും ഹൈസ്കൂൾ കോളേജ് വിദ്യാർത്ഥികളുംവരെയുള്ള വ്യക്തികൾ തങ്ങളുടെ ദിനചര്യകൾക്കും മുൻഗണനകൾക്കും ജീവിതശൈലിക്കും ഇണങ്ങുന്ന വിധത്തിൽ വിസ്മയപ്പുലരിയെ രൂപപ്പെടുത്തിയതിന്റെ 'ജീവിക്കുന്ന' ഉദാഹരണങ്ങളും ഞാൻ ഇതിൽ ഉൾപ്പെടുത്തിയിരിക്കുന്നു.

വാരാന്ത്യത്തിലെ വിസ്മയപ്പുലരി

"ശനിയാഴ്ച ദിവസം പുലർച്ചെ എണീക്കുന്നതുമൂലം സ്വസ്ഥമായ മനസ്സോടെ ജോലി പൂർത്തിയാക്കുന്നതിന് എനിക്കൊരു മുൻതൂക്കം ലഭിക്കുന്നു. പ്രവൃത്തി ദിവസങ്ങളിൽ ജോലിയുടെ സമ്മർദ്ദം കഠിനമാണ്. പക്ഷേ, വാരാന്ത്യത്തിൽ അതില്ല. രാവിലെ മറ്റുള്ളവർ എണീക്കുന്നതിനു മുന്നേ എണീറ്റാൽ എനിക്കന്നത്തെ ദിവസത്തെ മുൻകൂട്ടി കാണാൻ കഴിയും. കുറഞ്ഞപക്ഷം എനിക്കെന്റെ കാര്യങ്ങൾ സ്വസ്ഥമായ മനസ്സോടെ ചെയ്തുതീർക്കാൻ കഴിയും."

- ഓപ്ര വിൻഫ്രെ

ഓപ്ര പറഞ്ഞതിൽ കൂടുതലൊന്നും ഇക്കാര്യത്തിൽ എനിക്ക് പറയാനില്ല. ഞാനാദ്യം വിസ്മയപ്പുലരി രൂപപ്പെടുത്തിയത് തിങ്കൾ മുതൽ വെള്ളിവരെയുള്ള ദിവസങ്ങൾക്കുവേണ്ടി മാത്രമായിരുന്നു. ആഴ്ചയറുതികൾ ഞാൻ വിശ്രമമായി കണക്കാക്കി. എന്നാൽ എല്ലാ വിസ്മയപ്പുലരി ദിവസങ്ങളും എനിക്ക് പൂർണ്ണതയും തൃപ്തിയും സർഗാത്മകതയും സമ്മാനിക്കുമ്പോൾ വൈകി എണീക്കുന്ന ഏതു ദിവസവും ക്ഷീണവും അലസതയും വിരസതയും മാത്രമാണ് ഫലമെന്ന് അധികം വൈകാതെ ഞാൻ മനസ്സിലാക്കി.

നിങ്ങൾ സ്വയം പരീക്ഷിച്ചു നോക്കുക. പ്രവൃത്തിദിവസങ്ങളിൽ മാത്രം വിസ്മയപ്പുലരി ചെയ്ത് വാരാന്ത്യത്തിൽ വിശ്രമം എടുത്തിരുന്ന എന്റെ രീതിയിൽത്തന്നെ നിങ്ങൾ തുടങ്ങിക്കോളൂ. വൈകി എണീക്കുന്ന ശനി, ഞായർ ദിവസങ്ങളിൽ നിങ്ങൾക്ക് പ്രഭാതങ്ങൾ എങ്ങനെ അനുഭവപ്പെടുന്നുവെന്ന് നോക്കുക. വിസ്മയപ്പുലരിയിൽ തുടങ്ങുന്ന ദിവസങ്ങളാണ് നന്നെന്ന് മറ്റ് ഏറെപ്പേരെയുംപോലെ നിങ്ങൾക്കു തോന്നുന്നെങ്കിൽ, വാരാന്ത്യപ്രഭാതങ്ങൾ നിങ്ങളുടെ പ്രിയപ്പെട്ട വിസ്മയപ്പുലരിയായി മാറും, തീർച്ച.

നിങ്ങളുടെ വിസ്മയപ്പുലരികളെ പുതുമയും വിനോദവും ആവേശവും നിറഞ്ഞതാക്കുക!

വർഷങ്ങൾക്കൊണ്ട് എന്റെ വിസ്മയപ്പുലരികളുടെ രൂപവും ഭാവവും ഏറെ മാറി. ഞാനിപ്പോഴും പക്ഷേ, ജീവനൗഷധം പരിശീലിക്കുന്നു. ആ ആറു കാര്യങ്ങൾ പരിശീലിക്കുന്നതിലൂടെ

ലഭിക്കുന്ന മേന്മകൾ വേണ്ടെന്നുവയ്ക്കാനുള്ള ഒരു കാരണവും ഞാൻ കാണുന്നില്ല. അതേസമയം, വിസ്മയപ്പുലരി വൈവിധ്യ പൂർണവും പുതുമയുള്ളതുമാക്കുന്നത് ഏറെ പ്രധാനമാണെന്നും ഞാൻ കരുതുന്നു. വ്യക്തിബന്ധങ്ങളിൽ എന്നപോലെ പുതിയൊരു രസക്കൂട്ടിലെ അഹ്ലാദവും ഒരൽപ്പം വിനോദവും ഇല്ലെങ്കിൽ ഏതുകാര്യവും വിരസവും മുഷിപ്പനുമാകും.

ഉദാഹരണത്തിന് നിങ്ങളുടെ ദൈനംദിന വ്യായാമ ചിട്ടകൾ തൊണ്ണൂറു ദിവസം കൂടുമ്പോൾ അല്ലെങ്കിൽ മാസംതോറും മാറ്റിക്കൊണ്ടിരിക്കണം. വിവിധതരത്തിലുള്ള ധ്യാനങ്ങൾ പരീക്ഷിക്കാം. വെറുതെ ഗൂഗിളിൽ ഒന്ന് പരതിയാൽ, നിങ്ങളുടെ ഫോണിലെ മെഡിറ്റേഷൻ ആപ്പുകളിലേതെങ്കിലുമൊക്കെ ഡൗൺലോഡ് ചെയ്താൽ, വ്യത്യസ്ത ധ്യാനരീതികൾ നിങ്ങൾക്ക് ലഭിക്കും. ഒരു വിഷൻ ബോർഡുണ്ടാക്കി അത് പതിവായി കാലിക (അപ്ഡേറ്റ്)മാക്കാം. സ്ഥിരീകരണത്തെക്കുറിച്ച് വിശദീകരിക്കവേ ഞാൻ പറഞ്ഞതുപോലെ, നിങ്ങളുടെ ഇന്ദ്രിയങ്ങളെ ഉദ്ദീപിപ്പിക്കുന്ന വിധത്തിൽ, നിങ്ങൾക്ക് എന്തുചെയ്യാൻ കഴിയും നിങ്ങൾ എന്താകാൻ ആഗ്രഹിക്കുന്നു എന്നതുസംബന്ധിച്ചു മാറിവരുന്ന കാഴ്ചപ്പാടിന് യോജിക്കുന്നവിധത്തിൽ, നിങ്ങൾ നിങ്ങളുടെ സ്ഥിരീകരണത്തെ പതിവായി പുതുക്കുക.

ഞാനെന്റെ വിസ്മയപ്പുലരികളെ മാറുന്ന പതിവുകൾക്കും ചിട്ടകൾക്കും സാഹചര്യങ്ങൾക്കും ജോലികൾക്കും പദ്ധതികൾക്കും അനുസരിച്ച്, ഇടയ്ക്കിടെ പുനഃക്രമീകരിക്കുന്നു. ഒരു പ്രഭാഷണത്തിനോ സെമിനാറിനോ തയ്യാറെടുക്കുന്ന സമയത്ത്, ഞാനെന്റെ വിസ്മയപ്പുലരികളിൽ അത് പരിശീലിക്കുന്നതിനും അതിനായി തയ്യാറാകുന്നതിനും കൂടുതൽ സമയം മാറ്റിവയ്ക്കുന്നു. കോളേജുകളിലും കോർപ്പറേഷനുകളിലും പ്രഭാഷണം നടത്തുന്നതിനായി സഞ്ചരിക്കുന്നതിനിടെ ഹോട്ടലുകളിൽ തങ്ങുകയാണെങ്കിൽ വിസ്മയപ്പുലരികളെ അതനുസരിച്ച് ക്രമീകരിക്കുന്നു. രാത്രി വൈകിയുള്ള മുഖ്യപ്രഭാഷണമോ ശില്പശാലയോ ഉണ്ടെങ്കിൽ ഞാൻ എണീക്കുന്നത് അതനുസരിച്ച് അൽപ്പം വൈകിയായിരിക്കും.

കഴിഞ്ഞ ഏതാനും മാസങ്ങളായി ഞാൻ പ്രധാനമായും ഈ പുസ്തകമെഴുതുന്നതിൽ ശ്രദ്ധ കേന്ദ്രീകരിച്ചിരിക്കുന്നതിനാൽ എന്റെ വിസ്മയപ്പുലരികളെ അതിനനുസരിച്ച് രൂപപ്പെടുത്തിയിരിക്കുന്നു. ഞാനിപ്പോഴും 'ജീവനൗഷധം' സേവിക്കുന്നു. പക്ഷേ,

കുറഞ്ഞ അളവിൽ മാത്രമാണെന്നു മാത്രം. അതുവഴി എനിക്ക് എഴുത്തിൽ കൂടുതൽ ശ്രദ്ധിക്കാൻ കഴിയുന്നു.

നിങ്ങൾ കണ്ടതുപോലെ, നിങ്ങളുടെ വിസ്മയപ്പുലരികളെ നിങ്ങളുടെ ജീവിതരീതിക്കും നിങ്ങളുടെ ആവശ്യങ്ങൾക്കും അനുസരിച്ച് നിങ്ങൾക്ക് ക്രമീകരിക്കാം, ഒരു കുഴപ്പവുമില്ല.

വിസ്മയപ്പുലരികളെ നിങ്ങളുടെ രീതിയിൽ ക്രമീകരിക്കുന്നതു സംബന്ധിച്ച് ചില അധിക ചിന്തകൾ

മനുഷ്യർക്ക് വൈവിധ്യം ആവശ്യമാണ്. നിങ്ങളുടെ വിസ്മയപ്പുലരികൾക്ക് പുതുമയുണ്ടായിരിക്കേണ്ടതും അവ പുതുതായിരിക്കേണ്ടതും വളരെ പ്രധാനമാണ്. വിൽപ്പനക്കാരൻ എന്ന നിലയിൽ എന്റെ ജോലി വളരെ വിരസമാണ് എന്ന എന്റെ സ്ഥിരം പരാതിയോട് എന്റെ ഗുരുക്കന്മാരിൽ ഒരാൾ പ്രതികരിച്ചത്, “അത് വിരസമായത് ആരുടെ കുഴപ്പം കൊണ്ടാണ്? അതിൽ രസം കണ്ടെത്തേണ്ടത് ആരുടെ ഉത്തരവാദിത്തമാണ്?”, എന്ന മറുചോദ്യം കൊണ്ടായിരുന്നു. ഞാനൊരിക്കലും മറക്കാത്ത വലിയ പാഠമാണത്. നമ്മുടെ ദൈനംദിന ജോലികളായാലും നമ്മുടെ ബന്ധങ്ങളായാലും അത് നാം ആഗ്രഹിക്കുന്ന വിധത്തിലാകേണ്ടത് നമ്മുടെ മാത്രം ഉത്തരവാദിത്തമാണ്.

ഓർക്കുക നിങ്ങളുടെ ജീവിതത്തിലെ എല്ലാറ്റിന്റെയും ഉത്തരവാദിത്തം നിങ്ങൾതന്നെ ഏറ്റെടുക്കുന്ന നിമിഷം നിങ്ങളുടെ ജീവിതത്തിലെ എന്തും മാറ്റിമറിക്കാനുള്ള അധികാരം നിങ്ങൾക്ക് ലഭിക്കും, തീർച്ച.

അധ്യായം ഒൻപത്

അസഹ്യമായതിൽ നിന്ന് ആസ്വാദ്യമായതിലേക്ക്:

നിങ്ങളുടെ ജീവിതത്തെ മാറ്റിമറിക്കുന്ന ശീലങ്ങൾ (30 ദിവസങ്ങൾക്കുള്ളിൽ) രൂപപ്പെടുത്തിയെടുക്കുന്നതിനുള്ള രഹസ്യം

വിജയിച്ച മനുഷ്യർ അങ്ങനെ ജനിച്ചവരല്ല. പരാജയപ്പെട്ട മനുഷ്യർ ചെയ്യാനേ ഇഷ്ടപ്പെടാത്ത കാര്യങ്ങൾ ചെയ്ത് ചെയ്ത് ശീലമാക്കി മാറ്റിയതിനാലാണ് അവർ വിജയിച്ചത്. വിജയിച്ചവരും അത് എല്ലായ്പ്പോഴും ചെയ്യാൻ ഇഷ്ടപ്പെടുന്നെന്നുമില്ല. അവർ അതങ്ങ് ചെയ്യുകയാണ്.

– ഡോൺ മാർകിസ്

പ്രചോദനം നിങ്ങളെ തുടങ്ങാൻ പ്രേരിപ്പിക്കുന്നു. ശീലങ്ങൾ അത് തുടരാനും.

– ജിം റോൺ

നമ്മുടെ ശീലങ്ങളുടെ മേന്മയാണ് നമ്മുടെ ജീവിതത്തിന്റെ മേന്മ നിശ്ചയിക്കുന്നതെന്ന് പറയാറുണ്ട്. ഒരാൾ വിജയകരമായവിധത്തിൽ ജീവിക്കുന്നത്, അയാൾക്ക് വിജയത്തെ രൂപപ്പെടുത്തുകയും നിലനിർത്തുകയും ചെയ്യാൻ തക്കവിധത്തിലുള്ള ശീലങ്ങളുള്ളതുകൊണ്ടാണ്. മറ്റൊരുവിധത്തിൽ പറഞ്ഞാൽ, ഒരാൾ അയാൾ ആഗ്രഹിക്കുന്ന അളവിൽ വിജയം കൈവരിക്കുന്നില്ലെങ്കിൽ – ഏത് മേഖലയിലായാലും – അതിനർത്ഥം അയാളാഗ്രഹിക്കുന്ന ഫലപ്രാപ്തി കൈവരിക്കുന്നതിന് ആവശ്യമായ ശീലങ്ങൾ രൂപപ്പെടുത്തുന്നതിൽ അയാൾ അൽപ്പംപോലും പ്രതിജ്ഞാബദ്ധനല്ല എന്നാണ്.

നമ്മുടെ ശീലങ്ങളാണ് നമ്മുടെ ജീവിതത്തെ രൂപീകരിക്കുന്നത് എന്നതിനാൽ, ശീലങ്ങളെ പരുവപ്പെടുത്തുന്നതിലും

പ്രധാനമായി പഠിക്കുകയോ പ്രാഗത്ഭ്യം നേടുകയോ ചെയ്യേണ്ട മറ്റൊന്നും ജീവിതത്തിൽ ഇല്ല എന്നറിയുക.

നിങ്ങൾ ജീവിതത്തിൽ ആഗ്രഹിക്കുന്ന ഫലപ്രാപ്തിക്ക് ആവശ്യമായ ശീലങ്ങൾ തിരിച്ചറിയുകയും ശീലിക്കുകയും നിലനിർത്തുകയും ചെയ്യുക. നിങ്ങളുടെ കഴിവുകളും സാധ്യതകളും പരമാവധി പ്രയോജനപ്പെടുത്തുന്നതിൽനിന്ന് നിങ്ങളെ പിന്നോക്കം വലിക്കുന്ന പ്രതിലോമ ശീലങ്ങൾ ഒഴിവാക്കുക.

പതിവായി ആവർത്തിക്കുന്ന, ഉപബോധമനസ്സിൽ രൂപമെടുക്കുന്ന സ്വഭാവങ്ങളാണ് ശീലങ്ങൾ. നിങ്ങൾ മനസ്സിലാക്കിയാലും ഇല്ലെങ്കിലും നിങ്ങളുടെ ജീവിതത്തെ രൂപപ്പെടുത്തുന്നതും കൊണ്ടുനടക്കുന്നതും ശീലങ്ങളാണ്. ശീലങ്ങൾ തുടരുകയും ചെയ്യുക. നിങ്ങൾ നിങ്ങളുടെ ശീലങ്ങളെ നിയന്ത്രിച്ചില്ലെങ്കിൽ ശീലങ്ങൾ നിങ്ങളെ നിയന്ത്രിക്കും.

ദൗർഭാഗ്യവശാൽ, നിങ്ങളും മറ്റുള്ളവരെപ്പോലെയെങ്കിൽ ഗുണപരമായ, ധനാത്മകമായ ശീലങ്ങൾ എങ്ങനെ ശീലിക്കാമെന്നും നിലനിർത്താമെന്നും (എന്നുവച്ചാൽ പ്രാഗത്ഭ്യം നേടാമെന്നും) നിങ്ങൾ ഒരിക്കലും പഠിക്കില്ല. സ്കൂളുകളിൽ ശീലങ്ങൾ പഠിപ്പിക്കുന്ന ക്ലാസുകളില്ല. മറ്റെല്ലാ പഠനങ്ങളെക്കാളും നിങ്ങളുടെ വിജയത്തെയും ജീവിതത്തിന്റെ ആകെ മേന്മയെയും നിശ്ചയിക്കുന്ന അത്തരമൊരു പഠനമാണ് യഥാർത്ഥത്തിൽ ആവശ്യം.

ശീലങ്ങളിൽ പ്രാഗത്ഭ്യം നേടാത്തതിനാൽ അധികംപേരും അവയെ നിയന്ത്രിക്കുന്നതിൽ വീണ്ടും വീണ്ടും പരാജയപ്പെടുന്നു. ഉദാഹരണത്തിന് പുതുവർഷ പ്രതിജ്ഞകൾ എടുക്കുക.

പതിവു പരാജയം: പുതുവർഷ പ്രതിജ്ഞകൾ

ഓരോ വർഷവും ലക്ഷക്കണക്കിനാളുകൾ നല്ല ഉദ്ദേശ്യത്തോടെ പുതുവർഷ പ്രതിജ്ഞ എടുക്കുന്നു. എന്നാൽ തീരെ കുറച്ച് ആളുകൾ മാത്രം അതിൽ ഉറച്ചുനിൽക്കുന്നു. നിങ്ങളുടെ ജീവിതത്തിൽ ഗുണപരമായ (വ്യായാമം, നേരത്തേ ഉണരൽ) ചില ശീലങ്ങൾ കൂട്ടിച്ചേർക്കും എന്നതായിരിക്കാം ചിലപ്പോൾ ആ പ്രതിജ്ഞ. അതല്ലെങ്കിൽ, ചില ദുഃശീലങ്ങൾ (പുകവലി, മദ്യപാനം) ഒഴിവാക്കും എന്നുമാകാം. എന്നാൽ ഈ പ്രതിജ്ഞ

മിക്കവാറും ജനുവരി കഴിയും മുമ്പേതന്നെ പാഴായിട്ടുണ്ടാവുമെന്നറിയാൻ സ്ഥിതിവിവരക്കണക്കുകൾ ഒന്നും പരിശോധിക്കേണ്ടതില്ല.

നിങ്ങൾക്കത് നേരിട്ട് അനുഭവിച്ചറിയാം. ജനുവരി ആദ്യം ജിമ്മിൽ പോയി നോക്കുക. നിങ്ങൾക്ക് വാഹനം പാർക്ക് ചെയ്യാൻപോലും ഇടം കിട്ടാത്തവിധം അവിടെ തിരക്കായിരിക്കും. പുതുവർഷത്തിലെടുത്ത പ്രതിജ്ഞയുടെ വീര്യത്തിൽ, തടി കുറയ്ക്കുക എന്ന നല്ല ഉദ്ദേശ്യത്തോടെ വന്ന മനുഷ്യരുടെ വാഹനങ്ങൾകൊണ്ട് അവിടെമാകെ നിറഞ്ഞിരിക്കും. എന്നാൽ ജനുവരി പകുതിയാകുമ്പോഴേക്കും പാർക്കിങ്ങിനുള്ള പ്രദേശത്തിന്റെ പകുതി ഒഴിഞ്ഞിരിക്കുന്നതായി പോയി നോക്കിയാൽ നിങ്ങൾക്ക് കാണാം. പുതിയ ശീലത്തിൽ ഉറച്ചുനിൽക്കാൻ വേണ്ട തന്ത്രങ്ങൾ രൂപപ്പെടുത്താത്തതിനാൽ ഭൂരിപക്ഷവും തങ്ങളുടെ പ്രതിജ്ഞയിൽ പരാജയപ്പെടുന്നു.

നമുക്ക് സന്തോഷവും ആരോഗ്യവും വിജയവും നൽകുന്ന ശീലങ്ങൾ ശീലിക്കാനും അതിൽ നിലനിൽക്കാനും എന്തുകൊണ്ടാണ് നമുക്കിത്ര പ്രയാസം അനുഭവപ്പെടുന്നത്?

പഴകിയതിൽ അടിമത്തം: മാറ്റം വേദനാകരം

അതെ, നാം ഒരു പരിധിവരെ നമ്മുടെ ശീലങ്ങൾക്ക് അടിമകളാണ്. ഒരിക്കൽ ഒരു ശീലം ആവർത്തനങ്ങളിലൂടെ മനസ്സിലോ ശരീരത്തിലോ ഉറച്ചു കഴിഞ്ഞാൽ പിന്നെയത് മാറുക ഏറെ ബുദ്ധിമുട്ടാണ്. അത് മാറണമെങ്കിൽ ഫലപ്രദമായ, പ്രായോഗികമായ ഒരു കർമ്മപദ്ധതി നിങ്ങൾക്കുണ്ടാകണം.

പുതിയ ശീലങ്ങൾ രൂപപ്പെടുത്താനും അവയിൽ ഉറച്ചുനിൽക്കാനും പലർക്കും കഴിയാത്തതിന്റെ പ്രധാന കാരണം, എന്തായിരിക്കണം? തങ്ങളുടെ പുതിയ ശീലം അവർക്ക് മുൻകൂട്ടി കാണാൻ കഴിയാത്തതാണ്. അതിനാൽ അവർക്കാ ശീലം ശീലിക്കാനുള്ള മാർഗ്ഗവും അറിയില്ല.

ഒരു പുതിയ ശീലം ശീലിക്കാൻ എത്രകാലം വേണം?

നിങ്ങളുടെ ജീവിതത്തിലേക്ക് ഒരു പുതിയ ശീലം കൂട്ടിച്ചേർക്കാൻ ഒരൊറ്റ ഹിപ്നോട്ടിക് സെഷൻ മുതൽ 21 ദിവസം, ചിലപ്പോൾ മൂന്നു മാസംവരെ വേണ്ടിവരുമെന്നാണ് പലരും പറയുന്നത്.

ഇരുപത്തൊന്നു ദിവസം എന്ന സങ്കൽപ്പം വന്നത് സൗന്ദര്യ വർധക ശസ്ത്രക്രിയാ വിദഗ്ധൻ ഡോ. മാക്സ്‌വെൽ മാൾട്ട്സ് രചിച്ച സൈക്കോ സൈബർനെറ്റിക്സ് (Psycho Cybernetics: A New Way To Get More Living Out of Life) എന്ന പുസ്തകം 1960-ൽ പുറത്തുവന്നതോടെയാണ്. ഒരു അവയവത്തിന്റെ നഷ്ടവുമായി ശരീരം പൊരുത്തപ്പെടാൻ 21 ദിവസം വേണമെന്ന് അതിൽ അദ്ദേഹം പറയുന്നു. ജീവിതത്തിലെ ഏതു വലിയ മാറ്റങ്ങളോടും പൊരുത്തപ്പെടാൻ മനുഷ്യർക്ക് 21 ദിവസം വേണമെന്നാണ് അദ്ദേഹത്തിന്റെ വാദം. അതേസമയം ശീലങ്ങളുടെ കടുപ്പം അനുസരിച്ചാണ് അവ ആളുകൾക്ക് തഴക്കമാകുന്നതെന്ന് മറ്റുചിലർ പറയുന്നു.

എന്റെ സ്വന്തം അനുഭവത്തിൽനിന്നും എന്റെ നൂറുകണക്കിന് കക്ഷികളിൽനിന്ന് നേരിട്ട് ലഭിച്ച വിവരങ്ങളിൽനിന്നും, ഞാനെത്തിച്ചേർന്ന നിഗമനം, ശരിയായ മാർഗ്ഗം ഉപയോഗിച്ചാൽ നിങ്ങൾക്ക് നിങ്ങളുടെ ഏതു ശീലവും 30 ദിവസംകൊണ്ട് മാറ്റിയെടുക്കാൻ കഴിയും എന്നാണ്. പ്രശ്നം എന്താണെന്നുവച്ചാൽ മിക്കവർക്കും ശരിയായ മാർഗ്ഗം എന്നല്ല, ഒരു മാർഗ്ഗവും അറിയില്ല എന്നതാണ്. അതിനാൽ വർഷങ്ങൾ കഴിയുംതോറും അവർക്ക് ആത്മവിശ്വാസവും മെച്ചപ്പെടാനുള്ള കഴിവും അധികമധികമായി നഷ്ടപ്പെടുന്നു. ശ്രമങ്ങൾ വീണ്ടും വീണ്ടും പരാജയപ്പെട്ട് അവരെ തകർക്കുന്നു. എന്തെങ്കിലും മാറിയേ മതിയാകൂ.

നിങ്ങൾക്കെങ്ങനെ നിങ്ങളുടെ ശീലങ്ങളുടെ അധിപനാകാം? നിങ്ങളാഗ്രഹിക്കുന്ന ഗുണകരമായ ശീലങ്ങളോട് താദാത്മ്യം പ്രാപിക്കാനും അവ ശീലിക്കാനും നിലനിർത്താനും പഠിക്കുക വഴി നിങ്ങളുടെ ജീവിതത്തിന്റെ പൂർണനിയന്ത്രണം നിങ്ങൾക്ക് എങ്ങനെ ഏറ്റെടുക്കാനാവും? നിങ്ങളുടെ ദുശ്ശീലങ്ങളെ നിങ്ങൾക്ക് എങ്ങനെ പൂർണമായി ഒഴിവാക്കാനാകും? അധികമാരും അല്പംപോലും അറിയാനിടയില്ലാത്ത ആ ശരിയായ വഴി നിങ്ങൾ പഠിക്കാൻ പോവുകയാണ്.

മുപ്പതു ദിവസംകൊണ്ട് ശീലങ്ങൾക്കുമേൽ പൂർണനിയന്ത്രണം കൈവരിക്കാനുതകുന്ന ശരിയായ മാർഗ്ഗം (ശരിക്കും ഫലപ്രദം)

ശരിയായ, ഗുണകരമായ ശീലങ്ങൾ ശീലിക്കുന്നതിൽനിന്നും നിലനിർത്തുന്നതിൽനിന്നും അധികം പേരെയും വിലക്കുന്ന പ്രധാന തടസ്സം അവർക്ക് അതിനുള്ള ശരിയായ മാർഗ്ഗം അറിയില്ല എന്നതാണ്. എന്താണ് പ്രതീക്ഷിക്കേണ്ടത് എന്ന് അവർക്ക് അറിയില്ല. ഏതു പുതിയ ശീലങ്ങളും ശീലിക്കുമ്പോഴുണ്ടാകുന്ന മാനസികവും വൈകാരികവുമായ വെല്ലുവിളികൾ എങ്ങനെ മറികടക്കാമെന്ന് അവർക്കറിയില്ല.

ഒരു നല്ല ശീലം ശീലിക്കുന്നതിന് (ഒരു പഴയ മോശം ശീലം ഉപേക്ഷിക്കുന്നതിനും) ആവശ്യമായ 30 ദിവസത്തെ സമയപരിധിയെ പത്തു ദിവസം വീതമുള്ള മൂന്നു ഘട്ടങ്ങളായി നമുക്ക് തിരിക്കാം. ഈ ഓരോ ഘട്ടവും വ്യത്യസ്തമായ വൈകാരിക വെല്ലുവിളികളും മാനസിക തടസ്സങ്ങളും മുന്നോട്ടുവയ്ക്കുന്നു. ഇത്തരം വെല്ലുവിളിക്കെതിരെയും തടസ്സങ്ങളെക്കുറിച്ചും ബോധ്യമില്ലാത്ത സാധാരണക്കാർ അവയുടെ മുന്നിൽ തോറ്റു പിന്മാറുന്നു. കാരണം, അവർക്കറിയില്ല അവയെ എങ്ങനെ മറികടക്കണമെന്ന്.

ഒന്നാം ഘട്ടം (ഒന്നു മുതൽ പത്തു വരെ ദിവസങ്ങൾ): അസഹ്യം

ഒരു പുതിയ ശീലം ശീലിക്കുന്ന, അതല്ലെങ്കിൽ പഴയൊരു ശീലം ഉപേക്ഷിക്കുന്ന ആദ്യ പത്തു ദിവസങ്ങൾ അസഹ്യമായിരിക്കും, സംശയമില്ല.

ആദ്യത്തെ ഒന്നോ രണ്ടോ ദിവസം ഒരു പുതുമമൂലം കാര്യങ്ങൾ അനായാസമായി, കുറെയൊക്കെ ആവേശകരമായി അനുഭവപ്പെടും. എന്നാൽ പുതുമ മാറുമ്പോൾ, യാഥാർത്ഥ്യം നിങ്ങളെ ആവേശിക്കും. നിങ്ങളതിനെ വെറുക്കും. അത് വേദനാജനകമാണ്. അതത്ര തമാശയല്ല. നിങ്ങൾ, നിങ്ങളുടെ ഉണ്മയുടെ ഓരോ അംശവും മാറ്റത്തെ ചെറുക്കാൻ, ഉപേക്ഷിക്കാൻ വെമ്പൽ കൊള്ളും. നിങ്ങളുടെ മനസ്സതിനെ തള്ളിക്കളയും. "ഞാനിതിനെ വെറുക്കുന്നു" എന്ന് നിങ്ങൾ ചിന്തിക്കും. നിങ്ങളുടെ ശരീരം

അതിനെ എതിർക്കും. എന്നിട്ടു പറയും, "ഈ അനുഭവം എനിക്ക് ഒട്ടും ഇഷ്ടമല്ല."

നേരത്തേ എണീക്കുന്നതിനാണ് നിങ്ങൾ ശീലിക്കുന്നതെങ്കിൽ (നേരത്തേ ഉണരുക എന്ന പുതിയ ശീലം തുടങ്ങാൻ ഇതാണ് ശരിയായ സമയം. ഇപ്പോൾത്തന്നെ തുടങ്ങിക്കോളുക) ആദ്യ പത്തു ദിവസം നിങ്ങളുടെ അനുഭവം ഏതാണ്ട് ഇങ്ങനെയായിരിക്കും. (അലാറം അടിക്കുന്നു) *"ദൈവമേ നേരം വെളുത്തു. ഓ നാശം എനിക്ക് എണീക്കാൻ വയ്യ. എന്തൊരു ക്ഷീണം... കുറച്ചുകൂടി ഉറങ്ങാതെ പറ്റില്ല. ശരിശരി. പത്തു മിനിറ്റു കൂടെ..."* (ക്ലോക്കിന്റെ സ്നൂസ് ബട്ടൺ അമർത്തുന്നു.)

ഈ 'അസഹ്യമെന്ന് തോന്നുന്ന' പത്തു ദിവസം താൽക്കാലികമാണെന്ന് അറിയുന്നില്ല എന്നതാണ് പലരുടെയും പ്രശ്നം. അതിനുപകരം ഈ പുതിയ ശീലം ഇനിയെന്നും ഇങ്ങനെ തന്നെയാവും തങ്ങൾക്ക് അനുഭവപ്പെടുക എന്നവർ കരുതുന്നു. "ഈ പുതിയ ശീലം ഇത്ര ഭയങ്കരമാണെങ്കിൽ, വേണ്ട, പോട്ടെ. ഇത്ര വിഷമിച്ച് നിലനിർത്താൻ മാത്രമൊന്നും ഇതിലില്ല" എന്ന് അവർ അവരോടുതന്നെ പറയുന്നു.

അതിന്റെ ഫലമായി നമ്മുടെ സമൂഹത്തിലെ 95 ശതമാനവും - ഭൂരിപക്ഷം വരുന്ന ഇടത്തരക്കാർ - വ്യായാമം തുടങ്ങുന്നതിൽ, പുകവലി നിർത്തുന്നതിൽ, ഭക്ഷണക്രമം പരിഷ്കരിക്കുന്നതിൽ, ചെലവ് നിയന്ത്രിക്കുന്നതിൽ, അവരുടെ ജീവിതത്തിന്റെ മേന്മ വർധിപ്പിക്കുന്ന ഏതൊരു ശീലം ശീലിക്കുന്നതിലും, വീണ്ടും വീണ്ടും പരാജയപ്പെടുന്നു.

ഇവിടെയാണ് ആ 95 ശതമാനത്തിനെ അപേക്ഷിച്ച് നിങ്ങൾക്ക് ചില അധിക സൗകര്യങ്ങളുള്ളത്. നോക്കുക, ആ ആദ്യ പത്തു ദിവസത്തിനുവേണ്ടി തയ്യാറാവുമ്പോൾ തന്നെ നിങ്ങൾക്കറിയാം നിങ്ങളുടെ വിജയത്തിനായി നിങ്ങൾ നൽകുന്ന വിലയാണ് ഈ പത്തു ദിവസമെന്ന്. വെല്ലുവിളിയാണെങ്കിലും ആ പത്തു ദിവസം താൽക്കാലികം മാത്രമാണെന്ന്, നിങ്ങൾക്ക് 'അസാധാരണമായ' ഈ ദിനങ്ങളെ നേരിടാനും വിജയിക്കാനും കഴിയുമെന്ന്! വലിയ പ്രയോജനം കിട്ടുമെങ്കിൽ, പത്ത് ദിവസത്തേക്കൊക്കെ നാം എന്തും സഹിക്കും ഇല്ലേ?

അതുകൊണ്ട്, ഒരു പുതിയ ശീലം ശീലിക്കുന്ന ആദ്യ പത്ത് ദിവസം ഒരു വിനോദവേളയല്ല എന്നറിയുക. നിങ്ങൾ അതിനെ നിരസിക്കും. പലപ്പോഴും വെറുക്കും. പക്ഷേ, നിങ്ങൾക്ക് അത് ചെയ്യാൻ കഴിയും. പ്രത്യേകിച്ച്, ഇനിയങ്ങോട്ട് അത് അനാ

യാസമാകുമെന്നും അതിന്റെ പ്രതിഫലം, നിങ്ങളുടെ ജീവിതത്തിൽ നിങ്ങൾ ആഗ്രഹിക്കുന്ന എന്തും കൈവരിക്കാനുള്ള കഴിവാണെന്നും കൂടി പരിഗണിക്കുമ്പോൾ.

രണ്ടാം ഘട്ടം (പതിനൊന്ന് മുതൽ ഇരുപത് ദിവസംവരെ): അസ്വസ്ഥം

അത്യന്തം ദുഷ്കരമായ ആ ആദ്യ പത്തുദിവസത്തിനു ശേഷം, രണ്ടാം ഘട്ടം, താരതമ്യേന അനായാസമായ പത്തുദിവസം തുടങ്ങുകയായി. നിങ്ങൾ പതിയെ നിങ്ങളുടെ പുതിയ ശീലത്തോട് പൊരുത്തപ്പെട്ടുതുടങ്ങുന്നു. നിങ്ങളുടെ ശീലത്തിന്റെ ചില ഗുണഫലങ്ങളും അതിനൊപ്പം കുറച്ച് ആത്മവിശ്വാസവും നിങ്ങൾ ആസ്വദിച്ച് തുടങ്ങുന്നു.

പതിനൊന്ന് മുതൽ ഇരുപതുവരെയുള്ള ദിവസങ്ങൾ അസഹ്യമല്ലെങ്കിലും, അവ അപ്പോഴും അസ്വസ്ഥമായിരിക്കും. ആ ദിവസങ്ങൾ നിങ്ങളുടെ ഭാഗത്തുനിന്ന് അച്ചടക്കവും പ്രതിബദ്ധതയും ആവശ്യപ്പെടുന്നു. ഈ ഘട്ടത്തിലും പഴയ ശീലങ്ങളിലേക്ക് തിരിച്ചുപോകാനുള്ള പ്രലോഭനം പലപ്പോഴുമുണ്ടായേക്കും. പുലർച്ചെ എണീക്കുക ശീലിച്ചു വരികയാണെങ്കിൽ വീണ്ടും കിടന്നുറങ്ങുക എന്നത് അപ്പോഴും സംഭവിക്കും, കാരണം കാലങ്ങളായി നിങ്ങൾ അതാണ് ചെയ്തുകൊണ്ടിരിക്കുന്നത്. വഴങ്ങരുത്. നേരത്തേ എണീക്കും എന്ന പ്രതിജ്ഞയിൽ ഉറച്ചു നിൽക്കുക. "കുറച്ച് അസ്വസ്ഥതയുണ്ടെങ്കിലും അസഹ്യമായതിനെ നിങ്ങൾ മറികടന്നു." ഇനി നിങ്ങൾ "ഒഴിവാക്കാൻ കഴിയാത്തവിധം ആസ്വാദ്യമായത്" അനുഭവിക്കാൻ പോകുന്നു.

മൂന്നാം ഘട്ടം (ഇരുപത്തിയൊന്നാം ദിവസം മുതൽ മുപ്പതാം ദിവസംവരെ): ഒഴിവാക്കാനാവാത്തവിധം ആസ്വാദ്യം

ഈ അവസാന ഘട്ടത്തിലേക്ക് - തഴക്ക കാലത്തിലേക്ക് - പ്രവേശിക്കുമ്പോൾ ഇത്രയും കാലം ശരിയായി കൊണ്ടെത്തിച്ച പലരും ഗുരുതരമായൊരു അബദ്ധം കാണിക്കുന്നു. പുതിയൊരു ശീലം പഠിക്കാൻ 21 ദിവസം മതിയെന്ന വിദഗ്ധരുടെ ഉൾപ്പെടെയുള്ള പൊതുവായ വിശ്വാസത്തിൽ കാര്യങ്ങൾ കൈവിട്ടു കളയുന്നു.

ആ വിദഗ്ധർ പറയുന്നത് ഭാഗികമായി ശരിയാണ്. ഒരു പുതിയ ശീലം രൂപപ്പെടാൻ, ആദ്യ രണ്ടു ഘട്ടങ്ങൾ, 21 ദിവസം വേണം. പക്ഷേ, നിങ്ങളിൽ രൂപപ്പെട്ട ശീലം, ദീർഘകാലം നിലനിർത്താൻ പിന്നീടുള്ള പത്തു ദിവസം, മൂന്നാം ഘട്ടം, ഏറെ നിർണായകമാണ്. ആ പത്തു ദിവസം നിങ്ങൾ പുതിയ ശീലത്തിന്റെ ഗുണഫലങ്ങൾ സ്വീകരിച്ച് അതിനെ സ്വജീവിതത്തിന്റെ ഭാഗമായി സ്വമനസ്സാലെ ഉറപ്പിക്കുന്നു. നിങ്ങളാശീലം ആസ്വദിക്കുന്നു. ആദ്യ 20 ദിവസങ്ങളിൽ നിങ്ങൾ പ്രധാനമായും ആ ശീലത്തിൽ അസഹ്യതയും അസ്വസ്ഥതയും അനുഭവിക്കുന്നു. മൂന്നാം ഘട്ടത്തിലാവട്ടെ, വെറുപ്പിനും എതിർപ്പിനും പകരം പുതിയ ശീലത്തിൽ നിങ്ങൾ അഭിമാനിക്കുന്നു. അതു ശീലിക്കാനായതിൽ നിങ്ങൾ സ്വയം അഭിനന്ദിക്കുന്നു.

"മൂന്നാം ഘട്ടത്തിലാണ് നിങ്ങളിൽ ശരിക്കും പരിവർത്തനം സംഭവിക്കുന്നത്." പുതിയ ശീലം നിങ്ങളുടെ വ്യക്തിത്വത്തിന്റെ ഭാഗമാകുന്നു. നിങ്ങൾ "പരിശ്രമിച്ചു കൊണ്ടിരുന്നതിനും" നിങ്ങൾ "ആകാൻ ആഗ്രഹിച്ചതിനും" ഇടയിലുള്ള അകലം അവസാനിക്കുന്നു. നിങ്ങളാഗ്രഹിച്ച ശീലങ്ങൾ ജീവിക്കുന്ന വ്യക്തിയായി നിങ്ങൾ സ്വയം കാണാൻ തുടങ്ങുന്നു.

പുലർച്ചെ എണീക്കുക എന്ന ശീലംതന്നെ എടുക്കാം. "ഞാനൊരു പ്രഭാതമനുഷ്യനല്ല" എന്ന സ്വയം വിചാരത്തിൽ നിന്ന് "ഞാനൊരു പ്രഭാതമനുഷ്യൻ" എന്ന ആത്മവിശ്വാസത്തിലേക്ക് നിങ്ങൾ എത്തുന്നു. അലാം ക്ലോക്ക് അടിക്കുന്നതിനെ ഭയക്കുന്നതിനുപകരം അലാം അടിച്ചുനിൽക്കുമ്പോൾ എണീക്കാൻ നിങ്ങൾ വെമ്പൽകൊള്ളുന്നു. അനായാസം, ഉന്മേഷത്തോടെ നിങ്ങൾ എണീക്കുന്നു. കാരണം കഴിഞ്ഞ 20 ദിവസമായി നിങ്ങളത് ചെയ്യുന്നു. അതിന്റെ പ്രയോജനം കാണുകയും അനുഭവിക്കുകയും ചെയ്യുന്നു.

ചിലർ പക്ഷേ, അമിത ആത്മവിശ്വാസത്തോടെ, "ഞാൻ ഇരുപത് ദിവസം മുടക്കംകൂടാതെ ചെയ്തു, ഇനി കുറച്ചു ദിവസം വിട്ടു നിൽക്കാം" എന്നു പറയാറുണ്ട്. അത് ഇതുവരെ ചെയ്ത എല്ലാത്തിനെയും പിറകോട്ടടിക്കും. ആദ്യ 20 ദിവസം പുതിയ ശീലം പഠിക്കുന്ന പ്രക്രിയയിൽ ഏറ്റവും വെല്ലുവിളി നിറഞ്ഞ ഘട്ടമാണ്. അതിന്റെ ഗുണഫലങ്ങൾ കണ്ടറിഞ്ഞ് അതിനെ സ്വമനസ്സാലെ മനസ്സിൽവയ്ക്കാൻ അനുവദിക്കാതെ അതിൽ നിന്ന് വിട്ടുനിന്നാൽ പിന്നെ അതിലേക്ക് തിരിച്ചു വരിക അത്ര

തന്നെ പ്രയാസമായിരിക്കും. ഈ 21 മുതൽ 30 വരെയുള്ള ദിവസമാണ് നിങ്ങൾ ആ പുതിയ ശീലം ആസ്വദിച്ചു തുടങ്ങുന്നത്. അതിന്റെ ആസ്വാദ്യത തന്നെയാണ് അത് ഭാവിയിലും തുടരാൻ നിങ്ങളെ പ്രേരിപ്പിക്കുന്നത്.

പക്ഷേ ഞാൻ ഓട്ടത്തെ വെറുക്കുന്നു

"ഞാനൊരു ഓട്ടക്കാരനല്ല ജോൺ, സത്യം പറഞ്ഞാൽ ഓട്ടത്തോട് എനിക്ക് വെറുപ്പാ. എനിക്കിതു ചെയ്യാൻ പറ്റുമെന്ന് തോന്നുന്നില്ല."

"നോക്ക് ഹാൽ, ഇത് ഫ്രണ്ട് റോ ഫൗണ്ടേഷനു പണം കണ്ടെത്താൻ വേണ്ടിയാണ്" ജോൺ ബെർഗോഫ് പറഞ്ഞു. "നോക്ക് ഞാനൊരു മാരത്തോൺ ഓട്ടക്കാരനാണെന്നൊന്നും ഞാനും വിചാരിക്കുന്നില്ല. പക്ഷേ, ഒരിക്കൽ തീരുമാനിച്ചാൽ തീർച്ചയായും അത് സംഭവിച്ചിരിക്കും. അത് തീർച്ചയായും ജീവിതത്തെ മാറ്റിമറിക്കുന്ന അനുഭവം ആയിരിക്കുമെന്ന് ഞാൻ ഉറപ്പു തരാം."

"നോക്കട്ടെ."

കാര്യങ്ങളെ ഒഴിവാക്കാനുള്ള എന്റെ സ്ഥിരം തന്ത്രമാണ്, "നോക്കട്ടെ" എന്ന മറുപടി എന്ന് ജോണിനോടും അതു പറയുമ്പോൾ എനിക്കറിയാമായിരുന്നു. ഫ്രണ്ട് റോ ഫൗണ്ടേഷൻ ചെയ്യുന്ന വലിയ കാര്യങ്ങളിൽ വിശ്വസിക്കുകയും അവയെ പിന്തുണയ്ക്കുകയും ചെയ്യുന്ന ആൾ തന്നെയാണ് ഞാനും. വർഷങ്ങളായി ആ സംഘടനയ്ക്ക് സംഭാവനയും നൽകുന്നുണ്ട്. പക്ഷേ, ചെക്കെഴുതുന്നതുപോലെ എളുപ്പമല്ല മാരത്തോൺ ഓട്ടം. ഹൈസ്കൂൾ പഠനത്തിനുശേഷമുള്ള പത്തു വർഷത്തെ ഇടവേള ആരെങ്കിലും ഓടിച്ചാലല്ലാതെ ഓടാനാവില്ലെന്ന മാനസികാവസ്ഥയിലേക്ക് എന്നെ എത്തിച്ചിരുന്നു. ഹൈസ്കൂളിൽ പോലും ഫിസിക്കൽ എഡ്യുക്കേഷൻ (കായിക വിദ്യാഭ്യാസം) ക്ലാസിൽ തോൽക്കാതിരിക്കാൻവേണ്ടി മാത്രമാണ് ഞാൻ ഓടിയത്.

മാത്രമല്ല, ഇരുപതാം വയസ്സിലെ കാറപകടത്തിൽ ഇടുപ്പും കാൽമുട്ടും തകർന്നതിൽ പിന്നെ കാലിന് കൂടുതൽ ആയാസം നൽകാൻ ഞാൻ ഏറെ ഭയപ്പെടുന്നു. സ്നോ സ്കീയിങ്ങിനായി ഇറങ്ങിത്തിരിക്കുമ്പോഴൊക്കെ മഞ്ഞിൽ തെന്നിവീഴുന്നതും കാലിൽ ഇരുമ്പ് ചട്ടക്കൂട് ഇട്ട് ആശുപത്രിയിൽ കിടക്കുന്നതും കണ്ട് ഭയന്ന് ഞാൻ പിന്മാറുകയാണ് പതിവ്.

അതൊരു വല്ലാത്ത ചിന്തയാണെന്ന് എനിക്കറിയാം. എന്നാൽ അപകടത്തിൽ കാലുകൾ തകർന്ന് ഇനിയൊരിക്കലും നടക്കാനാവില്ലെന്ന് പറയപ്പെട്ട ഒരാൾക്ക് അങ്ങനെയല്ലാതെ എങ്ങനെ ചിന്തിക്കാൻ കഴിയും?

ജോണുമായുള്ള സംഭാഷണം കഴിഞ്ഞ് ഒരാഴ്ച പിന്നിട്ടപ്പോൾ എന്റെയൊരു കക്ഷി - കേറ്റി ഫിംഗർഹട്ട്- അവളുടെ രണ്ടാം മാരത്തോൺ പൂർത്തിയാക്കിയശേഷം "ഹാൽ അത് ഭയങ്കര രസമാണ് കേട്ടോ... ഇനി എനിക്ക് എന്തുംചെയ്യാൻ കഴിയും" എന്ന് എന്നോടു പറഞ്ഞു.

ജോണിന്റെയും കേറ്റിയുടെയും പ്രോത്സാഹജനകമായ സാക്ഷ്യങ്ങൾക്കിടയ്ക്കുള്ള ഒരാഴ്ചക്കാലത്ത്, "ഞാനൊരു ഓട്ടക്കാരനല്ല" എന്ന എന്റെ പിന്തിരിപ്പൻ വിശ്വാസത്തെ മറികടക്കാനും ഓടാനും സമയമായില്ലേയെന്ന് ഞാൻ ചിന്തിച്ചു തുടങ്ങിയിരുന്നു. ജീവിതത്തിലെ മറ്റെല്ലാക്കാര്യങ്ങളെയുംപോലെ അവർക്കതു പറ്റുമെങ്കിൽ എനിക്കും കഴിയും. അതുകൊണ്ട് ഞാനതങ്ങ് ചെയ്തു.

അടുത്ത പ്രഭാതത്തിൽ എന്റെ ആദ്യ മാരത്തോണിന്റെ ആദ്യ മൈൽ പൂർത്തിയാക്കുക എന്ന ലക്ഷ്യത്തോടെ ഞാനെന്റെ ബാസ്ക്കറ്റ് ബോൾ ഷൂ (എന്തോ പരിചയം തോന്നുന്നു അല്ലേ) എടുത്തിട്ടു. പിന്നെ, വീടിന്റെ മുൻവാതിൽ തുറന്നിറങ്ങി. ഞാനാ നിമിഷം കാത്തിരിക്കുകയായിരുന്നു. (ഓർക്കുക, ഏതു പുതിയ ശീലത്തിന്റെയും ആദ്യ ഒന്നുരണ്ടു ദിവസം ആവേശകരമാണ്)

ഡ്രൈവ് വേ പിന്നിടവെ, എനിക്ക് ഓടാൻ ധൃതിയായി. എന്നിൽ പ്രചോദനം ഉണർന്നു. ഞാൻ ഉത്തേജിതനായി. റോഡിലേക്ക് കാലുകുത്തവേ കാലിന്റെ കുഴ തെറ്റി ഞാൻ വീണു. വേദനകൊണ്ട് പുളഞ്ഞ് വീണു കിടക്കവേ ഞാൻ വിചാരിച്ചു, "എല്ലാറ്റിനും ഒരു കാരണമുണ്ട്, ഇന്ന് ഓട്ടം തുടങ്ങാനുള്ള എന്റെ ദിവസമല്ല. നാളെ നോക്കാം" ഞാൻ അങ്ങനെ ചെയ്തു.

മുപ്പത് ദിവസം: അസഹ്യമായതിൽനിന്ന് ആസ്വാദ്യമായതിലേക്ക്

അടുത്ത ദിവസം ഞാനെന്റെ മാരത്തോൺ പരിശീലനം ഔദ്യോഗികമായി ആരംഭിച്ചു. എന്റെ ആവേശം അൽപ്പനേരമേ നിലനിന്നുള്ളു. ശരീരത്തിന്റെ വേദന, "ഞാനൊരു ഓട്ടക്കാരനല്ല" എന്ന് ഇക്കാലമത്രയും നീണ്ടുനിന്ന വിശ്വാസത്തെ വീണ്ടും ഓർ

മ്മിപ്പിച്ചു. എന്റെ അരക്കെട്ട് വേദനിച്ചു. കാൽമുട്ട് ചുളുചുളുത്തു. പക്ഷേ, ഞാൻ ഉറച്ചുനിന്നു.

വേദനാജനകമായ ആദ്യ മൈൽ ഞാൻ പൂർത്തിയാക്കി. പക്ഷേ, എനിക്ക് സഹായം ആവശ്യമുണ്ടെന്ന് എനിക്ക് ബോധ്യമായി. എനിക്കൊരു പദ്ധതി വേണം. ബുക്ക് സ്റ്റാളിലേക്കുപോയി എനിക്ക് ചേർന്ന പുസ്തകം ഞാൻ തേടിപ്പിടിച്ചു. ഡേവിഡ് വിറ്റ് സെറ്റിന്റെ ദ നോൺ റണ്ണേഴ്സ് മാരത്തോൺ ട്രെയിനർ (David Whit Sett - The Non Runners Marathon Trainer - ഓടാത്തവരുടെ മാരത്തൺ പരിശീലകൻ). ഞാനെന്റെ മാർഗ്ഗം കണ്ടെത്തി.

ദിവസം 1 – 10

ആദ്യ പത്തു ദിവസത്തെ ഓട്ടം ശാരീരികമായി വേദനാകരവും മാനസികമായി വെല്ലുവിളിയുമായിരുന്നു. ഓരോ ദിവസവും തലയിൽ മുഴങ്ങിക്കൊണ്ടിരുന്ന, “ഉപേക്ഷിച്ചു പോ” എന്ന പിന്തിരിപ്പൻ സ്വരവുമായി ഞാൻ ഏറ്റുമുട്ടി. ഞാൻ വഴങ്ങിയില്ല.

ശരിയായത് ചെയ്യുക. *അനായാസമായത്* അല്ല.

ഞാനെന്നെ ഓർമ്മിപ്പിച്ചു. ഞാൻ ഓടിക്കൊണ്ടിരുന്നു. ഞാൻ പ്രതിജ്ഞാബദ്ധനായിരുന്നു.

ദിവസം 11 – 20

പതിനൊന്നുമുതൽ ഇരുപതുവരെയുള്ള ദിവസങ്ങളിലും വേദന അത്ര കുറവായിരുന്നില്ല. എനിക്കിപ്പോഴും ഓടാൻ ഇഷ്ടമല്ല. ഞാനതിനെ പക്ഷേ, അത്ര വെറുക്കുന്നില്ല. ജീവിതത്തിൽ ആദ്യമായി എല്ലാ ദിവസവും ഓടുക എന്ന ശീലം ഞാൻ ശീലിച്ചു. ഇനി മേലത്, ഞാൻ കാറോടിച്ചു പോകവേ നടപ്പാതയിൽ മറ്റ് ആളുകൾ ചെയ്യുന്നതായി കാണുന്ന, എനിക്ക് അന്യമായ കൃത്യമല്ല. രണ്ടാഴ്ച ദിവസവും ഓടിയതോടെ രാവിലെ എണീറ്റ് ഓടുക എന്നത് എന്റെ സ്വഭാവമായി. ഞാനതിൽ ഉറച്ചുനിന്നു.

ദിവസം 21 – 30

ഇരുപത്തിയൊന്നു മുതൽ മുപ്പതുവരെയുള്ള ദിവസങ്ങൾ ഏതാണ്ട് ആസ്വാദ്യകരമായിരുന്നു. ഓട്ടത്തെ വെറുത്ത കാലം ഞാൻ മറന്നു തുടങ്ങി. അധികമൊന്നും ആലോചിക്കാതെ എനിക്ക് ഓടാൻ കഴിയുന്നു. രാവിലെ എണീക്കുന്നു. ഓട്ടത്തിനുള്ള ഷൂ (അതിന് ഞാൻ ഒരു തുക മുടക്കി) എടുത്തിടുന്നു.

ഓരോ ദിവസവും അധികമധികം ഓടുന്നു. മനസ്സിന്റെ തടസ്സങ്ങൾ പൊയ്പ്പോയി. പകരം ഓടുമ്പോൾ പ്രചോദനാത്മകമായ സ്ഥിരീകരണങ്ങൾ ഉരുവിടുകയോ മനസ്സിനെ ഉണർത്തുന്ന ഓഡിയോകൾ കേൾക്കുകയോ പതിവായി. ഓടാനാവില്ല എന്ന എന്റെ ഉറച്ച വിശ്വാസം കൃത്യം മുപ്പതു ദിവസത്തിനുള്ളിൽ ഞാൻ മറി കടന്നു. ലക്ഷം വർഷങ്ങൾകൊണ്ട് എനിക്കാവില്ലെന്നു ഞാൻ വിചാരിച്ച കാര്യം ഞാൻ ചെയ്തു. ഞാൻ ഓട്ടക്കാരനായി.

കഥാശേഷം: "സ്വാതന്ത്ര്യത്തിലേക്ക് 52 മൈൽ"

ഓട്ടം തുടങ്ങി കൃത്യം മുപ്പതാം ദിവസം എന്റെ ജീവിതത്തിൽ ഞാനൊരിക്കലും പ്രതീക്ഷിക്കാത്തത് സംഭവിച്ചു. അന്നേ ദിവസം ആറ് മൈൽ ഓടി, ഞാൻ അമ്പത് മൈൽ ഓട്ടം തികച്ചു. ആഘോഷിക്കാൻ ഞാൻ ജോണിനെ വിളിച്ചു. ജോൺ ആവേശഭരിതനായി. ഓട്ടത്തിൽ എന്റെ നിലവാരം ഉയർത്താൻ ജോൺ ഒരു വെല്ലുവിളി മുന്നോട്ടുവച്ചു. ആ മാനസികാവസ്ഥയിൽ ഞാനെന്ത് വെല്ലുവിളിയും ഏറ്റെടുക്കുമെന്ന് ജോണിന് ഉറപ്പുണ്ടായിരുന്നു.

"ഏയ് ഹാൽ, എന്തുകൊണ്ട് ഒരു അൾട്രാ മാരത്തോൺ ഓടിക്കൂടാ?" ജോൺ ചോദിച്ചു. "ഇരുപത്താറ് മൈൽ [**മാരത്തോൺ ഓട്ടത്തിന്റെ ദൂരം 26 മൈൽ (42.195 കിലോമീറ്റർ)*] ഓടാൻ കഴിയുന്നവന് 52 മൈലും ഓടാൻ പറ്റും." ജോണിന്റെ തലയിൽ മാത്രമേ ഇത്തരം യുക്തികൾ ഉദിക്കൂ.

"ഞാനതിനെക്കുറിച്ച് ആലോചിക്കാം."

ഇത്തവണ 'ആലോചിക്കാം' എന്ന് ഞാൻ ജോണിനോട് പറഞ്ഞത് 'ആലോചിക്കണം' എന്നുറച്ചു തന്നെയായിരുന്നു. തുടർച്ചയായി 52 മൈൽ ഓടുക എന്ന അതിരുകടന്ന ആശയം പോലും എന്റെ തലയിലുദിച്ചു. ഒരുപക്ഷേ, ജോൺ പറയുന്നത് ശരിയായിരിക്കാം. 26 മൈൽ ഓടാമെങ്കിൽ എനിക്ക് 52 മൈലും ഓടാം. ഓടിയിട്ടേ ഇല്ലാത്ത ഞാൻ നാല് ആഴ്ചകൊണ്ട്, ഒറ്റയടിക്ക് ആറു മൈൽ വരെ ഓടാൻ പ്രാപ്തനായെങ്കിൽ ഫ്രണ്ട് റോ ഫൗണ്ടേഷന്റെ ഫണ്ട് ശേഖരണാർത്ഥമുള്ള വാർഷിക ഓട്ടത്തിൽ അവശേഷിക്കുന്ന ആറു മാസത്തിൽ 52 മൈൽ ഓടാൻ മാത്രം ശേഷി എനിക്കുണ്ടാവില്ലേ? അതെ. ഞാനതു തീരുമാനിച്ചു. മാത്രമല്ല എന്റെയൊരു സുഹൃത്തിനെയും രണ്ട് കക്ഷികളെയും എന്റെയൊപ്പം ഓടാൻ ധൈര്യപ്പെടുത്തുകയും ചെയ്തു.

ആറു മാസം കൊണ്ട് ഞാൻ 475 മൈൽ ഓടി. ഒറ്റയടിക്ക് 20 മൈൽവരെ. ഇതിനിടയിൽ, എന്റെ പ്രിയപ്പെട്ട കക്ഷികളായ ജെയിംസ് ഹില്ലിനെയും ഫാവിയൻ വലെൻഷ്യയെയും ദീർഘ കാല സുഹൃത്ത് അലീഷ്യ ആൻഡെറെറയും കണ്ട് അറ്റ്ലാന്റിക് സിറ്റി മാരത്തോണിൽ എന്നോടൊപ്പം 52 മൈൽ ഓടാൻ അവരെ പ്രേരിപ്പിക്കുകയും ചെയ്തു. പിന്തുണ അറിയിക്കാൻ ജോണും ഒപ്പം കൂടി. ഞങ്ങൾക്കു മുന്നിൽ ഒരൊറ്റ തടസ്സമേയുണ്ടായിരുന്നുള്ളൂ. അറ്റ്ലാന്റിക് സിറ്റിയിൽ അൾട്രാ മാരത്തോൺ ഓട്ടം ഏർപ്പെടുത്തിയിട്ടില്ല. അതിനുള്ള മാർഗ്ഗം ഞങ്ങൾ കണ്ടെത്തേണ്ടിയിരിക്കുന്നു.

മാരത്തോൺ ദിവസം പുലർച്ചെ മൂന്നരയ്ക്ക് ഓട്ടം പുറപ്പെടുന്നിടത്ത് ഞങ്ങൾ ഒത്തുകൂടി. ഔദ്യോഗിക മാരത്തോൺ തുടങ്ങുംമുമ്പ് ഞങ്ങളുടെ 26 മൈൽ പൂർത്തിയാക്കുക എന്നതായിരുന്നു ലക്ഷ്യം. പിന്നെ രണ്ടാം പകുതി പതിവ് മാരത്തോൺ ഓട്ടക്കാർക്കൊപ്പം പൂർത്തിയാക്കുക. ആ നിമിഷം അൽപം അസംബന്ധപൂർണമായി അനുഭവപ്പെട്ടു. ഞങ്ങൾ നാലുപേർക്കിടയിൽ ആവേശം അലയടിച്ചൊഴുകി. ഒപ്പം ഭയവും അവിശ്വാസവും. ശരിക്കും ഞങ്ങൾക്കതിന് കഴിയുമോ?

ഒക്ടോബറിന്റെ തണുത്ത അന്തരീക്ഷത്തിൽ ചന്ദ്രപ്രകാശത്തിന്റെ തെളിച്ചം ഞങ്ങളുടെ ശ്വാസഗതിയെ ഞങ്ങൾക്കു കാണിച്ചു തന്നു. വഴി തെളിഞ്ഞുകിടന്നു. ഞങ്ങൾ ഓടാൻ തുടങ്ങി. അടിവെച്ചടിവച്ച് മുന്നോട്ട് മുന്നോട്ട്... അന്നത്തെ ദിവസം ഞങ്ങളുടെ വിജയത്തിന്റെ താക്കോൽ അതാവണമെന്ന് ഞങ്ങൾ നിശ്ചയിച്ചിരുന്നു. മുന്നോട്ട്, മുന്നോട്ട്, മുന്നോട്ട്... ഓരോ ചുവടും മുന്നോട്ടുവയ്ക്കുന്നിടത്തോളം ഞങ്ങൾ ലക്ഷ്യത്തിലെത്താതിരിക്കില്ല.

ആറു മണിക്കൂറും അഞ്ചു മിനിറ്റും പിന്നിട്ടപ്പോൾ, സംഘബോധത്തിന്റെ കരുത്തിൽ, ഞങ്ങൾ ആദ്യ 26 മൈൽ പൂർത്തിയാക്കി. ഞങ്ങൾക്ക് ഓരോരുത്തർക്കും അതൊരു നിർണായക നിമിഷമായി. ഞങ്ങൾ പിന്നിട്ട 26 മൈൽ മൂലമല്ല, മുന്നിൽ ബാക്കിയുള്ള 26 മൈൽ കീഴടക്കാൻ കഴിയുമോ എന്ന ഭയം മൂലം.

ആറു മണിക്കൂർമുമ്പ് ഞങ്ങളുടെ ഓരോ കോശത്തെയും കീഴടക്കിയ *ആവേശം* വേദനയ്ക്കും ക്ഷീണത്തിനും മാനസിക തളർച്ചയ്ക്കും വഴിമാറി. ശാരീരികവും മാനസികവുമായ

അവസ്ഥ പരിഗണിച്ചാൽ ഇനിയൊരു 26 മൈൽ ഞങ്ങളെ ക്കൊണ്ട് അസാധ്യമാണ്. പക്ഷേ, ഞങ്ങളതു നേടി.

തുടങ്ങി പതിനഞ്ചര മണിക്കൂർ കഴിഞ്ഞപ്പോൾ ജെയിംസും ഫാവിയനും അലോഷ്യയും ഞാനും... ഞങ്ങൾ ഒരുമിച്ച് 52 മൈൽ ലക്ഷ്യം പൂർത്തീകരിച്ചു. അടിവെച്ചടിവെച്ച്, ഓരോ അടിയും എണ്ണി ഞങ്ങൾ ഓടി, നടന്നു, കിതച്ചു, അക്ഷരാർത്ഥ ത്തിൽ ഇഴഞ്ഞുവലിഞ്ഞ് ഫിനിഷിങ് ലൈൻ കടന്നു.

ആ വരയുടെ അപ്പുറം സ്വാതന്ത്ര്യമായിരുന്നു. നിങ്ങളിൽ നിന്ന് ഒരിക്കലും എടുത്തുമാറ്റാൻ കഴിയാത്ത സ്വാതന്ത്ര്യം. നാം സ്വയം അടിച്ചേൽപ്പിക്കുന്ന പരിമിതികളിൽനിന്നുള്ള സ്വാതന്ത്ര്യം. തുടർച്ചയായി 52 മൈൽ ഓടുക സാധ്യമാണെന്ന വിശ്വാസം വളർത്തിയെടുക്കാൻ പരിശീലനകാലത്ത് ഞങ്ങൾ അതിയായി ശ്രമിച്ചിരുന്നെങ്കിലും ഞങ്ങളുടെ ആരുടെയും ഉള്ളിന്റെയുള്ളിൽ അത്തരമൊരു വിശ്വാസം വേരൂന്നിയിരുന്നില്ല എന്നതാണ് വാസ്തവം.

വ്യക്തികളെന്ന നിലയിൽ ഞങ്ങളോരോരുത്തരും ഉള്ളിൽ ഭയത്തോടും സംശയത്തോടും പോരാടുകയായിരുന്നു. പക്ഷേ, ആ ഫിനിഷിങ്ലൈൻ കടന്നമാത്രയിൽ ഞങ്ങൾ ഭയത്തിൽ നിന്നും സന്ദേഹത്തിൽനിന്നും സ്വയം അടിച്ചേൽപ്പിച്ച പരിമിതി കളിൽനിന്നും പൂർണമായി വിടുതൽ പ്രഖ്യാപിച്ചു. ഞങ്ങൾ സ്വതന്ത്രരായി. പൂർണമായി മോചിതരായി.

ആ നിമിഷത്തിലാണ്, ഈ സ്വാതന്ത്ര്യം തെരഞ്ഞെടുക്കപ്പെട്ട ഏതാനും പേർക്കുള്ള സമ്മാനമല്ലെന്ന് ഞാൻ മനസ്സിലാക്കിയത്. ഇത് എല്ലാവർക്കുമുള്ളതാണ്. നമ്മുടെ അലസജീവിതത്തിന പ്പുറത്ത്, വളരാൻ നമ്മെ പ്രേരിപ്പിക്കുന്ന, നമ്മുടെ കഴിവുകളെ വികസിതമാക്കാൻ പ്രചോദിപ്പിക്കുന്ന, മുൻപ് ചെയ്തിരുന്ന തിലും അധികമായി ചെയ്യുന്നതിനും ഉപരിയായി മാറുന്ന തിനും പ്രകോപിപ്പിക്കുന്ന 'വെല്ലുവിളി' എറ്റെടുക്കാൻ തീരു മാനിക്കുന്ന നിമിഷം നാമെല്ലാം അതിനർഹരാകുന്നു. അതാണ് യഥാർത്ഥ സ്വാതന്ത്ര്യം.

യഥാർത്ഥ സ്വാതന്ത്ര്യത്തിന് നിങ്ങൾ തയ്യാറോ?

നിങ്ങളുടെ ജീവിതത്തിൽ നിങ്ങൾ ആഗ്രഹിക്കുന്നതെന്തും ചെയ്യാൻ, നേടാൻ ആയിത്തീരാൻ സാധ്യമാക്കുംവിധം നിങ്ങ ളുടെ പരിമിതികളെ മറി കടക്കാൻ "മുപ്പതു ദിവസത്തെ വിസ്മയ

പ്പുലരി വെല്ലുവിളി" (അടുത്ത അധ്യായത്തിൽ) നിങ്ങളെ പ്രാപ്തമാക്കും. അതും നിങ്ങൾ വിചാരിക്കുന്നതിലും അതി വേഗത്തിൽ.

'വിസമയപ്പുലരി' ജീവിതത്തെ മാറ്റുന്ന ദൈനംദിന ശീല മാണ്. പരീക്ഷിച്ചു നോക്കിയ ആദ്യദിവസം മുതൽ അതിനെ ഇഷ്ടപ്പെട്ടു തുടങ്ങിയ ആയിരക്കണക്കിനാളുകളെപ്പോലെ അതിനെ പിന്തുടരാൻ നിങ്ങൾക്ക് അടിയുറച്ച, പതറാത്ത പ്രതി ബദ്ധത വേണ്ടതുണ്ട്. മുപ്പതുദിവസം തെറ്റാതെ തുടരാൻ കഴി ഞ്ഞാൽ അതു നിങ്ങളെ ആയുഷ്കാല ശീലമാക്കും.

മുപ്പതു ദിവസങ്ങൾക്കപ്പുറം നിങ്ങൾ നിങ്ങൾക്കാവശ്യമുള്ള ജീവിതം കരുപ്പിടിപ്പിക്കാൻ പ്രാപ്തനായ പുതിയൊരു വ്യക്തി യാണ്. അതിനേക്കാൾ വലുതായി, ആവേശകരമായി മറ്റെന്താ ണുള്ളത്.

അധ്യായം പത്ത്

വിസ്മയപ്പുലരി

മുപ്പതു ദിവസംകൊണ്ട് ജീവിതത്തെ മാറ്റിമറിക്കുന്ന വെല്ലുവിളി

അനിവാര്യമായ മേഖലകളിൽ ദിനംതോറും തുടർച്ചയായി പുരോഗമനം ഉണ്ടാക്കുന്ന ജീവിതത്തെയാണ് അസാധാരണ ജീവിതം എന്നു വിളിക്കുക.

– റോബിൻ ശർമ്മ

നിങ്ങളുടെ അലസതകളുടെ ഒടുവിൽ ജീവിതം തുടങ്ങുന്നു.

– നീൽ ഡൊണാൾഡ് വാൽഷ്

നമുക്കൊരു നിമിഷത്തേക്ക് 'പിശാചിന്റെ വക്താവാ'കാം. വെറും മുപ്പതു ദിവസംകൊണ്ട് നിങ്ങളുടെ ജീവിതത്തെ മാറ്റിമറിക്കാൻ 'വിസ്മയപ്പുലരി'ക്കു കഴിയുമോ? അതായത് നിങ്ങളുടെ ജീവിതത്തിൽ "അത്ര കാതലായ മാറ്റം" ഇത്ര കുറഞ്ഞ കാലം കൊണ്ടുണ്ടാക്കാൻ എന്തിനെങ്കിലും കഴിയുമോ? ഓർക്കുക, എന്റെ കാര്യത്തിൽ അത് സാധ്യമായി. അതും ഞാൻ തകർച്ചയുടെ നെല്ലിപ്പടിയിൽ ആയിരുന്നപ്പോൾ. ആയിരക്കണക്കിനാളുകൾക്ക് അത് സാധ്യമായി. എന്നെയും നിങ്ങളെയും പോലുള്ള സാധാരണ മനുഷ്യർ അസാധാരണതലത്തിലെത്തി.

ഏതു പുതിയ ശീലവും വെറും മുപ്പതു ദിവസത്തിനുള്ളിൽ ശീലിക്കാനും നിലനിർത്താനും ഈ അവസാന അധ്യായത്തിൽ നിങ്ങൾ പഠിക്കും. നിങ്ങളുടെ ജീവിതത്തിൽ, നിങ്ങളുടെ വിജയത്തിൽ, നിങ്ങൾ ആരാകണമെന്നതിൽ നിർണ്ണായക പങ്കു വഹിക്കാനുണ്ടെന്ന് നിങ്ങൾ കരുതുന്ന ശീലങ്ങൾ "മുപ്പതു ദിവസത്തെ വിസ്മയപ്പുലരി"യിൽ നിങ്ങൾ തിരിച്ചറിയും. നിങ്ങളുടെ ജീവിതത്തിന്റെ, നിങ്ങളുടെ ആരോഗ്യത്തിന്റെ, നിങ്ങളുടെ സമ്പത്തിന്റെ,

നിങ്ങളുടെ ബന്ധങ്ങളുടെ, നിങ്ങൾ തിരഞ്ഞെടുക്കുന്ന ഏതു മേഖലയുടെയും ദിശയെ പൂർണമായി മാറ്റിമറിക്കുംവിധം ആ ശീലങ്ങൾ ആ മുപ്പതു ദിവസംകൊണ്ട് നിങ്ങളിൽ രൂപപ്പെടും. നിങ്ങളുടെ ജീവിതത്തിന്റെ ദിശ മാറുന്നതോടെ നിങ്ങളുടെ ജീവിതത്തിന്റെ ഗുണനിലവാരം മെച്ചപ്പെടും. ആത്യന്തികമായി നിങ്ങൾ എത്തേണ്ടിടത്ത് എത്തും.

പ്രയോജനങ്ങൾ പരിഗണിക്കുക

"മുപ്പതു ദിവസംകൊണ്ട് ജീവിതത്തെ മാറ്റിമറിക്കുന്ന വിസ്മയപ്പുലരിയുടെ വെല്ലുവിളി" ഏറ്റെടുക്കുമ്പോൾ നിങ്ങളുടെ ജീവിതത്തിന്റെ എല്ലാ മേഖലകളിലും, ഇനിയുള്ള മുഴുവൻ ജീവിതത്തിലേക്കും, വിജയിക്കാനാവശ്യമായ അടിത്തറ പണിയുന്നതിനുള്ള പ്രതിബദ്ധത നിങ്ങൾ ഏറ്റെടുക്കുന്നു. എന്നും പുലർച്ചെ എണീറ്റ് വിസ്മയപ്പുലരി പരിശീലിക്കുന്ന നിങ്ങൾ അസാധാരണമായ തലത്തിൽ 'അച്ചടക്കത്തോടും' (നിങ്ങളുടെ ഉത്തരവാദിത്തങ്ങൾ നിറവേറ്റുന്നതിനുള്ള നിർണ്ണായക കഴിവ്) 'വ്യക്തതയോടും' (ഏറ്റവും പ്രധാനപ്പെട്ടതിൽ ശ്രദ്ധ കേന്ദ്രീകരിക്കുന്നതിനുള്ള ശക്തി) 'വ്യക്തിത്വവികാസത്തോടും' (നിങ്ങളുടെ വിജയത്തിൽ ഏറ്റവും നിർണ്ണായകമായ ഒറ്റ ഘടകം) കൂടി ഓരോ ദിനത്തിലും തുടക്കംകുറിക്കുന്നു.

അങ്ങനെ വ്യക്തിപരവും തൊഴിൽപരവും സാമ്പത്തികപരവുമായ മേഖലകളിൽ അസാധാരണ വിജയം കൊയ്യാൻ പ്രാപ്തനായ വ്യക്തിയായി അടുത്ത മുപ്പതുദിവസത്തിനുള്ളിൽ നിങ്ങൾ മാറുന്നു.

നിങ്ങൾക്ക് അല്പസ്വല്പം ആവേശംപകർന്ന ആശയം എന്നതിൽനിന്ന് 'വിസ്മയപ്പുലരി' പ്രായോഗികമായ ശീലമായി മാറുന്നു. നിങ്ങൾ എന്നും ആഗ്രഹിച്ച ജീവിതം നേടിയെടുക്കാൻ നിങ്ങളെ പ്രാപ്തമാക്കുന്നതിലേക്ക് നയിക്കുന്ന, ജീവിതകാലം മുഴുവൻ നിലനിൽക്കുന്ന ശീലം. നിങ്ങൾ നിങ്ങളുടെ മുഴുവൻ കഴിവുകളും അതോടെ വിനിയോഗിച്ചു തുടങ്ങും. നിങ്ങൾ ഇതുവരെ കണ്ടിട്ടില്ലാത്ത ഫലങ്ങൾ അനുഭവിച്ചു തുടങ്ങും.

വിജയത്തിന് ആവശ്യമായ ശീലങ്ങൾ വികസിപ്പിക്കുന്നതിനുപുറമെ, നിങ്ങളുടെ ജീവിതത്തെ, ആന്തരികവും ബാഹ്യവുമായ ജീവിതത്തെ മെച്ചപ്പെടുത്തുന്നതിന് ആവശ്യമായ മനോഭാവവും നിങ്ങൾ വികസിപ്പിക്കും. ഓരോ ദിവസവും ജീവനൗഷധം (Life S. A. V. E. R. S) ശീലിക്കുന്നതിലൂടെ മൗനത്തിന്റെയും സ്ഥിരീകര

ണത്തിന്റെയും ഭാവനാചിത്രണത്തിന്റെയും വ്യായാമത്തിന്റെയും വായനയുടെയും എഴുത്തിന്റെയും ശാരീരികവും ബൗദ്ധികവും വൈകാരികവും ആത്മീയവുമായ ഗുണഫലങ്ങൾ നിങ്ങൾ അനുഭവിച്ചുതുടങ്ങും. സമ്മർദ്ദം കുറയുന്നതായി, ഏകാഗ്രത വർദ്ധിക്കുന്നതായി, ശ്രദ്ധ ഉറയ്ക്കുന്നതായി, സന്തോഷവും ഉന്മേഷവും ഉയരുന്നതായി ഒട്ടുംവൈകാതെ നിങ്ങൾ അറിയും. നിങ്ങളുടെ ഏറ്റവും ഉന്നതമായ ലക്ഷ്യങ്ങളിലേക്കും സ്വപ്നങ്ങളിലേക്കും (പ്രത്യേകിച്ച് ഏറെക്കാലമായി നിങ്ങൾ മാറ്റിവച്ചിരിക്കുന്ന) നീങ്ങാൻ കഴിയുംവിധം ഊർജ്ജവും വ്യക്തതയും പ്രചോദനവും ഉണരുന്നതായി മനസ്സിലാകും.

നിങ്ങളുടെ ജീവിതസാഹചര്യങ്ങൾ മെച്ചപ്പെടുക, അത്തരത്തിൽ മെച്ചപ്പെടാൻ തക്കവിധമുള്ള വ്യക്തിയായി നിങ്ങൾ മാറുമ്പോൾ മാത്രമാണെന്ന്, പക്ഷേ മറക്കാതിരിക്കുക. കൃത്യമായി പറഞ്ഞാൽ നിങ്ങളുടെ അടുത്ത 30 ദിവസത്തെ ജീവിതം അതാണ് ഒരു പുതിയ ജീവിതം. ഒരു പുതിയ നിങ്ങൾ.

നിങ്ങൾക്കിത് കഴിയും!

ചാഞ്ചല്യം അനുഭവപ്പെടുന്നുവെങ്കിൽ, മുപ്പതു ദിവസത്തിൽ ഇതു കഴിയുമോയെന്ന് ആശങ്കപ്പെടുന്നെങ്കിൽ, സാരമില്ല, അതു സ്വാഭാവികം മാത്രമാണ്.

പ്രത്യേകിച്ച് രാവിലെ എണീക്കുകയെന്നത് വലിയ വെല്ലുവിളിയായി മുമ്പ് അനുഭവപ്പെട്ടിട്ടുണ്ടെങ്കിൽ. ഓർക്കുക നാമെല്ലാം 'റിയർവ്യൂ മിറർ സിൻഡ്രോമിന്റെ' ഇരകളാണ്. അതുകൊണ്ട് നിങ്ങൾക്ക് അല്പം ചാഞ്ചല്യമോ ഭയമോ ഉണ്ടാകുന്നു എന്നത് പ്രതീക്ഷിക്കാവുന്നതു മാത്രമല്ല, നിങ്ങൾ അതിനെ ഗൗരവത്തിൽ എടുക്കുന്നു എന്നതിന്റെ സൂചനകൂടിയാണ്. അല്ലെങ്കിൽ നിങ്ങൾക്ക് ഭയം തോന്നേണ്ട കാര്യമില്ലല്ലോ.

സാധിക്കുന്നതിനും സാധ്യമാകുന്നതിനും ഇടയിലുള്ള വലിയ വ്യത്യാസത്തിൽ ജീവിതത്തിന്റെ തെറ്റായ വശത്ത് ജീവിച്ചുപോന്ന ആയിരങ്ങൾ 'വിസ്മയപ്പുലരി' ഉപയോഗിച്ച് അവരുടെ ജീവിതം പൂർണമായി മാറ്റിയെടുത്തതിൽനിന്ന് ആത്മവിശ്വാസം ഉൾക്കൊള്ളേണ്ടത് ഈ സാഹചര്യത്തിൽ അത്യന്തം പ്രധാനമാണ്. സത്യത്തിൽ ഈ പുസ്തകത്തിന്റെ തുടക്കപേജുകളിൽ പങ്കുവച്ചിട്ടുള്ള ഏതാനും വിജയകഥകൾ വീണ്ടും വീണ്ടും വായിക്കാനും വീണ്ടുവിചാരം നടത്താനും ഞാൻ പലപ്പോഴും സമയം

കണ്ടെത്താറുണ്ട്. മറ്റുള്ളവരുടെ ഉദാഹരണങ്ങൾ നമ്മുടെ വഴിയിൽ പ്രകാശമാകുന്നുവെന്ന് ഞാൻ വിശ്വസിക്കുന്നു.

സെലിൻസ് ഗ്രോവിൽനിന്നുള്ള വ്യവസായ സംരംഭക മെലാനി ഡെപ്പനുണ്ടായ പരിവർത്തനം എനിക്ക് ഏറെ പ്രചോദനമായിട്ടുണ്ട്. “ഞാനിപ്പോൾ വിസ്മയപ്പുലരിയുടെ എഴുപത്തിയൊൻപതാം ദിവസമാണ്... തുടങ്ങിയതിൽ പിന്നെ ഒരൊറ്റ ദിവസംപോലും ഞാനിത് മുടക്കിയിട്ടില്ല. എന്തെങ്കിലും തുടങ്ങി ഏതാനും ദിവസങ്ങൾക്കുശേഷവും അതിൽ ഞാൻ ഉറച്ചുനിൽക്കുന്നത് സത്യത്തിൽ ഇതാദ്യമാണ്. വിസ്മയപ്പുലരി പൂർണമായും എന്റെ ജീവിതത്തെ മാറ്റിമറിച്ചു.”

വാൽനട്ട് ക്രീക്കിൽനിന്നുള്ള വിദ്യാർത്ഥി മൈക്കിൾ റീവ്സിന്റെ ജീവിതത്തിലുണ്ടായ മാറ്റം അറിഞ്ഞപ്പോൾ കോളജിലോ ഹൈസ്കൂളിലോ പഠിച്ചിരുന്നപ്പോൾ ‘വിസ്മയപ്പുലരി’യെക്കുറിച്ച് അറിഞ്ഞിരുന്നെങ്കിൽ എന്നു ഞാൻ വൃഥാ ആശിച്ചുപോയി.

“ആദ്യം വിസ്മയപ്പുലരിയെക്കുറിച്ച് കേട്ടപ്പോൾ അതൊരു ഭ്രാന്തൻ ആശയമായാണ് എനിക്കു തോന്നിയത്. അതൊന്നും ഫലപ്രദമാകാൻ പോകുന്നില്ലെന്ന് ഞാൻ കരുതി. പൂർണമായും പഠനത്തിനായി മാറ്റിവച്ച കോളജ് വിദ്യാർത്ഥിയാണ് ഞാൻ. മറ്റ് കാര്യങ്ങൾക്കായി മാറ്റിവയ്ക്കാൻ എനിക്ക് അല്പവും സമയം ഉണ്ടായിരുന്നില്ല. രാവിലെ ഏഴിനും ഒൻപതിനും ഇടയിലാണ് ഞാൻ സാധാരണ ഉണരുക. പക്ഷേ, ഞാനിപ്പോൾ സ്ഥിരമായി അഞ്ചുമണിക്ക് ഉറക്കംവിട്ട് എണീക്കുന്നു. ദിവസവുമുള്ള വ്യക്തിത്വവികാസത്തിലൂടെ ഞാൻ ഏറെ പഠിക്കുകയും വളരുകയും ചെയ്തിരിക്കുന്നു. ‘വിസ്മയപ്പുലരി’യെ ഞാൻ അതിരറ്റ് സ്നേഹിക്കുന്നു.”

ഇപ്പോൾ യോഗ പരിശീലകയായി പ്രവർത്തിക്കുന്ന സാക്രമെന്റോയിൽനിന്നുള്ള നതന്യ ഗ്രീൻ കാലിഫോർണിയ സർവകലാശാലയിൽ പഠിച്ചുകൊണ്ടിരിക്കെതന്നെ ‘വിസ്മയപ്പുലരി’യുടെ സഹായത്താൽ തന്റെ ലക്ഷ്യം സാക്ഷാൽക്കരിച്ചു. “കോളജ് വിദ്യാർത്ഥിയായിരിക്കെ 2009 ഡിസംബറിൽ ‘വിസ്മയപ്പുലരി’ ആരംഭിച്ച എനിക്ക് അല്പവും വൈകാതെ ആഴത്തിലുള്ള മാറ്റങ്ങൾ അനുഭവപ്പെട്ടുതുടങ്ങി.

ഞാൻ പ്രതീക്ഷിച്ചതിലും എളുപ്പത്തിൽ, ഏറെക്കാലമായി ആഗ്രഹിച്ചിരുന്ന ലക്ഷ്യങ്ങൾ എത്രയും പെട്ടെന്ന് എനിക്ക് കരഗതമായി. എന്റെ തടി കുറഞ്ഞു. പുതിയൊരു കൂട്ടുകാരനെ

കണ്ടെത്തി. പഠനത്തിൽ എക്കാലത്തെയും മികച്ച ഗ്രേഡ് കരസ്ഥമാക്കി. പല വഴികളിലൂടെ വരുമാനം കണ്ടെത്തുകപോലും ചെയ്തു. എല്ലാം വെറും രണ്ടു മാസത്തിനുള്ളിൽ. വർഷങ്ങൾക്കുശേഷവും 'വിസ്മയപ്പുലരി' എന്റെ ജീവിത്തിന്റെ വേർപ്പെടുത്താനാവാത്ത ഭാഗമാണ്."

ബാൾട്ടിമോറിൽനിന്നുള്ള റേ സിയാഫർദീനിയുടെ അനിതരസാധാരണമായ പ്രതിജ്ഞാബദ്ധത ആരിലാണ് മതിപ്പുളവാക്കാതിരിക്കുക. "വിസ്മയപ്പുലരിയുടെ തുടർച്ചയായ എൺപത്തിമൂന്നാം ദിവസത്തിലാണ് ഞാൻ. ദിവസം മുഴുവനും അത് സമ്മാനിക്കുന്ന വ്യക്തത അത്യാശ്ചര്യകരമാണ്. വിസ്മയപ്പുലരിക്ക് നന്ദി. കൂടുതൽ ഊർജ്ജത്തോടെയും താത്പര്യത്തോടെയും എനിക്ക് എന്റെ ജോലിയിലും മറ്റ് ഉത്തരവാദിത്തങ്ങളിലും ഇപ്പോൾ ശ്രദ്ധിക്കാൻ കഴിയുന്നു. 'വിസ്മയപ്പുലരി'ക്ക് നന്ദി. വ്യക്തിജീവിതത്തിലും തൊഴിൽജീവിതത്തിലും ഞാൻ കൂടുതൽ സമ്പന്നതയും ധാരാളിത്തവും അനുഭവിക്കുന്നു."

സാക്രമെന്റോയിലെ റോബ് ലിറോയിയുടെ കഥ എന്നെ ശരിക്കും അമ്പരപ്പിച്ചു. "ഏതാനും മാസംമുമ്പാണ് വിസ്മയപ്പുലരി പരീക്ഷിക്കാൻ ഞാൻ തീരുമാനിച്ചത്. അതോടെ എനിക്കുപോലും പിടിച്ചുനിൽക്കാൻ കഴിയാത്തവിധം അതിവേഗം എന്റെ ജീവിതം മാറുന്നു. ഇതുകൊണ്ട് മാത്രം ഞാനിപ്പോൾ മികച്ചൊരു വ്യക്തിയായിരിക്കുന്നു. ഇത് ശരിക്കും പകർച്ചവ്യാധിപോലെയാണ്. എന്റെ ബിസിനസ് നിലനിൽപ്പിനായുള്ള പോരാട്ടത്തിലായിരുന്നു. എന്നാൽ വിസ്മയപ്പുലരിയിൽ എല്ലാ ദിവസവും പരിശീലനം ആരംഭിച്ചതിനുശേഷം അത് ഏറെ മെച്ചപ്പെട്ടിരിക്കുന്നു."

നിങ്ങളെയും എന്നെയുംപോലുള്ള സാധാരണ മനുഷ്യരിൽ നിന്നാണ് ഈ വിജയകഥകൾ! അവരുടെ സാധ്യതകളുടെ അടുത്തുപോലും എത്താത്ത മനുഷ്യർ 'വിസ്മയപ്പുലരി' ഉപയോഗിച്ച് ആ വിടവുനികത്തുന്നു. അവർ ആഗ്രഹിക്കുന്നതും അവർ യഥാർത്ഥത്തിൽ അർഹിക്കുന്നതുമായ വിജയം അവർ നേടുന്നു.

നിങ്ങൾക്കും എനിക്കും ഏറ്റം പ്രയോജനപ്രദമായ പ്രധാനപ്പെട്ട ഒരു വിജയമന്ത്രം ഓർമ്മിക്കാനുള്ള നല്ല സമയം ഇതാണ്: "അവർക്കതിനു കഴിയുമെങ്കിൽ നമുക്കും കഴിയും."

മുപ്പതു ദിവസംകൊണ്ട് ജീവിതത്തെ മാറ്റിമറിക്കാനുള്ള വിസ്മയപ്പുലരി വെല്ലുവിളിക്കായി ഒരു 3.1 ചുവടുകൾ.

ഒന്നാം ചുവട്: നിങ്ങളുടെ വിസ്മയപ്പുലരി ഫാസ്റ്റ് സ്റ്റാർട്ട് കിറ്റ് കരസ്ഥമാക്കുക

www.TMMBook.com സന്ദർശിക്കുക. വ്യായാമങ്ങളും സ്ഥിരീകരണങ്ങളും ദൈനംദിന മികവു പരിശോധനാപട്ടികയും, മികവ് രേഖപ്പെടുത്താനുള്ള സംവിധാനവും "വിസ്മയപ്പുലരിയുടെ മുപ്പതു ദിവസത്തെ ജീവിതപരിവർത്തന വെല്ലുവിളി" അനായാസവും സുസാധ്യവുമാക്കുന്നതിനുള്ള മറ്റെന്തും അടങ്ങുന്ന സൗജന്യ ഫാസ്റ്റ് സ്റ്റാർട്ട് കിറ്റ്, ഡൗൺലോഡ് ചെയ്യുക.

രണ്ടാം ചുവട്: നിങ്ങളുടെ ആദ്യ വിസ്മയപ്പുലരി നാളേക്ക് ആസൂത്രണം ചെയ്യുക

നിങ്ങളുടെ ആദ്യ വിസ്മയപ്പുലരി കഴിയുന്നതും വേഗം, - സാധിക്കുമെങ്കിൽ നാളെത്തന്നെ തുടങ്ങാൻ തീരുമാനമെടുക്കുകയും അത് ടൈംടേബിളിൽ ചേർക്കുകയും ചെയ്യുക. അതെവിടെവച്ച് വേണമെന്നും തീരുമാനിക്കുക. ഓർക്കുക അത് കിടപ്പുമുറിയുടെ പുറത്താകുന്നതാണ് ഉചിതം. അല്ലായെങ്കിൽ കിടക്കയുടെ പ്രലോഭനത്തിൽ നിങ്ങൾ വീണുപോയേക്കാം. ഞാനെന്റെ വിസ്മയപ്പുലരികൾ സ്വീകരണമുറിയിലെ ഇരിപ്പിടത്തിലിരുന്നാണ് പരിശീലിക്കുക. വീട്ടിലെ മറ്റുള്ളവർ ആ സമയം കിടപ്പുമുറിയിൽ ഗാഢനിദ്രയിലാവും. പുറത്ത് തുറസ്സായ സ്ഥലത്ത് പ്രകൃതിയുടെ മടിത്തട്ടിൽ ഇരുന്നും ആളുകൾ വിസ്മയപ്പുലരി പരീക്ഷിക്കാറുണ്ട്. നിങ്ങൾക്ക് സൗകര്യപ്രദമെന്ന് തോന്നുന്ന സ്ഥലം തിരഞ്ഞെടുക്കുക. ഇടയ്ക്ക് തടസ്സങ്ങൾ ഉണ്ടാകാത്ത സ്ഥലം തിരഞ്ഞെടുക്കാൻ മാത്രം ശ്രദ്ധിക്കുക.

മൂന്നാം ചുവട്: ഫാസ്റ്റ് സ്റ്റാർട്ട് കിറ്റിന്റെ ഒന്നാം പേജ് വായിക്കുക. വ്യായാമം ചെയ്യുക

വിസ്മയപ്പുലരി വെല്ലുവിളി (30 ദിവസംകൊണ്ട് ജീവിതത്തെ മാറ്റിമറിക്കാനുള്ള)യുടെ ഫാസ്റ്റ് സ്റ്റാർട്ട് കിറ്റിന്റെ ആമുഖം വായിക്കുക. നിർദ്ദേശങ്ങൾ അനുസരിച്ച് വ്യായാമം ചെയ്യുക. ജീവിതത്തിൽ കാര്യഗൗരവമുള്ള എന്തുംപോലെ വിസ്മയ

പ്പുലരിയുടെ 30 ദിന വെല്ലുവിളിയും ചില തയ്യാറെടുപ്പുകൾ ആവശ്യപ്പെടുന്നു. ഫാസ്റ്റ് സ്റ്റാർട്ട് കിറ്റിൽ പറഞ്ഞിരിക്കുന്ന തുടക്കവ്യായാമം ചെയ്യേണ്ടത് (30 മുതൽ 60 വരെ മിനിറ്റിൽ കൂടില്ല അത്) വളരെ പ്രധാനമാണെന്ന് ഓർക്കുക. നിങ്ങളുടെ വിസ്മയപ്പുലരി ആ തയ്യാറെടുപ്പോടെ മാത്രമേ തുടങ്ങാവൂ എന്ന കാര്യം മനസ്സിൽ വയ്ക്കുക. നിങ്ങളെ മാനസികമായും വൈകാരികമായും കായികമായും തയ്യാറാക്കുന്നതിന് അത് അവശ്യം ആവശ്യമാണ്.

അഞ്ചാം അധ്യായത്തിൽ പറഞ്ഞിരിക്കുന്ന "മയക്കം വിട്ട് ഉണരാനുള്ള അഞ്ച് ചുവടുകളിൽ" ഈ തയ്യാറെടുപ്പും ഉൾപ്പെടുന്നു.

3.1 ചുവട് (ആവശ്യമെങ്കിൽ): വിശ്വാസ്യതയുള്ള പങ്കാളിയെ കണ്ടെത്തുക

വിശ്വാസ്യതയും വിജയവും തമ്മിലുള്ള പരസ്പരബന്ധം മൂന്നാം അധ്യായത്തിൽ നമ്മൾ ചർച്ച ചെയ്തതാണ്. ഉയർന്ന തോതിൽ വിശ്വാസ്യതയുള്ളവരിൽനിന്നുള്ള പിന്തുണ എല്ലാവർക്കും ഏറെ പ്രയോജനകരമാണ്. അതിനാൽ നിങ്ങളുടെ വിസ്മയപ്പുലരി വെല്ലുവിളിയിൽ നിങ്ങൾക്ക് വിശ്വാസ്യതയുള്ള ഒരു പങ്കാളി നല്ലതാണ്. ഇതൊരു ശുപാർശ മാത്രമാണ്, നിർബന്ധമല്ല.

ഉത്തരം പറയേണ്ട ആരെങ്കിലുമുണ്ടെങ്കിൽ ഇതു നമ്മുടെ ഉത്തരവാദിത്തബോധം വർധിപ്പിക്കും. അതിനേക്കാളുപരി ഒരു കൂട്ടുണ്ടാവുന്നത് അന്തരീക്ഷത്തിൽ എപ്പോഴും ഒരു അയവു വരുത്തും. കൃത്രിമഗൗരവം വെടിഞ്ഞ് കാര്യങ്ങളെ ലാഘവത്തോടെ കാണാൻ പ്രേരകമാവും. എന്തെങ്കിലും ചെയ്യാനുറച്ചാൽ ആ ഉറപ്പ് നിങ്ങൾക്ക് ശക്തിപകരും. പക്ഷേ, ഒരു കൂട്ടുകൂടിയുണ്ടെങ്കിൽ ആ ശക്തി അധികമാകും.

വിസ്മയപ്പുലരിയുടെ (മുപ്പതു ദിവസം കൊണ്ട് ജീവിതത്തെ മാറ്റിമറിക്കുന്ന) വെല്ലുവിളിയിൽ നിങ്ങളോടൊപ്പം പങ്കുചേരാൻ താൽപര്യമുള്ളവരെ ഇന്നുതന്നെ കണ്ടെത്തുക. ഫോൺ വിളിക്കുക. ടെക്സ്റ്റ് ഇ-മെയിൽ സന്ദേശം അയയ്ക്കുക. അവർക്ക് കാര്യം എളുപ്പത്തിൽ പിടി കിട്ടുന്നതിന് www.Miracle Morning.com ന്റെ ലിങ്ക് അയച്ചുകൊടുക്കുക. മിറക്കിൾ മോണിങ് ക്രാഷ് കോഴ്സ് അതുവഴി അവർക്ക് സൗജന്യമായി ലഭിക്കും.

- **വിസ്മയപ്പുലരി പുസ്തകത്തിന്റെ രണ്ട് അധ്യായങ്ങൾ സൗജന്യമായി.**
- **വിസ്മയപ്പുലരി വീഡിയോ പരിശീലനം സൗജന്യമായി.**
- **വിസ്മയപ്പുലരി ഓഡിയോ പരിശീലനം സൗജന്യമായി.**

അവർക്കതിന് ഒരു ചെലവും വേണ്ടിവരില്ല. തന്റെ ജീവിതത്തെ അടുത്ത തലത്തിലേക്ക് ഉയർത്താൻ താൽപര്യമുള്ള ഒരാളെ നിങ്ങൾക്ക് പങ്കാളിയായി കിട്ടും. നിങ്ങൾക്ക് പരസ്പരം തുണയും പ്രോൽസാഹനവും പകരാം. ഒപ്പം പരസ്പരം ഉത്തരവാദിത്തം ഉള്ളവരായിരിക്കുകയും ചെയ്യാം.

ശ്രദ്ധിക്കുക: നിങ്ങളുടെ ആദ്യ വിസ്മയപ്പുലരിക്കായി പുതിയൊരു പങ്കാളിയെ കിട്ടുംവരെ കാക്കേണ്ടതില്ല. നിങ്ങളോടൊപ്പം യാത്രയിൽ പങ്കുചേരാൻ ഒരാളെ കിട്ടിയാലും ഇല്ലെങ്കിലും നിങ്ങളുടെ ആദ്യ വിസ്മയപ്പുലരി നാളെത്തന്നെയെന്ന് നിശ്ചയിക്കുക. ഒരു കാരണവശാലും കാക്കേണ്ടതില്ല. ഏതാനും ദിവസത്തെ അനുഭവത്തിന്റെ വെളിച്ചത്തിൽ നിങ്ങൾക്ക് ഏതാനും പേരെ കൂടി വിസ്മയപ്പുലരിയിലേക്ക് പ്രചോദിപ്പിക്കാവുന്നതുമാണ്. അതുകൊണ്ട് നാളെത്തന്നെ തുടങ്ങുക. പിന്നെ കഴിയുന്നതും വേഗം www.Miracle Morning.com സന്ദർശിച്ച് വിസ്മയപ്പുലരിയുടെ ക്രാഷ് കോഴ്സിൽ പങ്കുചേരാൻ ഒരു സുഹൃത്തിനെയോ കുടുംബാംഗത്തെയോ സഹപ്രവർത്തകനെയോ ക്ഷണിക്കുക.

ഒരു മണിക്കൂറിനകം നിങ്ങളുടെ വിസ്മയപ്പുലരി പങ്കാളിയാവാൻ അവർ പ്രാപ്തരായിരിക്കും. മിക്കവാറും കുറച്ചൊക്കെ പ്രചോദിതരും.

നിങ്ങളുടെ ജീവിതത്തെ അടുത്ത തലത്തിലേക്ക് എത്തിക്കാൻ നിങ്ങൾ തയ്യാറായോ?

നിങ്ങളുടെ വ്യക്തിജീവിതത്തിലെയും തൊഴിൽ ജീവിതത്തിലെയും അടുത്ത പടി എന്താണ്? ആ പടിയിലെത്താൻ ഏതൊക്കെ മേഖലകളിലാണ് മാറ്റം ആവശ്യമുള്ളത്? നിങ്ങളുടെ ജീവിതത്തിൽ നിർണ്ണായക പുരോഗതി കൈവരിക്കുന്നതിന് 30 ദിവസം മാറ്റിവയ്ക്കുക, ഒരു സമയം ഒരു ദിവസം. ഭൂതകാലം എന്തായിരുന്നാലും വർത്തമാനകാലത്തെ ഉപയോഗിച്ച് നിങ്ങൾക്ക് ഭാവിയെ മാറ്റിത്തീർക്കാം.

ഉപസംഹാരം

നിങ്ങൾക്ക് ആയിത്തീരാൻ കഴിയുന്നതിനായി നിങ്ങൾ ആയിരിക്കുന്നതെന്തോ അത് ഇന്നുതന്നെ ഉപേക്ഷിക്കുക

എല്ലാ ദിവസവും ഉണരുമ്പോൾ, ഇന്ന് ഉണർന്നെണീക്കാൻ ഭാഗ്യം ലഭിച്ചതിന്, ജീവിച്ചിരിക്കുന്നതിന്, വിലയേറിയ മനുഷ്യജന്മം ലഭിച്ചതിന്, നന്ദി പറയുക. അതിനാൽ അന്നേദിവസം പാഴാക്കില്ലെന്ന് പ്രതിജ്ഞ ചെയ്യുക. സ്വയം വികസിതമാകാൻ, ഹൃദയംകൊണ്ട് മറ്റുള്ളവരിലേക്ക് പകരാൻ ഊർജമത്രയും ചെലവഴിക്കുമെന്ന് ഉറപ്പിക്കുക. അവനവനും മറ്റുള്ളവർക്കും പ്രയോജനപ്രദമായ ജീവിതം നയിക്കുമെന്ന് നിശ്ചയിക്കുക.

- ദലൈലാമ

കാര്യങ്ങൾ മാറില്ല. നമുക്ക് മാറാം.

- ഹെന്റി ഡേവിഡ് തോറോ

നിങ്ങൾ എന്താണ് എന്നതിനെ ആശ്രയിച്ചാണ് നിങ്ങൾ എവിടെയാണ് എന്നത് തീരുമാനിക്കപ്പെടുക. എന്നാൽ നിങ്ങൾ എവിടെയെത്തണം എന്നത് ഈ നിമിഷംമുതൽ നിങ്ങൾ എടുക്കുന്ന തീരുമാനത്തെ ആശ്രയിച്ചിരിക്കും, പൂർണമായും.

ഇത് നിങ്ങളുടെ സമയമാണ്. നിങ്ങൾ ശരിക്കും ആഗ്രഹിക്കുന്ന, അർഹിക്കുന്ന സന്തോഷവും ആരോഗ്യവും സമ്പത്തും വിജയവും സ്നേഹവും അടങ്ങിയ ജീവിതം രൂപപ്പെടുത്തുന്നതിനും അനുഭവിക്കുന്നതിനും ഇനി അമാന്തിക്കേണ്ട. അതു മറ്റൊരു ദിവസത്തേക്ക് മാറ്റിവയ്ക്കണ്ട. എന്റെ ഗുരു കെവിൻ ബ്രേസി എപ്പോഴും പറയാറുള്ളതുപോലെ, 'വലിയ കാര്യങ്ങൾക്ക് ഒട്ടും കാക്കേണ്ടതില്ല'. നിങ്ങളുടെ ജീവിതത്തെ മെച്ചപ്പെടുത്താൻ നിങ്ങൾ ആഗ്രഹിക്കുന്നെങ്കിൽ നിങ്ങൾ സ്വയം

മെച്ചപ്പെട്ടേ പറ്റൂ. 'വിസ്മയപ്പുലരി' വെല്ലുവിളിയുടെ ഫാസ്റ്റ് ട്രാക്ക് കിറ്റ് ഇന്നുതന്നെ www.TTM Book.com ൽനിന്ന് തരപ്പെടുത്തുക. എന്നിട്ട് പങ്കാളിയോടൊപ്പമോ അല്ലാതെയോ 30 ദിവസംകൊണ്ട് നിങ്ങളുടെ ജീവിതത്തെ പുതുക്കിപ്പണിയുമെന്ന വിസ്മയ പ്പുലരിയുടെ വെല്ലുവിളി ഏറ്റെടുത്ത് നാളെത്തന്നെ തുടങ്ങുക. ഓർക്കുക, നിങ്ങൾ നാളെ തുടങ്ങുന്ന യാത്ര നിങ്ങൾ ഒരിക്കലും ഭാവന ചെയ്യാത്തവിധത്തിൽ നിങ്ങളുടെ ജീവിതത്തെ അനിതര സാധാരണമാംവിധം ആകർഷകമാക്കും.

നിങ്ങളെ പിന്തുണയ്ക്കാൻ, നിങ്ങളുടെ ജീവിതത്തിന് മൂല്യം വർധിപ്പിക്കാൻ ഇനി എനിക്ക് എന്തെങ്കിലും ചെയ്യാൻ കഴിയു മെന്ന് തോന്നുന്നുണ്ടെങ്കിൽ എന്നെ അറിയിക്കുക.

എന്നെ ബന്ധപ്പെടാം എപ്പോൾ വേണമെങ്കിലും

സമാനമനസ്കരുമായി സദാ ബന്ധപ്പെടാൻ ഞാൻ ഉത്സുക നാണ്. എന്റെ പുസ്തകം വായിച്ചിട്ടുള്ളവരെയും വീഡിയോകൾ കണ്ടിട്ടുള്ളവരെയും പ്രഭാഷണങ്ങൾ കേട്ടിട്ടുള്ളവരെയും കേൾ ക്കാൻ തൽപരനുമാണ്. അതിനാൽ നിങ്ങൾക്ക് എന്തെങ്കിലും ചോദിക്കാനുണ്ടെങ്കിൽ, അതല്ല വെറുതെയൊരു ഹലോ പറയാ നാണെങ്കിൽകൂടി, www.YopalHal.com തുറക്കുക. കോണ്ടാക്റ്റ് ടാബ് ക്ലിക്ക് ചെയ്യുക. എനിക്ക് മെസ്സേജ് അയയ്ക്കുക. നിങ്ങ ളുടെ ജീവിതത്തെ മൂല്യവത്താക്കാൻ എനിക്ക് എന്തുചെയ്യാൻ കഴിയുമെന്ന് നിങ്ങളിൽനിന്ന് കേൾക്കാൻ ഞാൻ കാത്തിരി ക്കുന്നു.

നമുക്ക് മറ്റുള്ളവരെയും സഹായിക്കണം

ഈ പുസ്തകം നിങ്ങളുടെ ജീവിതത്തിന്റെ മൂല്യം വർധി പ്പിച്ചുവെങ്കിൽ, ഇതു വായിച്ചശേഷം നിങ്ങൾക്കൊരു പുതുജീവൻ വീണുകിട്ടിയെങ്കിൽ, നിങ്ങളുടെ ജീവിതത്തിന്റെ ഏതു മേഖല യെയും എല്ലാ മേഖലകളെയും അടുത്ത പടിയിലേക്ക് എത്തി ക്കാൻ കഴിയുംവിധം പുതിയൊരു തുടക്കമാകാൻ വിസ്മയ പ്പുലരിക്കു കഴിയുമെന്ന് നിങ്ങൾക്ക് അനുഭവപ്പെട്ടെങ്കിൽ, നിങ്ങൾ സ്നേഹിക്കുന്ന ചിലർക്കായി നിങ്ങൾ ചിലത് ചെയ്യു മെന്ന് ഞാൻ പ്രതീക്ഷിക്കുന്നു.

ഈ പുസ്തകം അവർക്കു നൽകുക. നിങ്ങളുടെ കൈയ്യി ലുള്ള കോപ്പി അവർക്ക് കടം നൽകുക. വായിക്കാൻ അവരോടു

പറയുക. അതല്ലായെങ്കിൽ ഒരു സമ്മാനമായി ഒരു കോപ്പി വാങ്ങി നൽകുക. എല്ലാ പുലരികളെയും ക്രിസ്മസ് പുലരിയാക്കാൻ പോന്ന ഒന്നിനേക്കാൾ മികച്ച ഒരു ക്രിസ്മസ് സമ്മാനം മറ്റെന്താണ്?

ഇനി പ്രത്യേക അവസരങ്ങളൊന്നുമല്ലെങ്കിൽ കൂടി, 'ഞാൻ നിങ്ങളെ അതിയായി സ്നേഹിക്കുന്നു. നല്ലൊരു ജീവിതത്തിനായി നിങ്ങളെ സഹായിക്കാൻ ഞാൻ ആഗ്രഹിക്കുന്നു. ഇത് വായിക്കുക' എന്നു പറഞ്ഞ് അവർക്കായി പുസ്തകം വാഗ്ദാനം ചെയ്യുക.

നമ്മിൽനിന്ന് നമ്മുടെ പൂർണ മികവിനെ പുറത്തെടുക്കാൻ സഹായിക്കുന്നവരാണ് നമ്മുടെ മികച്ച കൂട്ടുകാരും കുടുംബാംഗങ്ങളുമെന്ന് ഞാൻ കരുതുന്നു. നിങ്ങളും അങ്ങനെ കരുതുന്നെങ്കിൽ ഈ പുസ്തകം പങ്കുവയ്ക്കാൻ ഞാൻ നിങ്ങളെ പ്രോൽസാഹിപ്പിക്കുന്നു.

ഈ വാക്കുകൾ പടരാൻ സഹായിക്കുക.

വളരെയധികം നന്ദി.

ഒരു പ്രത്യേക ക്ഷണം

വിസ്മയപ്പുലരി സമൂഹം

വിസ്മയപ്പുലരിയുടെ ആരാധകരും വായനക്കാരും ചേർന്ന്, പുലർകാലേ വ്യക്തമായ ഉദ്ദേശ്യങ്ങളോടെ ഉറക്കമുണർന്ന് എണീക്കുന്ന, ഓരോരുത്തരിലും ഉറങ്ങിക്കിടക്കുന്ന സാധ്യതകളെ പൂർണമായി ഉപയോഗപ്പെടുത്താൻ പ്രതിജ്ഞാബദ്ധമായ സമാനമനസ്കരുടെ ഒരു ഗോത്രം സൃഷ്ടിച്ചിട്ടുണ്ട്. വിസ്മയപ്പുലരിയുടെ സൃഷ്ടാവെന്ന നിലയിൽ, വായനക്കാർക്കും ആരാധകർക്കും പരസ്പരം ബന്ധപ്പെടാവുന്ന, പ്രോത്സാഹിപ്പിക്കാവുന്ന, മികച്ച പ്രായോഗിക മുറകൾ പങ്കുവയ്ക്കാവുന്ന, പരസ്പരം പിന്തുണയ്ക്കാവുന്ന, പുസ്തകത്തെക്കുറിച്ച് ചർച്ച ചെയ്യാവുന്ന, ഉത്തരവാദിത്തമുള്ള പങ്കാളിയെ കണ്ടെത്താവുന്ന, ഒരു ഓൺലൈൻ സമൂഹം രൂപീകരിക്കേണ്ടത് എന്റെ കടമയാണെന്ന് ഞാൻ കരുതി.

വിസ്മയപ്പുലരി സമൂഹം ഏറ്റവും പ്രസാദാത്മകമായ, പ്രചോദനോന്മുഖമായ, പ്രോത്സാഹജനകമായ, വിശ്വാസ്യമായ ഓൺലൈൻ കമ്യൂണിറ്റി ആകുമെന്ന് സത്യത്തിൽ ഞാൻ കരുതിയിരുന്നില്ല. പക്ഷേ, അങ്ങനെ ആയി. അംഗങ്ങളുടെ പ്രതിഭയിൽ ഞാൻ നമിക്കുന്നു.

www.MyTMMCommunity.Com-ൽ കയറി ഫെയ്സ്ബുക്കിൽ The Miracle Morning Community യിൽ അംഗമാകാൻ അഭ്യർത്ഥിക്കുക. വിസ്മയപ്പുലരി പരിശീലിപ്പിക്കുന്ന സമാനമനസ്കരായ നിരവധിപ്പേരുമായി ബന്ധപ്പെടുന്നതിന് അതിലൂടെ നിങ്ങൾക്ക് സാധിക്കും. അവരിൽ പലരും വർഷങ്ങളായി അത് ചെയ്യുന്നു. അവരുമായുള്ള ബന്ധം നിങ്ങളുടെ വിജയയാത്രയെ പിന്തുണയ്ക്കുകയും ത്വരിതപ്പെടുത്തുകയും ചെയ്യും.

കമ്യൂണിറ്റിക്ക് മാർഗ്ഗനിർദേശം നൽകാനും പ്രവർത്തനങ്ങൾ പരിശോധിക്കാനും ഞാൻ സദാ ഹാജരുണ്ട്. നിങ്ങളെ അവിടെ ഉടൻ കണ്ടുമുട്ടാമെന്ന് ഞാൻ പ്രതീക്ഷിക്കുന്നു.

സാമൂഹിക മാധ്യമങ്ങളിൽ ഞാനുമായി വ്യക്തിപരമായി ബന്ധപ്പെടാൻ ആഗ്രഹിക്കുന്നെങ്കിൽ ടിറ്ററിൽ @HalElrod-ലും

ഫെയ്സ്ബുക്കിൽ www.Facebook.Com/YopalHal-ലും എന്നെ ഫോളോ ചെയ്യുക. എന്തെങ്കിലും ചോദിക്കാനോ പറയാനോ ഉണ്ടെങ്കിൽ എനിക്ക് നേരിട്ട് മെസേജ് അയയ്ക്കാൻ ഒട്ടും മടിക്കേണ്ട. ഓരോന്നിനും മറുപടി പറയാൻ ഞാൻ പരമാവധി ശ്രമിക്കുന്നു. അതെ, നമുക്ക് ഉടനെ പരസ്പരം ബന്ധപ്പെടാം!

ഒരു അത്യാവശ്യ ബോണസ്

നിങ്ങളുടെ ജീവിതത്തെ മാറ്റിമറിക്കുന്ന ആ ഇ-മെയിൽ

അഭിപ്രായം ഏറെ ഗുണം ചെയ്യുന്നു. ഒരു പരിശീലകന് പണം നൽകുന്നതിലും ചെലവു കുറവാണതിന്.
- ഡൗഗ് ലോവെൻസ്റ്റീൻ

വിവിധ പശ്ചാത്തലങ്ങളിൽ നിന്ന് വന്നവരോട് അഭിപ്രായം ആരായുക. ഓരോരുത്തർക്കും നിങ്ങൾക്ക് ഉപകാരപ്രദമായ എന്തെങ്കിലും പറയാനുണ്ടാവും.
- സ്റ്റീവ് ജോബ്സ്

ഇപ്പോൾ സമയം പുലർച്ചെ രണ്ടുമണി. ഞാനിതുവരെ ഉറങ്ങിയിട്ടില്ല. എനിക്ക് ഉറങ്ങാൻ കഴിഞ്ഞിട്ടില്ല. മാറ്റിൽനിന്ന് വാടകയ്ക്കെടുത്ത ആ കുടുസുമുറിയിലാണ് ഞാനിപ്പോഴും താമസം. വില കുറഞ്ഞ ഒരു ഡസ്കിൽ ഈ വൈകിയ വേളയിൽ വിഷണ്ണനായി ഇരിക്കുന്നു. ചിലത് മാറേണ്ടിയിരിക്കുന്നു. അല്ലെങ്കിൽ മാറണം.

ഉൽകണ്ഠാകുലമായ മനസ്സുമായി ലാപ്ടോപ്പിൽ തുറിച്ചു നോക്കിയിരിക്കവേ പെട്ടെന്ന് ഞാൻ പ്രചോദിതനായി. കൃത്യമായി എന്താണ് എന്നെ പ്രേരിപ്പിച്ചതെന്ന് ഓർമ്മയില്ല, ഞാൻ ഇമെയിൽ തുറന്ന് വ്യത്യസ്തരായ ചില ആളുകളെ അതിലേക്ക് ചേർക്കാൻ തുടങ്ങി. എന്റെ ഉറ്റസുഹൃത്തുക്കളെ, കുടുംബാംഗങ്ങളെ, സഹപ്രവർത്തകരെ, മുൻ മേലുദ്യോഗസ്ഥരെ, പരിചയക്കാരെ, ഞാൻ പ്രണയിക്കുന്ന പെൺകുട്ടിയെ, പറഞ്ഞാൽ വിശ്വസിക്കില്ല പഴയ പ്രണയിനിയെവരെ. ജീവിതത്തിൽ അടിമുടി ഒരു മാറ്റം വരുത്താൻ ഞാൻ തയ്യാറായി. എന്റെ സാധ്യതകളിലേക്ക് ഒരു കുതിച്ചുചാട്ടത്തിന് ഞാൻ ഒരുമ്പെട്ടു. ഞാൻ ആരായിരുന്നെന്നും, എന്റെ ജീവിതം എപ്രകാരമായിരുന്നെന്നും എവിടെയാണ് ഞാൻ മെച്ചപ്പെടേണ്ടതെന്നും കൃത്യമായി അപഗ്രഥിക്കുന്നതിനുള്ള ഏക വഴി എന്നെ നന്നായി അറിയുന്ന ആളുകളുടെ അഭിപ്രായം ആരായുക മാത്രമാണെന്ന് എനിക്കു തോന്നി.

23 മെയിൽ അഡ്രസ്സായപ്പോഴേക്കും ഞാൻ നിർത്തി. മൈക്കിൾ ജോർദാന്റെ കട്ടഫാനായ എനിക്ക് 23-നോട് അന്ധമായൊരു മമതയുണ്ട്.

വ്യത്യസ്ത തലങ്ങളിലും വിഭിന്ന മണ്ഡലങ്ങളിലും എന്നെ പരിചയമുള്ള അവർക്ക് ഞാൻ ഇ-മെയിൽ കമ്പോസ് ചെയ്തു തുടങ്ങി. ഒരു നല്ല സുഹൃത്തായി, മകനായി, സഹോദരനായി, സഹപ്രവർത്തകനായി വ്യക്തിപരമായി വളരാൻ ഞാൻ ആഗ്രഹിക്കുന്നു. എനിക്ക് അറിയാൻ പാടില്ലാത്ത എന്റെ കാര്യങ്ങൾ കാണാൻ കഴിവുള്ള അവരിൽനിന്ന് അഭിപ്രായം അറിയുക മാത്രമാണ് അതിനുള്ള മാർഗ്ഗം. ഞാൻ മെച്ചപ്പെടേണ്ടതെന്ന് അവർ വിശ്വസിക്കുന്ന മൂന്നു പ്രധാന മേഖലകൾ എന്തെന്ന് എന്നോട് എത്രയും പെട്ടെന്ന് പങ്കുവയ്ക്കാൻ കുറച്ചുസമയം മാറ്റിവയ്ക്കാൻ അവർക്ക് കഴിയുമോ എന്നാണ് എനിക്ക് അറിയേണ്ടത്. അതൊരുപക്ഷേ അതിക്രൂരമായി സത്യസന്ധമായിപ്പോയേക്കാം. പക്ഷേ, അതെന്നെ മുറിപ്പെടുത്തില്ലെന്ന് അവർക്ക് ഞാനുറപ്പു നൽകുന്നു. അവർ പ്രതികരിച്ചില്ലെങ്കിൽ മാത്രമാണ് എനിക്ക് വേദനിക്കുക. കാരണം അതെന്റെ വളർച്ചയെ മുരടിപ്പിക്കും.

കമ്പോസ് ചെയ്യാൻ ഏറ്റവുമധികം കഷ്ടപ്പെട്ട ഇ-മെയിലാണിതെന്ന് പറഞ്ഞില്ലെങ്കിൽ അതു കളവാകും.

കമ്പോസ് ചെയ്ത് പൂർത്തിയാക്കിയിട്ടും ചാഞ്ചല്യം എന്നെ വിട്ടുമാറിയില്ല. ഡിലീറ്റ് ചെയ്ത് പോയി കിടന്നാലോ എന്നാലോചിച്ചു. ദൈവത്തിനു സ്തുതി. ഞാനത് ചെയ്തില്ല. ആഴത്തിലൊരു ശ്വാസമെടുത്ത് ഞാൻ സെൻഡ് ക്ലിക്ക് ചെയ്തു. പിന്നെ പോയി കിടക്കയിൽ ഉറങ്ങാൻ കിടന്നു, അവരുടെ പ്രതികരണം കാത്ത്.

ആറു മണിക്കൂറിനുശേഷം ഞാൻ ഉണർന്നു. ശരിക്കും രണ്ടു മണിക്ക് ഞാൻ ആ ഇ-മെയിലുകൾ അയച്ചോ? അതോ അതൊരു സ്വപ്നമായിരുന്നോ? ഞാൻ ഇ-മെയിലിൽ പരതി. അല്ല അതൊരു സ്വപ്നമായിരുന്നില്ല. തീർച്ചയായും ഞാനത് അയച്ചിട്ടുണ്ട്. രണ്ട് മറുപടികളും അതോടകം വന്നിട്ടുണ്ട്. ഒന്ന് അമ്മയുടേത്. മറ്റൊന്ന് ഞാൻ ജോലി ചെയ്തിരുന്ന 200 മില്യൺ ഡോളർ വിറ്റുവരവുള്ള കമ്പനിയുടെ ഞാനേറെ ബഹുമാനിക്കുന്ന റീജിയണൽ മാനേജർ ജെ. ബ്രാഡ് ബ്രിട്ടന്റേത്.

കൊള്ളാം മോനേ.... അതു ഫലിക്കുന്നു. ഞാനൊരു നിമിഷം മനസ്സിനെ നിയന്ത്രിച്ചു. വളർച്ചയാണ് എന്റെ ഈ പ്രവൃത്തിയുടെ ഉദ്ദേശ്യം. അതിനാൽ ആരെന്തു പറഞ്ഞാലും അത് തുറന്ന മനസ്സോടെ സ്വീകരിക്കുക. പ്രകോപിതനാകാതിരിക്കുക. പറയാനെളുപ്പമാണ്. പക്ഷേ, പ്രവൃത്തിയിൽ...

അമ്മയുടെ ഇ-മെയിൽ ഞാൻ ആദ്യം തുറന്നു. ''*മോനേ, നിന്റെ ഇ-മെയിൽ കിട്ടി. (-അമ്മേ, നിങ്ങൾക്ക് അത് കിട്ടുമെന്ന് എനിക്ക് ഒരുറപ്പുമില്ലായിരുന്നു) നീ പരിപൂർണനാണെന്ന് ഞാൻ കരുതുന്നുവെന്ന് നിനക്കറിയാം. പക്ഷേ, നിനക്ക് എന്റെ വ്യക്തമായ അഭിപ്രായങ്ങൾ വേണമെന്നുണ്ടെങ്കിൽ അടിയ്ക്കടി നീയെന്നെ വിളിച്ചിരിക്കണം! നിനക്ക് തിരക്കാണെന്നറിയാം. പക്ഷേ, ഇടയ്ക്കിടെ നിന്നെ കേൾക്കാൻ എനിക്കെന്ത് ഇഷ്ടമാണെന്നോ. ശരി, ഞാൻ നിന്നെ അത്യധികം സ്നേഹിക്കുന്നു. വൈകാതെ അമ്മയെ കാണാൻ വരുമല്ലോ... സസ്നേഹം. അമ്മ.*"

ഞാൻ കമ്പ്യൂട്ടറിൽ പുതിയൊരു ഡോക്യുമെന്റ് തുറന്നു. 'സൃഷ്ടിപരമായ അഭിപ്രായങ്ങളും എന്റെ പുതിയ പ്രതിജ്ഞകളും' എന്നൊരു പുതിയ തലക്കെട്ടുമിട്ടു.

ഒന്ന്. ആഴ്ചയിൽ ഒരിക്കലെങ്കിലും അമ്മയെ വിളിക്കുക.

പിന്നെ ഞാൻ ജെ. ബ്രാഡ് ബ്രിട്ടന്റെ ഇ-മെയിൽ തുറന്നു. അദ്ദേഹത്തെ ഞാൻ ആരാധിക്കുകയും അദ്ദേഹത്തിൽനിന്ന് ഏറെ പഠിക്കുകയും ചെയ്തിട്ടുണ്ട്. ഞാൻ പരിചയപ്പെട്ടിട്ടുള്ളവരിൽ ഏറ്റവും പ്രസാദാത്മകമായ വ്യക്തിത്വത്തിന് ഉടമയാണ് അദ്ദേഹം. പലപ്പോഴും ഏതെങ്കിലും കോൺഫ്രൻസിലോ ഔദ്യോഗിക യാത്രകളിലോ ഞങ്ങൾ കണ്ടുമുട്ടുന്നു. അതിനാൽ എന്നെക്കുറിച്ച് തൊഴിൽപരമായ കാര്യങ്ങളിലെങ്കിലും അദ്ദേഹത്തിന് അറിവുണ്ടായിരിക്കണം.

പ്രിയ പാൾ ഹാൽ! എനിക്ക് നിങ്ങളുടെ ഇ-മെയിൽ ഇഷ്ടമായി. നിങ്ങളിൽ എനിക്ക് ഇഷ്ടമായ മൂന്നു കാര്യങ്ങൾ പറയാൻ അനുവദിച്ചെങ്കിൽ മാത്രമെ നിങ്ങൾക്ക് ഗുണപരമായ മൂന്ന് അഭിപ്രായങ്ങൾ പറയൂ? സമ്മതിച്ചോ? ഒകെ ഇതാ....

തൊഴിലിലും സാമൂഹിക ജീവിതത്തിലും എനിക്കുള്ള ഏതാനും ദൗർബല്യങ്ങൾ ജെ. ബ്രാഡ് എനിക്ക് ചൂണ്ടിക്കാട്ടിത്തന്നു. അവയെല്ലാം എന്നെ ആശ്ചര്യപ്പെടുത്തി.

എന്റെ വികാരങ്ങൾക്ക് മുറിവേറ്റില്ല എന്നൊന്നും ഞാൻ പറയില്ല. ഞാനൊരൽപം പ്രകോപിതനാകുകയും ചെയ്തു. “ഹായ്, ഇയാൾ പറയുന്നത് അത്ര ശരിയല്ല. ഞാനിങ്ങനെയൊന്നുമല്ല. ഞാൻ വിചാരിച്ചതുപോലെ ഇയാൾക്ക് എന്നെക്കുറിച്ച് അത്രയ്ക്കൊന്നും അറിയില്ല”. പിന്നെ എനിക്ക് മനസ്സിലായി എന്നെക്കുറിച്ചുള്ള അദ്ദേഹത്തിന്റെ അഭിപ്രായം, വിമർശനം എത്രമാത്രം കൃത്യമാണെന്നത് അത്ര പ്രസക്തമല്ല. ഞാൻ അദ്ദേഹത്തിന് അതാണ്. ഒരുപക്ഷേ, മറ്റുപലർക്കും. ഞാൻ യഥാർത്ഥത്തിൽ ആരാണ് എന്നു മാത്രമല്ല എനിക്കറിയേണ്ടത്. ഞാൻ യഥാർത്ഥത്തിൽ ആര് എന്നതു മാത്രമല്ല എന്റെ മൂല്യങ്ങൾ എന്റെ ജീവിതത്തിലും എന്റെ ബന്ധങ്ങളിലും പ്രതിഫലിക്കുന്നുണ്ടോയെന്നുംകൂടി എനിക്ക് അറിയേണ്ടതുണ്ട്.

അടുത്ത ഏതാനും ദിവസങ്ങളിൽ ഇ-മെയിൽ സന്ദേശങ്ങൾ വന്നുകൊണ്ടിരുന്നു. ആഴ്ചയുടെ ഒടുവിലായപ്പോഴേക്കും 23 പേരിൽ പതിനേഴു പേരുടെയും മറുപടി എത്തി. പലതും ചിന്തോദ്ദീപകമായ വിമർശനങ്ങൾ ഉൾക്കൊള്ളുന്നത്. ഞാനവയൊക്കെ ‘എന്റെ പുതിയ പ്രതിജ്ഞ’യിൽ ഉൾപ്പെടുത്തി.

എന്തായിരുന്നു അതിന്റെ ഫലം? ഒന്നു മാത്രം പറയാം. ഞാൻ എന്നെക്കുറിച്ച് കൂടുതൽ കൂടുതൽ ബോധവാനായി. കഴിഞ്ഞ 5 വർഷംകൊണ്ട്, വേണ്ട ജീവിതമത്രയുംകൊണ്ട്, ഞാൻ വളർന്നതിലും അധികം ആ പ്രതികരണങ്ങൾ വായിച്ച ഒരാഴ്ചയിൽ ഞാൻ വളർന്നു. അത് അതിശയമായിരിക്കുന്നു. വിമർശനങ്ങൾക്ക് വിധേയനായി നിൽക്കുക എളുപ്പമായിരുന്നില്ല. എന്റെ വീഴ്ചകൾ മറ്റുള്ളവർ ചൂണ്ടിക്കാട്ടുന്നത് കണ്ടുനിൽക്കുക അത്ര സുഖകരവുമായിരുന്നില്ല. എങ്കിലുമത് ജീവിതത്തെ അടിമുടി മാറ്റുന്നതായിരുന്നു. തൊഴിലിനെ മികവിലേക്ക് നയിക്കുന്നതായിരുന്നു ബന്ധങ്ങൾ ഊഷ്മളമാക്കുന്നതായിരുന്നു. എല്ലാം എന്റെ ജീവിതത്തിലെ ഏറ്റവും സുപ്രധാന ഇ-മെയിൽ അയയ്ക്കാൻ ഞാൻ സ്വരുക്കൂട്ടിയ ധൈര്യത്തിന്റെ പ്രതിഫലം. *അതെ ആ ഇ-മെയിൽ നിങ്ങളുടെ ജീവിതത്തെ മാറ്റിമറിക്കുന്ന ഇ-മെയിൽ.*

നിങ്ങളുടെ ജീവിതത്തെ മാറ്റിമറിക്കാവുന്ന ആ ഇ-മെയിൽ സന്ദേശം ഒരു വാക്കും വിട്ടുകളയാതെ നിങ്ങളുമായി പങ്കുവയ്ക്കും മുമ്പ് എന്റെ ഒരു വിദ്യാർത്ഥിനിയിൽനിന്നു ലഭിച്ച

പ്രോത്സാഹജനകമായ ഒരു പ്രതികരണം ഉദ്ധരിക്കാൻ എന്നെ അനുവദിക്കുക. ആ ഇ-മെയിൽ സന്ദേശത്തിന് തന്റെ പരിചിത വലയത്തിൽ നിന്നുണ്ടായ പ്രതികരണമാണ് ഇത്തരമൊരു അഭിപ്രായപ്രകടനത്തിന് അവളെ പ്രേരിപ്പിച്ചത്.

എന്റെ പ്രമുഖ കക്ഷികളിൽ ഒരാളായ ട്രൂഡിയിൽനിന്ന്

ഹാൽ, വ്യക്തിപരമായ അഭിപ്രായം ആരാഞ്ഞുകൊണ്ടുള്ള ആ ഇ-മെയിൽ സന്ദേശം എത്ര ഫലപ്രദമാണെന്ന് എനിക്ക് വിശ്വസിക്കാൻ കഴിയുന്നില്ല. എന്റെ ശക്തിയും ദൗർബല്യവും ചൂണ്ടിക്കാട്ടിക്കൊണ്ട് എന്റെ കൂട്ടുകാരിൽനിന്നും സഹപ്രവർത്തകരിൽനിന്നും കുടുംബാംഗങ്ങളിൽനിന്നും എന്നെ അറിയുന്നവരിൽനിന്നും മറുപടി ലഭിച്ചുകൊണ്ടിരിക്കുന്നു. അതെനിക്ക് എന്നെക്കുറിച്ച് വ്യക്തമായൊരു ചിത്രം തരുന്നു. ഓരോരുത്തരിൽ നിന്നും സഹായം സ്വീകരിക്കുമ്പോൾ ഞാൻ അത്യധികം ബഹുമാനിതയായതായി എനിക്ക് അനുഭവപ്പെടുന്നു. സവിശേഷമാണ് ഈ ഇ-മെയിൽ എന്നു പറയേണ്ടതില്ലല്ലോ. എല്ലാവരും അതു നല്ല രീതിയിൽ സ്വീകരിക്കുന്നു.

നന്ദി ഹാൽ, എന്നെ സഹായിച്ചതിന്. കൃതജ്ഞതയോടെ

ട്രൂഡി

നിങ്ങളുടെ ജീവിതത്തെ മാറ്റി മറിക്കുന്ന ഇ-മെയിൽ

പ്രതിസന്ധി: അഭിപ്രായങ്ങൾ ഒഴിവാക്കൽ.

ഏറെപ്പേരും പ്രതിലോമകരമായ അഭിപ്രായങ്ങൾ ഇഷ്ട പ്പെടുന്നില്ല. അതുകൊണ്ട് അവർ അഭിപ്രായങ്ങൾ പാടേ ഒഴി വാക്കുന്നു. അതുമൂലം അവരുടെ കഴിവുകളെയും ദൗർബല്യ ങ്ങളെയുംകുറിച്ചുള്ള അമൂല്യമായ വിവരങ്ങൾ അവർക്ക് നഷ്ട മാകുന്നു. കഴിവുകളിൽ നേട്ടമുണ്ടാക്കുന്നതിൽനിന്നും ദൗർബ ല്യങ്ങൾ പരിഹരിക്കുന്നതിൽനിന്നും അതവരെ തടയുന്നു.

പരിഹാരം: വിവിധ രംഗങ്ങളിൽ നിങ്ങളെ അടുത്തറിയാ വുന്നവരുടെ സത്യസന്ധമായ അഭിപ്രായങ്ങൾ ആരായുന്നതും അതിൽനിന്നും ആവശ്യമായ പാഠങ്ങൾ പഠിക്കുന്നതും പുതിയ കാഴ്ചപ്പാട് രൂപീകരിക്കുന്നതിനും വ്യക്തിത്വവികസനവും വിജ യവും ത്വരിതപ്പെടുത്തുന്നതിനും ഏറ്റവും ഫലപ്രദവും വേഗത യേറിയതുമായ മാർഗ്ഗമാണെന്ന് മറക്കാതിരിക്കുക.

നിർദേശങ്ങൾ: ഇനിപ്പറയുന്ന കാര്യങ്ങൾ ഇ-മെയിലായി കമ്പോസ് ചെയ്യുക. (വ്യക്തിപരമായ താൽപര്യങ്ങൾക്ക് അനു സരിച്ച് സൗകര്യംപോലെ അത് എഡിറ്റ് ചെയ്തുകൊള്ളുക). നിങ്ങളുടെ കഴിവുകളേയും ദൗർബല്യങ്ങളേയുംകുറിച്ച് സത്യ സന്ധമായ വിശകലനം നൽകാൻ കഴിയുന്ന, നിങ്ങളറിയുന്ന 5 മുതൽ മുപ്പതുവരെ ആളുകൾക്ക് അതയയ്ക്കുക. കൂട്ടുകാർ, കുടുംബാംഗങ്ങൾ, കൂടെ ജോലി ചെയ്യുന്നവർ, ഗുരുക്കന്മാർ, വഴികാട്ടികൾ, അധ്യാപകർ, മുൻജോലിക്കാർ, ഉപഭോക്താക്കൾ, പങ്കാളി, നിങ്ങൾക്ക് ധൈര്യമുണ്ടെങ്കിൽ മുൻപങ്കാളി എന്നിവരെ യൊക്കെ ഉൾപ്പെടുത്താം.

ഓർക്കുക: ഓരോരുത്തർക്കും വ്യക്തിപരമായി ഇ-മെയിൽ അയയ്ക്കുക. ഒരാളുടെ മറുപടിയും നിങ്ങളല്ലാതെ മറ്റൊരാൾ കാണാൻ ഇടവരരുത്.

വിഷയവിവരം: നിങ്ങളുടെ അഭിപ്രായം അറിയാൻ......

ഇ-മെയിൽ: പ്രിയ സുഹൃത്ത്/ ബന്ധു/ സഹപ്രവർത്തകൻ

....

ഈ ഇ-മെയിൽ വായിക്കാൻ സൗമനസ്യം കാണിച്ചതിന് നന്ദി. ഇതയയ്ക്കുക എനിക്ക് അത്ര എളുപ്പമായിരുന്നില്ല. പക്ഷേ, എനിക്കിത് അത്രയധികം പ്രധാനമാണ്. അതിനാൽ

നിങ്ങളുടെ വിലയേറിയ സമയം ഇതു വായിക്കാൻ മാറ്റിവച്ചതിൽ എനിക്ക് അത്യന്തം നന്ദിയുണ്ട്. നിങ്ങൾ ഇതിനോട് പ്രതികരിക്കുമെന്ന് പ്രതീക്ഷിക്കുകയും ചെയ്യുന്നു.

വളരെക്കുറച്ച് ആളുകൾക്കാണ് ഞാൻ ഈ ഇ-മെയിൽ അയച്ചിരിക്കുന്നത്. നിങ്ങൾക്ക് ഓരോരുത്തർക്കും എന്നെ നന്നായി അറിയാം. അതിനാൽ എന്റെ കഴിവുകളെക്കുറിച്ചും അതിലേറെ പ്രധാനമായി എന്റെ ദൗർബല്യങ്ങളെക്കുറിച്ചും വ്യക്തമായൊരു അഭിപ്രായം നിങ്ങളിൽനിന്ന് ആരായുകയാണ് ഈ ഇ-മെയിലിന്റെ ഉദ്ദേശ്യം.

ഇതിനുമുൻപ് ഇങ്ങനെയൊരു മെസേജ് ഞാൻ അയച്ചിട്ടില്ല. ഇങ്ങനെ ആരിൽനിന്നും അഭിപ്രായം ആരാഞ്ഞിട്ടുമില്ല. എന്നാൽ ഒരു മികച്ച വ്യക്തിയായി വളരാനും മെച്ചപ്പെടാനും എന്നെക്കുറിച്ച് എന്നെ നന്നായി അറിയാവുന്നവർക്കുള്ള അഭിപ്രായം അറിയേണ്ടത് അത്യാവശ്യമാണെന്ന് ഇപ്പോൾ ഞാൻ കരുതുന്നു. ഞാൻ ആഗ്രഹിക്കുന്ന ജീവിതം കെട്ടിപ്പടുക്കാൻ പ്രാപ്തി കൈവരിക്കുന്നതിനും അതുവഴി മറ്റുള്ളവർക്ക് കഴിയുന്നത്ര സംഭാവനകൾ നൽകുന്നതിനും എനിക്ക് നിങ്ങളുടെ അഭിപ്രായങ്ങൾ ആവശ്യമാണ്.

ഞാൻ മെച്ചപ്പെടേണ്ട രണ്ടുമൂന്ന് മേഖലകൾ ഏതൊക്കെയെന്ന് ചൂണ്ടിക്കാണിക്കണമെന്ന് മാത്രമാണ് എന്റെ അപേക്ഷ. അതിനായി നിങ്ങളുടെ വിലയേറിയ സമയത്തിൽ അൽപ്പം മാറ്റിവയ്ക്കാൻ കനിവുണ്ടാകണം. നിങ്ങൾക്ക് അങ്ങനെ അനുഭവപ്പെടുന്നെങ്കിൽ എന്റെ രണ്ടോ മൂന്നോ 'കരുത്ത്' കൂടി ചൂണ്ടിക്കാട്ടാൻ അഭ്യർത്ഥിക്കുന്നു. (അതെന്നെ വലിയ തോതിൽ പ്രചോദിപ്പിക്കും)

അഭിപ്രായങ്ങൾ മറച്ചുവയ്ക്കുകയോ മധുരത്തിൽ പൊതിയുകയോ വേണ്ടതില്ല. ഞാനൊരു തരത്തിലും പ്രകോപിതനാകില്ലെന്ന് ഉറപ്പു നൽകുന്നു. നിങ്ങൾ എത്രമാത്രം 'ക്രൂരമായി' സത്യസന്ധത പാലിക്കുന്നുവോ, അത്രമാത്രം അതെന്റെ ജീവിതത്തിൽ ഗുണപരമായ മാറ്റങ്ങൾക്ക് വഴിതെളിക്കും.

ഒരിക്കൽ കൂടി നന്ദി

പേര്

നിങ്ങളുടെ ജീവിതത്തെ മാറ്റിമറിക്കാനുതകുന്ന ആ ഇ-മെയിലിനെക്കുറിച്ച് ചില അധിക ചിന്തകൾ

അതെ നിങ്ങളും എന്നെ പിന്തുടരുമെന്ന് ഞാൻ കരുതുന്നു. ട്രൂഡിയും എന്റെ നൂറുകണക്കിന് വിഐപി സക്സസ് കോച്ചിങ് കക്ഷികളും (VIP SuccessCoaching.com) സ്വയം വിചാരണയ്ക്ക് നിന്നു കൊടുക്കാനുള്ള ധൈര്യം സംഭരിക്കുകയും ഇ-മെയിൽ അയയ്ക്കുകയും ചെയ്തു. നിങ്ങളെക്കുറിച്ചുള്ള നിങ്ങളുടെ ധാരണ വർധിപ്പിക്കുന്ന, നിങ്ങളുടെ വ്യക്തിത്വത്തെക്കുറിച്ചുള്ള അവബോധത്തെ ആഴപ്പെടുത്തുന്ന, നിങ്ങളെയും നിങ്ങളുടെ ജീവിതത്തെയും വളർച്ചയുടെ അടുത്ത പടിയിൽ എത്തിക്കുന്നതിനുള്ള വ്യക്തമായ കാഴ്ചപ്പാട് രൂപപ്പെടുത്തുന്ന ചില തിരിച്ചറിവുകൾ അത് നിങ്ങൾക്ക് സമ്മാനിക്കും.

ചിന്തോദ്ദീപകങ്ങളായ ഉദ്ധരണികൾ

ഒരു ചെറിയ ആശയംപോലും നമ്മുടെ ചിന്തയുടെ വഴികളെ, നമ്മുടെ അനുഭവങ്ങളുടെ വഴികളെ ജീവിതത്തിന്റെ വഴികളെ വഴിതിരിച്ചുവിടുമെന്ന് ഞാൻ വിശ്വസിക്കുന്നു. ചിന്തയെ ഉദ്ദീപിപ്പിക്കുന്ന ഉദ്ധരണികൾ നമ്മുടെ ആശയങ്ങളെ ആധികാരികമാക്കുന്നതിനും സമഗ്രമാക്കുന്നതിനുമുള്ള മികച്ച മാർഗ്ഗമാണ്. നമ്മെ പ്രചോദിപ്പിക്കുന്ന ആധികാരികമാക്കുന്ന, വെല്ലുവിളിക്കുന്ന ഉദ്ധരണികൾ ശേഖരിക്കുകയെന്നത് എനിക്ക് ആവേശമാണ്.

എനിക്കേറെ ഇഷ്ടപ്പെട്ട പ്രശസ്തമായ ചില ഉദ്ധരണികൾ ഇവിടെ കൊടുക്കുന്നു. അവയിൽ ഏതെങ്കിലും നിങ്ങളുടെ മനസ്സിൽ ചലനങ്ങളുണ്ടാക്കുന്നുവെങ്കിൽ നിങ്ങളതു സ്ഥിരീകരണത്തിൽ ചേർക്കുകയോ, ഫെയ്സ്ബുക്കിലോ, ടിറ്ററിലോ പങ്കുവയ്ക്കുകയോ, കമ്പ്യൂട്ടർ സെറ്റ് ടോപ്പിൽ സെറ്റ് ചെയ്യുകയോ, ടിഷർട്ടിൽ കുറിച്ചിടുകയോ, ഇടയ്ക്കിടെ നിങ്ങളെ ഓർമ്മിപ്പിക്കാൻ ഉതകുംവിധം യുക്തംപോലെ ഉപയോഗിക്കുക.

സ്നേഹവും നന്ദിയും

ഹാൽ

"സ്വപ്നത്തിലെ ജീവിതത്തെ കെട്ടിപ്പടുക്കാൻ ശ്രമിക്കുമ്പോൾതന്നെ ലഭിച്ച ജീവിതത്തെ അരുമയായി സ്നേഹിക്കുക. സ്വപ്നത്തിലെ ജീവിതം ലഭിച്ചശേഷമേ ജീവിതത്തെ സ്നേഹിക്കൂ എന്ന് ശാഠ്യം പിടിക്കാതിരിക്കുക."

"നിങ്ങൾ എവിടെയാണ് എന്നത് നിങ്ങൾ എവിടെയായിരുന്നു എന്നതിനെ ആശ്രയിച്ചിരിക്കുന്നു. എന്നാൽ നിങ്ങൾ എവിടെ എത്തണം എന്നത് നിങ്ങൾ ആരാകാൻ ആഗ്രഹിക്കുന്നു എന്നതിനെ മാത്രം ആശ്രയിച്ചിരിക്കുന്നു."

"തികവിനെക്കുറിച്ചുള്ള സങ്കല്പങ്ങൾ ഉപേക്ഷിക്കുക. നിങ്ങൾ ആരോ അതായിരിക്കുക. നിങ്ങൾ ആരോ അതിനെ സ്നേഹിക്കുക. മറ്റുള്ളവരെയും അവർ ആയിരിക്കുന്ന അവസ്ഥയിൽ സ്നേഹിക്കുക."

"വിമർശനങ്ങളും വിലയിരുത്തലുകളും ഒഴിവാക്കുക, സഹാനുഭൂതി പകരം വയ്ക്കുക. പരാതികൾ സംതൃപ്തിയാൽ പകരം വയ്ക്കുക. സ്നേഹം ഭയത്തിനു പകരംവയ്ക്കുക."

“നിങ്ങൾക്കുള്ളതിൽ നന്ദിയുള്ളവരായിരിക്കുക. ഇല്ലാത്തവയെ സ്വാഗതം ചെയ്യുക. നിങ്ങൾക്ക് ആവശ്യമായത് നേടിയെടുക്കുക.”

“നിങ്ങളല്ലാത്ത, നിങ്ങൾക്കില്ലാത്ത എന്തിനെങ്കിലുംവേണ്ടി ആഗ്രഹിച്ചു കൊണ്ടേയിരിക്കുക എന്നതല്ല ജീവിതം. നിങ്ങളുടെ ജീവിതത്തെ ആസ്വദിക്കുന്നതും അതിൽ ആഹ്ലാദിക്കുന്നതും നിങ്ങളെ സ്നേഹിക്കുന്നതും ഒപ്പം രണ്ടിനെയും മെച്ചപ്പെടുത്താൻ ശ്രമിക്കുന്നതാണ് ജീവിതം.”

“ദുരിതങ്ങൾ കൂട്ട് ആഗ്രഹിക്കുന്നു എന്നവർ പറയുന്നു. മധ്യവർത്തി ജീവിതവും അതാഗ്രഹിക്കുന്നു. പരിമിതികളിലുള്ള മറ്റുള്ളവരുടെ വിശ്വാസം നിങ്ങളെ പരിമിതികളിൽ തളച്ചിട്ടു കൂടാ.”

“മറ്റുള്ളവരുടെ അഭിനന്ദനമോ ആദരവോ പിടിച്ചുപറ്റാൻ വേണ്ടി ഒന്നും ചെയ്യരുത്. നിങ്ങളുടെ ജീവിതത്തെ മെച്ചപ്പെടുത്താൻ എന്തുചെയ്യാമെന്ന് മാത്രം ശ്രദ്ധിക്കുക.”

“നിങ്ങളുടെ ജീവിതത്തിലെ എല്ലാറ്റിന്റെയും ഉത്തരവാദിത്വം നിങ്ങൾ ഏറ്റെടുക്കുന്ന നിമിഷം നിങ്ങളുടെ ജീവിതത്തിലെ എന്തും മാറ്റാനുള്ള അധികാരം നിങ്ങൾക്ക് ലഭിക്കുന്നു.”

“എക്കാലത്തിലുമധികം ആനന്ദിക്കാൻ ആവശ്യമായതൊക്കെ നമ്മിൽ ഓരോരുത്തരിലുമുണ്ട്. ഇത് ഓരോ നിമിഷവും ഓർമ്മിക്കുക മാത്രമേ വേണ്ടൂ.”

“ഒന്നുമില്ല ഭയപ്പെടാൻ, കാരണം നിങ്ങൾ തോൽക്കില്ല. പഠിക്കുക, വളരുക, എന്നത്തേക്കാളും മികവിലെത്തുക, അത്രയേ വേണ്ടൂ.”

“ഇപ്പോൾ നിങ്ങൾ നിങ്ങളുടെ ജീവിതത്തിൽ എവിടെയാണെന്നതും എവിടെ ആയിരിക്കേണ്ടിയിരുന്നു എന്നതും, രണ്ടും താൽക്കാലികം മാത്രമാണെന്ന് അറിയുക. നിങ്ങൾ നിങ്ങളുടെ ജീവിതത്തിൽ ആഗ്രഹിക്കുന്നതെല്ലാം നേടാൻകഴിയുന്ന മനുഷ്യനാകാൻ കഴിയും എന്ന് പഠിക്കുന്നതിനുവേണ്ടി മാത്രമാണ് പഠനത്തിന്റെ ഈ നിമിഷത്തിൽ നിങ്ങൾ എത്തിയിരിക്കുന്നത്.”

വർത്തമാനകാല ജീവിതം പ്രത്യേകിച്ച് ദുർഘടമായ പ്രതിസന്ധി നിറഞ്ഞ നാളുകൾ നമുക്ക് പഠിക്കാനും വളരാനും മികവിലേക്ക് ഉയരാനുമുള്ള കാലമാണ്.

"നിങ്ങൾ എന്തു ചെയ്യുന്നു എന്നതിനേക്കാൾ ഏറെ പ്രധാനമാണ് നിങ്ങൾ ആരാണ് എന്നത്. എങ്കിലും നിങ്ങൾ എന്തു ചെയ്യുന്നു എന്നതാണ് നിങ്ങൾ ആരാണ് എന്നത് നിശ്ചയിക്കുക."

"മധ്യവർത്തിജീവിതം കൈയ്യൊഴിയാൻ എന്ന് നിങ്ങൾ തീരുമാനിക്കുന്നുവോ അന്ന് നിങ്ങളുടെ ജീവിതം മാറിമറിയും. ജീവിതത്തിൽ നിങ്ങൾ ആരായിത്തീരും എന്ന് തീരുമാനിക്കപ്പെടുന്നത് ഓരോ ദിവസവും നിങ്ങൾ എടുക്കുന്ന തീരുമാനങ്ങളുടെയും ചെയ്യുന്ന പ്രവൃത്തികളുടെയും അടിസ്ഥാനത്തിലാകയാൽ ജീവിതത്തിലെ ഏറ്റവും പ്രധാന ദിനം ഇന്നാണെന്നും ഏറ്റവും നിർണ്ണായക സമയം ഇപ്പോൾ ആണെന്നും നിങ്ങൾ തീരുമാനിക്കുമ്പോൾ ഇനിയുള്ള കാലം നിങ്ങൾ ആരായിരിക്കണമെന്നതും തീരുമാനിക്കപ്പെടുന്നു."

"സാധാരണ മനുഷ്യൻ വികാരങ്ങളുടെ പുറത്ത് പ്രവർത്തിക്കുന്നു. എന്നാൽ പ്രതിഭകൾ അവരുടെ പ്രവൃത്തികളെ പ്രതിബദ്ധതയാൽ നിയന്ത്രിക്കുന്നു."

"നിങ്ങളുടെ സ്വപ്നത്തിലേക്ക് ഓരോ ദിവസവും ധൈര്യമായി ചുവടുവയ്ക്കുക. നിൽക്കാൻ വിസമ്മതിക്കുക. ഒന്നിനും നിങ്ങളെ തടയാനാവില്ല."

ഗ്രന്ഥകർത്താവിനെക്കുറിച്ച്

പ്രതിബന്ധങ്ങളെയും പ്രതിസന്ധികളെയും മറികടന്ന് അസാധാരണ ജീവിതവിജയം കരസ്ഥമാക്കാൻ ആർക്കും കഴിയുമെന്നതിന്റെ ജീവിക്കുന്ന തെളിവാണ് ഹാൽ എൽറോഡ്. ഇരുപതാം വയസ്സിൽ മദ്യപനോടിച്ച ട്രക്ക് ഇടിച്ചുതകർത്ത കാറിൽ ഹാൽ ആറുമിനിറ്റ് നേരത്തേക്ക് മരണാസന്നനായി. പതിനൊന്ന് എല്ലുകൾ ഒടുഞ്ഞു നുറുങ്ങി. തലച്ചോറ് തകർന്നു. ഇനിയൊരിക്കലും നടക്കാനാകില്ലെന്ന് ഡോക്ടർമാർ വിധിയെഴുതി. ഡോക്ടർമാരുടെ യുക്തിയെയും വിധിയുടെ പ്രലോഭനങ്ങളെയും മറികടന്ന് ഹാൽ ബിസിനസ്സിൽ അതിപ്രശസ്തമായ നേട്ടമുണ്ടാക്കി. അൾട്രാമാരത്തോൺ ഓടിപ്പൂർത്തിയാക്കി. ബെസ്റ്റ് സെല്ലർ പുസ്തകങ്ങളുടെ രചയിതാവായി. ഹിപ്ഹോപ്പ് ഗായകൻ, ഭർത്താവ്, പിതാവ് എന്നിങ്ങനെ വ്യത്യസ്ത വ്യക്തിത്വങ്ങൾക്ക് ഉടമയായി. പ്രചോദകപ്രഭാഷകൻ എന്ന നിലയിൽ ആഗോള പ്രശസ്തനായി.

വെല്ലുവിളികൾ മറികടന്ന് അവനവനിൽ കുടികൊള്ളുന്ന അനന്ത സാധ്യതകളെ എങ്ങനെ പൂർണമായി ഉപയോഗിക്കാമെന്ന് മറ്റുള്ളവരെ പഠിപ്പിക്കാൻ ഹാൽ ജീവിതം ഉഴിഞ്ഞുവെച്ചു.

അദ്ദേഹത്തിന്റെ ആദ്യപുസ്തകം, 'ജീവിതത്തെ മുന്നോട്ടുകൊണ്ടുപോകാൻ: സ്വപ്നത്തിലെ ജീവിതം കെട്ടിപ്പടുക്കുന്നതിനിടയിൽ വീണുകിട്ടിയ ജീവിതത്തെ എപ്രകാരം സ്നേഹിക്കാം' (Taking Life Head On: How to Love the Life you Have While you Create the Life of Your Dreams). ആമസോൺ. ഡോട് കോമിലെ ഏറ്റവും വിലമതിക്കപ്പെട്ട, ഏറ്റവും പ്രശംസിക്കപ്പെട്ട, പുസ്തകങ്ങളിൽ ഒന്നായി തുടരുന്നു (നിരൂപണങ്ങൾ നോക്കിയാൽ എന്തുകൊണ്ടെന്ന് നിങ്ങൾക്ക് മനസ്സിലാകും)

ലോകത്തെ ഏറ്റവും വിലമതിക്കപ്പെട്ട മുഖ്യപ്രഭാഷകരിൽ/പ്രചോദക പ്രഭാഷകരിൽ ഒരാളാണ് അദ്ദേഹം. കോർപ്പറേറ്റ്

കമ്പനികളും ലാഭരഹിത സംഘടന (എൻജിഒ) കളും ഒരുപോലെ ഹാലിനെ തങ്ങളുടെ സമ്മേളനങ്ങളിലേക്കും സംഭാവനാശേഖരണ പരിപാടികളിലേക്കും ക്ഷണിക്കുന്നു. യുവാക്കളെ പ്രസാദാത്മകതയിലേക്ക് പ്രചോദിപ്പിക്കുന്നതിൽ അദ്ദേഹം ആനന്ദം കണ്ടെത്തുന്നു. ഒരു പതിറ്റാണ്ടായി 'യോപാൽ' ഹാൽ, യുഎസ്സിലും കാനഡയിലുമായി നടത്തിയ നൂറു കണക്കിന് പ്രഭാഷണങ്ങളിൽ ഒരു ലക്ഷത്തിലേറെ പേർ ആകൃഷ്ടരായി. അവരിൽ അറുപതിനായിരത്തിലേറെ പേർ ഹൈസ്കൂൾ, കോളേജ് വിദ്യാർത്ഥികളാണ്.

യുഎസ്സിലുടനീളം ഡസൻ കണക്കിന് റേഡിയോ ടെലിവിഷൻ ഷോകളിൽ അദ്ദേഹം പ്രത്യക്ഷപ്പെട്ടു. അദ്ദേഹത്തെക്കുറിച്ച് നിരവധി പുസ്തകങ്ങൾ എഴുതപ്പെട്ടു..

(The Education of Millionaires, Cutting Edge Sales, Living College Life in the Front Row, The Author's Guide To Building An Online Platform, The 800 pound Gorilla of Sales, Chicken Soup for the Soul Series)

www.YoPalHal.Com-ൽ ഹാലിനെ നിങ്ങൾക്ക് ബന്ധപ്പെടാം.

ട്വിറ്ററിൽ @HalElrod-ലും

ഫെയ്സ് ബുക്കിൽ www. Face book.Com/ YoPalHal- ലും അദ്ദേഹത്തെ ഫോളോ ചെയ്യാം.

www. MY TMMCommunity. com -ലൂടെ മിറക്കിൾ മോണിങ് കമ്മ്യൂണിറ്റിയിൽ അംഗമാകാം.

വിവർത്തകൻ

ടോം മാത്യു

മാധ്യമപ്രവർത്തകനും വിവർത്തകനും. കോട്ടയത്ത് താമസം.
ഇ-മെയിൽ: tom7kattackal@gmail.com